സി. വി. ബാലകൃഷ്ണൻ

കഥാകൃത്ത്, നോവലിസ്റ്റ്, തിരക്കഥാകൃത്ത്, വിവർത്തകൻ. പയ്യന്നൂരിനടുത്തുള്ള അന്നൂരിൽ ജനനം. വിദ്യാർത്ഥിയായിരിക്കുമ്പോൾത്തന്നെ എഴുതിത്തുടങ്ങി. ആയുസ്സിന്റെ പുസ്തകം, ദിശ, കാമമോഹിതം, അവനവന്റെ ആനന്ദം കണ്ടെത്താനുള്ള വഴികൾ, സിനിമയുടെ ഇടങ്ങൾ, പരൽമീൻ നീന്തുന്ന പാടം, ഏതേതോ സരണികളിൽ, പ്രണയകാലം, പരിമള പർവ്വതം, ലൈബ്രേറിയൻ, വാതിൽ തുറന്നിട്ട നഗരത്തിൽ, തഥ്യകൾ മിഥ്യകൾ, അന്യദേശകഥകൾ, പരേതൻ, സ്കോട്ടിഷ് ദിനരാത്രങ്ങൾ എന്നിങ്ങനെ വിവിധ ശാഖകളിലായി അറുപതിലേറെ കൃതികൾ. ആത്മാവിനു ശരിയെന്നു തോന്നുന്ന കാര്യങ്ങൾ (നോവൽ) കേരള സാഹിത്യ അക്കാദമി അവാർഡും (2000) വി.ടി. മെമ്മോറിയൽ അവാർഡും നേടി. ആത്മകഥയായ 'പരൽമീൻ നീന്തുന്ന പാടം' (2014) യാത്രാവിവരണമായ 'ഏതേതോ സരണികളിൽ' (2017) എന്നിവയ്ക്കും അക്കാദമി പുരസ്കാരങ്ങൾ. ദൃശ്യ മാധ്യമവുമായി സജീവ ബന്ധം പുലർത്തുന്നു. ആദ്യമായി കഥയും തിരക്കഥയുമെഴുതിയത് കെ. ജി. ജോർജ്ജിന്റെ 'മറ്റൊരാൾ' എന്ന ചിത്രത്തിന് (1987). തുടർന്ന് മലയാളത്തിലെ പല പ്രമുഖ സംവിധായകർക്കുമൊപ്പം പ്രവർത്തിച്ചു. 2013 ൽ സമഗ്രസംഭാവനയ്ക്ക് മുട്ടത്തുവർക്കി അവാർഡ്, 2014 ൽ പത്മപ്രഭ പുരസ്കാരം, 2018 ൽ മുണ്ടൂർ കൃഷ്ണൻകുട്ടി പുരസ്കാരം. 'സിനിമയുടെ ഇടങ്ങൾ'ക്ക് (ചലച്ചിത്രപഠനം) സംസ്ഥാന അവാർഡ് (2002). 'കൊച്ചു കൊച്ചു സന്തോഷങ്ങൾ'ക്ക് (സംവിധാനം : സത്യൻ അന്തിക്കാട്) മികച്ച കഥയ്ക്കുള്ള കേരള ഫിലിം ക്രിട്ടിക്സ് അസോസിയേഷൻ ബഹുമതി. 'ഓർമ്മ മാത്ര'ത്തിന് (സംവിധാനം : മധു കൈതപ്രം) മികച്ച തിരക്കഥയ്ക്കുള്ള കലാകേരളം പുരസ്കാരം.

Malayalam Language
Yathrapadhangalil
(Articles)
by
C.V. Balakrishnan

♦

Published in June 2009
This Edition April 2023
by Kairali Books Private Limited
Thalikkavu Road, Kannur.
Ph : 0497-2761200
Email : kairalibooksknr@gmail.com

♦

Cover Design
Prasanth Mangad

♦

Printed at
Manipal Technologies Ltd.

Price ₹ : 250.00
ISBN 978-93-93397-60-7

യാത്രാപഥങ്ങളിൽ

സി. വി. ബാലകൃഷ്ണൻ

കൈരളി ബുക്സ്

"All my life I've been a
walking person."

Rudyard Kipling

ഉള്ളടക്കം

സൗന്ദര്യലഹരി

വർഷങ്ങൾക്ക് മുമ്പ് തീരെ ചെറിയ ഒരു പട്ടണത്തിൽ അതി സുന്ദരിയായ ഒരു പെൺകുട്ടി പാർത്തിരുന്നു. വശ്യമായ നുണക്കുഴികളും വാലിട്ടെഴുതിയ കണ്ണുകളും കാറ്റിലിളകുന്ന കുറുനിരകളും വടിവൊത്ത ചുണ്ടുകളും നീണ്ടുവളർന്ന മുടിയും സുഭഗമായ ചലനങ്ങളും അവൾക്ക് ഒട്ടേറെ ആരാധകരെ നേടിക്കൊടുത്തു.

ഉപമകൾക്കൊന്നും വഴങ്ങാത്ത അവളുടെ നോട്ടം ക്ഷണ നേരത്തേക്കെങ്കിലും ദേഹത്ത് വന്ന് വീണപ്പോഴെല്ലാം അവർ വികാരതര ളിതരായി.അവളെ അകലെയെങ്ങാനും ഒരു നോക്ക് കണ്ടപ്പോൾത്തന്നെ അവരുടെ മനസ്സ് ഒരു സുഗന്ധോദ്യാനമായി. ഓരോ രാത്രിയിലും അവർ അവളുടെ സ്വപ്നത്തിനായി പ്രാർഥിച്ചു. സ്വപ്നത്തിൽ അവളെ സ്പർശി ക്കുകയോ, ചുംബിക്കുകയോ ചെയ്തവർ അവരുടെ കൂട്ടത്തിലെ ഭാഗ്യം ചെയ്തവരായി. ആത്മാനുരാഗികൾ അവളെ മാത്രം മനസ്സിലോ ർത്തു. അവളുടെ രൂപം മനസ്സിൽ പൂർണമായും തെളിയും മുമ്പെ അവർ ഉത്തേജിതരായി.

അവരിലൊരാൾ ഞാനായിരുന്നു. ലൈംഗികത പതുക്കെപ്പതുക്കെ ഉണർന്ന് സ്വന്തം ശരീരം ഒരു വിസ്മയമായി അനുഭവപ്പെട്ടിരുന്ന ആ കൗമാരദിനങ്ങൾ ഈയിടെ ഒരിക്കൽ കൂടി ഓർക്കാനിടയായി.

മധ്യാഹ്നത്തോടടുത്ത സമയം. മിഥുനമാണ്. മഴ തിമിർത്തു പെയ്യുന്നു. ഒരു ബസ് ഷെൽട്ടറിൽ ബസ് കാത്ത് നാലഞ്ച് പേർ. അവരെ കൂടാതെ ഈ ഞാനും. എന്റെ ശ്രദ്ധ മഴയിലായിരുന്നു. മഴയെ ഉന്മാദം തികഞ്ഞ നർത്തകിയെന്ന് വിളിച്ച കവിയെ ഉള്ളാലെ നമിച്ചു കൊണ്ട് നിരത്തിൽ മഴ ഭ്രാന്തമായി ചുവട് വെക്കുന്നത് കണ്ട് നിൽക്കെ ബസ് പ്രതീക്ഷിക്കുന്നവരുടെ കൂട്ടത്തിലുണ്ടായിരുന്ന സവിശേഷതകളൊന്നു മില്ലാത്ത ഒരു സ്ത്രീ എന്റെ അടുത്തേക്ക് നീങ്ങിവന്ന് പരിചിതഭാവ ത്തിൽ ചിരിച്ചു. അതാരെന്ന് അറിയാത്തതിനാൽ ഞാൻ ചിരിക്കാനാ

വാതെ പരുങ്ങി.

"മറന്നു, അല്ലേ ?" ആ സ്ത്രീ ചോദിച്ചു

ഞാനവരുടെ മുഖത്തേക്ക് ഉറ്റുനോക്കി തിരിച്ചറിയാൻ ഒരു ശ്രമം നടത്തി. അത് വിഫലമായതേയുള്ളു. ഞാൻ ക്ഷമാപണത്തിന് മുതിർന്നു.

അപ്പോൾ ആ സ്ത്രീ പറഞ്ഞു."ഒരു പക്ഷേ എന്റെ പേര് ഓർമ കാണും. ആരതി".

ഈശ്വരാ! ആരതി! എന്റെ ഉടലൊന്ന് കിടുങ്ങി. ഓർമയുടെ ആകാശത്തിലാകെ ഒരു മിന്നലിന്റെ പ്രഭ പരന്നു.

നേരെ മുന്നിലുള്ള മുഖത്തേക്ക് ഞാൻ അമ്പരപ്പോടെ നോക്കി. കൗമാരദിനങ്ങളിൽ ഞാനും എന്റെ ചങ്ങാതികളും തീവ്രമെങ്കിലും നിഷ്കളങ്കമായ ആസക്തിയോടെ നോക്കിക്കണ്ടിരുന്ന ചാരുതകളിൽ ഒന്നുപോലും അവിടെ അവശേഷിച്ചിരുന്നില്ല. ചൈതന്യം നഷ്ടപ്പെട്ട കണ്ണുകൾ, തിളക്കമില്ലാത്ത കവിളുകൾ, വിളർത്ത ചുണ്ടുകൾ.

"കുറെ മാറിയിട്ടുണ്ട്." ആരതി ഒട്ടും മാധുര്യമില്ലാത്ത ശബ്ദത്തിൽ പറഞ്ഞു.

"ശരിയാണ്. എനിക്ക് മനസ്സിലായില്ല. കണ്ടിട്ട് ഒരുപാടായല്ലോ". ഞാൻ സ്വയം വീണ്ടെടുത്തു.

പക്ഷെ ഒരിക്കൽ കൂടി ആ മുഖത്തേക്ക് അന്വേഷണദൃഷ്ടിയോടെ നോക്കാതിരിക്കാൻ കഴിഞ്ഞില്ല. ചെറുപ്പത്തിൽ വളരെ ആഴമുള്ളവയെന്ന് തോന്നിപ്പിക്കുന്ന നുണക്കുഴികൾ കാലം ചെല്ലുമ്പോൾ ചെറിയ പാടുപോലും അവശേഷിപ്പിക്കാതെ മറഞ്ഞുപോകുമെന്ന് മുമ്പൊരിക്കലും ഞാൻ കരുതിയിരുന്നില്ല. ആരതിയുടെ തീക്ഷ്ണസൗന്ദര്യം അപഗ്രഥിച്ച് ഏത് ഘടകത്തിനാണ് മുൻതൂക്കം എന്നതിനെകുറിച്ച് ചങ്ങാതികളുമായി തർക്കിക്കാറുണ്ടായിരുന്നപ്പോഴെല്ലാം ഞാൻ എടുത്തു പറഞ്ഞിരുന്നത് ആ നുണക്കുഴികളുടെ കാര്യമാണ്. ദൈവത്തിന്റെ ജാലവിദ്യയായി എനിക്കവ അനുഭവപ്പെട്ടിരുന്നു.

ആരതി പ്രശസ്തയായ ഒരു അഭിനേത്രിയായി തീരുമെന്നായിരുന്നു അക്കാലത്തെ പൊതു പ്രതീക്ഷ. മദിരാശിയിൽ നിന്ന് പേര് കേട്ട സംവിധായകരും നിർമാതാക്കളും ആരതിയെ കാണാനായി പട്ടണത്തിലേക്ക് വരുന്നുവെന്നോ, വന്നെത്തിയിട്ടുണ്ടെന്നോ രഹസ്യമായി വന്ന് മടങ്ങിപ്പോയന്നോ ഒക്കെയുള്ള അഭ്യൂഹങ്ങൾ ഹൈസ്കൂളിൽ മാത്രമല്ല പട്ടണത്തിലാകെയും പ്രാന്തപ്രദേശങ്ങളിലും കൂടെക്കൂടെ പ്രചരിപ്പിച്ചിരുന്നു. ആരതി അഭിനയിക്കുന്നുവെന്ന് കേട്ട് സിനിമ കാണാൻ പോയി കബളിപ്പിക്കപ്പെടുകയെന്നത് വളരെ സാധാരണമായിരുന്നു. ഞാൻ തന്നെ പല

രെയും പറഞ്ഞ് പറ്റിച്ചിട്ടുണ്ട്. പലരും എന്നെയും. അത് ഞങ്ങൾക്കിടയിലെ ഒരു ലഘു വിനോദമായി ഏറെക്കാലം നിലനിന്നു. അതൊന്നുമറിയാതെ ആരതി ഞങ്ങൾക്ക് മുന്നിലൂടെ കടന്നുപോയി. ഞങ്ങളുടെ ആരാധനയോ പ്രണയമോ കാമമോ അവൾ ഒരിക്കൽപ്പോലും കണ്ടതായി ഭാവിച്ചില്ല. അങ്ങനെ കാലവും കടന്നുപോയി

പിന്നീട് പെരുമഴയിലൂടെ കിതച്ചുപായുന്ന ബസ്സിലിരുന്ന് ഞാൻ ആരതിയുടെ പഴയ രൂപം മനസ്സിലേക്ക് ആവാഹിച്ചു. അതിന്റെ ലാവണ്യം എന്നെ ദുഃഖിപ്പിക്കുകയാണ് ചെയ്തത്. അതിനിടയിൽ ആരോ ചിരിക്കുന്നതും കേട്ടു. കാലം – അല്ലാതെ മറ്റാര് ?

ശരീരത്തിൽനിന്ന് ചോർന്നുപോകുന്ന സൗന്ദര്യത്തെച്ചൊല്ലി മനുഷ്യൻ ദുഃഖിക്കുമ്പോൾ ചിരിക്കാൻ കഴിയുക കാലത്തിന് മാത്രം. അതിന് തക്ക സന്ദർഭങ്ങളോ, നിരവധിയും. ഈയിടെ മുംബൈയിൽ നടന്ന ഒരു ഫിലിം അവാർഡ്ദാനച്ചടങ്ങിൽ ആയുഷ്കാല നേട്ടത്തിനുള്ള പുരസ്കാരം സ്വീകരിക്കാനായി മുംതാസ് പ്രത്യക്ഷപ്പെട്ടത് അത്തരമൊരു സന്ദർഭമായിരുന്നു. ഐശ്വര്യാറോയിയും, അമീഷയും കരീഷ്മകപൂറും തബുവും പ്രീതിസിന്റയും റാണി മുഖർജിയും ജൂഹിചൗളയുമൊക്കെ തുടിച്ചുനിൽക്കുന്ന പുതിയ ഹിന്ദി സിനിമയുടെ പ്രേക്ഷകർക്ക് മുംതാസിനെ അറിയാൻ കാൽ നൂറ്റാണ്ടോളം പിറകോട്ട് പോകേണ്ടിവരും. അക്കാലത്ത് സ്ത്രീ സൗന്ദര്യത്തിന് പലർക്കും മാതൃക മുംതാസായിരുന്നു. അവാർഡ്ദാന ചടങ്ങിന്റെ തത്സമയ സംപ്രേഷണം ഉപഗ്രഹ ചാനലിൽ കണ്ടതിന് ശേഷം ഒരാൾ ദുഃഖഭാരത്തോടെ എന്നോട് പറഞ്ഞു. “കാണേണ്ടിയിരുന്നില്ല.”

അയാൾ ഉദ്ദേശിച്ചത് മുംതാസിനെയായിരുന്നു.

ഒരുകാലത്ത് ആശാപരേഖിനെയും ശർമിള ടാഗോറിനെയും വഹീദാ റഹ്മാനെയും വൈജയന്തി മാലയെയും തീവ്രമായി ആരാധിച്ചു നടന്നവർക്കും ഇന്ന് ഇതേ ദുഃഖം തോന്നാം. ഹോളിവുഡ് നടി ഗ്രെറ്റ ഗാർബോ നല്ല പ്രായത്തിൽ പരസ്യ ജീവിതം അവസാനിപ്പിച്ച് വിദൂരമായ ഒരു ദ്വീപിന്റെ ഏകാന്തതയിൽ അഭയം തേടിയത് വെറുതെയല്ല. ലോകത്തിന്റെ കണ്ണിൽ ഗാർബോ ഇന്നും ദിവ്യത്വമുള്ള സൗന്ദര്യത്തിന്റെ ഉടമ തന്നെ. വളരെ പ്രായം ചെന്ന് മരിക്കും വരെ ഗാർബോ മാധ്യമങ്ങൾക്ക് അപ്രാപ്യയായിരുന്നു.

അകാല മരണത്തിലൂടെയും സൗന്ദര്യം നിലനിർത്താമെന്ന് മറ്റൊരു ലോക പ്രശസ്ത നടി തെളിയിച്ചു; മർലിൻ മൺറോ. ഹോളിവുഡ് ഗ്രേറ്റ ഗാർബോയുടെ സൗന്ദര്യത്തിന് ദിവ്യത്വം കല്പിച്ചെങ്കിൽ മർലിൻ മൺ

റോയെ വിലയിരുത്തിയത് അതുല്യയായാണ്. പുരുഷഹൃദയങ്ങൾ കൊണ്ട് അമ്മാനമാടിയ മർലിൻ മൺറോ തന്റെ അപൂർവ ഭംഗിയോടെ തന്നെ ഇന്നും ലോകത്തെ അഭിമുഖീകരിക്കുന്നു. ഇപ്പോഴും പുതിയ ആരാധകരെ നേടുന്നു. ഇപ്പോഴും പ്രേക്ഷകരിൽ അടങ്ങാത്ത ആസക്തിയുണർത്തുന്നു. മർലിനെ ലോകത്തിന് ഒരു വൃദ്ധയായി കാണേണ്ടി വന്നിരുന്നെങ്കിലോ ? ഓർക്കാൻ വയ്യ.

ജനിതക ഘടനാ രഹസ്യം (ജിനോം കോഡ്) കണ്ടെത്തിയതോടെ മരണം മാറി നിൽക്കാനും വാർധക്യം വരാതിരിക്കാനുമുള്ള സാധ്യതകൾ തെളിഞ്ഞതായി ശാസ്ത്രജ്ഞർ പറയുന്നു. ഈ വൻ പ്രതീക്ഷകൾ നിറവേറ്റാൻ എത്ര പതിറ്റാണ്ടുകൾ, അല്ലെങ്കിൽ നൂറ്റാണ്ടുകൾ വേണ്ടി വരുമെന്ന് നമുക്ക് ഊഹിക്കാനാവില്ല.എത്ര കാലം കഴിഞ്ഞിട്ടായാലും ശരീരത്തിന് നിത്യവസന്തമെന്ന സൗഭാഗ്യം മനുഷ്യനെ കാത്തിരിക്കുന്നുണ്ട്. അന്നത്തെ കവികളും സൗന്ദര്യം വർണിച്ചെന്നിരിക്കും. പക്ഷെ സൗന്ദര്യം ഒരു ഋതുകാലമാണെന്ന് അവരാരും പാടുകയില്ല.

മൂക്കുത്തികൾ

സ്റ്റാർപ്ലസ് ചാനലിലെ ഏറെ ജനശ്രദ്ധ നേടിയ 'കോൻ ബനേഗാ ക്രോർപതി'യുടെ ആദ്യഘട്ടത്തിൽ അമിതാഭ്ബച്ചൻ ചോദിക്കാറുണ്ടായിരുന്നത് സരളമായ ചോദ്യങ്ങളാണ്. ഒരല്പം പൊതുവിജ്ഞാനം കൈമുതലായുള്ള ആർക്കും അവയുടെ ഉത്തരങ്ങൾ പറയാം. പെൻസിലിൻ കണ്ടുപിടിച്ചത് അലക്സാണ്ടർ ഫ്ളമിംഗ് ആണെന്നും റേഡിയോ കണ്ടുപിടിച്ചത് മാർക്കോണിയാണെന്നും മറ്റും ആർക്കാണ് അറിയാത്തത്. ഇങ്ങനെ വളരെയെളുപ്പത്തിൽ മറുപടി പറയാവുന്ന ചോദ്യങ്ങളിൽ നിന്ന് ബച്ചന്റെ നാടകീയമായ നീക്കം പ്രയാസമേറിയതും കുഴയ്ക്കുന്നതുമായ ചോദ്യങ്ങളിലേക്കാണ്. അതവിടെ നിൽക്കട്ടെ. നമുക്ക് പോകേണ്ടിയിരുന്നത് കൂടുതൽ സരളമായ ഒരു ചോദ്യത്തിലേക്കാണ്. ശ്രദ്ധിച്ച് കേൾക്കുക. മൂക്കുത്തി കണ്ടുപിടിച്ചത് ആരാണ് ?

ഒരു നിശ്ചിതസമയത്തിനകം മറുപടി പറയേണ്ടതുണ്ട് ഏത് പ്രശ്നോത്തരിയിലും. സമയം കടന്നുപോവുകയാണ്. നിങ്ങൾ ഇനിയും മറുപടി പറഞ്ഞിട്ടില്ല. മുഖത്ത് കാണുന്നത് ആലോചനാഭാവമല്ല. ചെറിയൊരമ്പരപ്പാണ്. മൂക്കുത്തി ആരും കണ്ടു പിടിച്ചതല്ലെന്നാണോ നിങ്ങൾ പറയാൻ തുടങ്ങുന്നത്. ?

അത് ശരിയല്ല. ലോകത്ത് ടെലിവിഷനും റേഡിയോയും പെൻസിലിനും എക്സ്റേയും വൈദ്യുതിബൾബും ടെലിഫോണും കൃത്രിമ ഉപഗ്രഹങ്ങളും സിനിമയും ഗ്രാമഫോണും കമ്പ്യൂട്ടറും ഇല്ലാത്ത കാലം പോലെ സ്ത്രീകൾ മൂക്കുത്തി ധരിക്കാത്ത കാലവും ചരിത്രത്തിൽ ഉണ്ടെന്ന് തീർച്ച. ഏതോ ഒരു ധന്യ മുഹൂർത്തത്തിൽ ആരുടെയോ മനസ്സിലുദിച്ച നൂതനമായ ഒരാശയം തന്നെയാണ് മൂക്കുത്തിയും.

ഭാരതത്തിന്റെ വടക്ക് കിഴക്കൻ ഗിരി വർഗമേഖലകളിൽ ധാരാളമായി സഞ്ചരിച്ചിട്ടുള്ള ഒരു സുഹൃത്തിന്റെ അനുമാനം അവിടങ്ങളിലെ ഗിരിവർഗക്കാരിൽപ്പെട്ട ആരെങ്കിലുമാവാം മൂക്കുത്തിയുടെ ഉപജ്ഞാതാ

വെന്നാണ്. അതിന് യുക്തിയുടെ പിൻബലമുണ്ടുതാനും. ലോകമെങ്ങും ഗിരിവർഗക്കാർ മൂക്കുത്തിക്ക് അത്യധികമായ പരിഗണന നൽകിവരുന്നു. മൂക്കുത്തിയണിയാത്ത ഒരു ഗിരിവർഗ സ്ത്രീയെ നമുക്ക് കണ്ടെത്താനാ യേക്കില്ല. തമിഴ്നാട്ടിലെ ചില സ്ത്രീ സമൂഹങ്ങളും ഈ ചെറു ആഭരണ ത്തോട് തീവ്രമായ പ്രതിപത്തി പുലർത്തുന്നുണ്ട്. മികവുറ്റ സൗന്ദര്യത്തി നുടമയായ ഐശ്വര്യാറായ് ഒരു തമിഴ് ചിത്രത്തിൽ പ്രത്യക്ഷപ്പെടുന്നത് മൂക്കുത്തിയോടെയാണ്. ഐശ്വര്യയുടെ ഏറ്റവും സുന്ദരമായ പ്രതിച്ഛായ പ്രേക്ഷകർ കണ്ടതപ്പോഴായിരുന്നു. അത് തിരിച്ചറിഞ്ഞിരുന്നുവെങ്കിൽ ഐശ്വര്യ സദാ മൂക്കുത്തിയണിഞ്ഞ് നടന്നേനേ.

നഗരവാസികൾ പൊതുവെ മൂക്കുത്തിയോട് ആഭിമുഖ്യം കാട്ടുന്ന വരല്ല. വൈചിത്ര്യമാർന്ന ആഭരണങ്ങളാണ് അവർക്ക് പഥ്യം. അവയുടെ ഡിസൈൻ ഇടക്കിടെ മാറ്റുകയുംചെയ്യും. ഓരോ തവണ സ്വർണക്കട സന്ദർശിച്ച് മടങ്ങുമ്പോഴും സ്വർണ ശേഖരം കുറെക്കൂടി വിപുലമാകുന്നു. പക്ഷെ മൂക്കിന് അലങ്കാരം വേണ്ടെന്ന നിലപാടിൽ മാറ്റമില്ല. അങ്ങനെ യിരിക്കെ ഒരു നഗരത്തിന്റെ ഒത്ത നടുവിൽ ഒരു വീട്ടമ്മയെ കല്ലുപതിച്ച മൂക്കുത്തി ധരിച്ച നിലയിൽ കാണാനിടയായാൽ അത് വിസ്മയകരമായ ഒരനുഭവമായിരിക്കില്ലേ?

പറയാനുള്ളത് എന്റെ തന്നെ അനുഭവമാണ്. ഒരു റെയിൽവെ ക്വാർട്ടേഴ്സ്. പകൽ. ഓട്ടോറിക്ഷയിൽ നിന്നിറങ്ങി ചെറിയ ഗേറ്റ് കടന്ന് ഞാൻ ക്വാർട്ടേഴ്സിന് മുന്നിലെത്തുന്നു. ക്വാർട്ടേഴ്സിന്റെ സ്ഥാനവും നമ്പറും റെയിൽവെ ഉദ്യോഗസ്ഥനായ സ്നേഹിതൻ പറഞ്ഞ് ധരിപ്പിച്ചി ട്ടുണ്ട്.പാർപ്പിടം സന്ദർശിക്കണമെന്ന് അയാളുടെ നിർബന്ധമായിരുന്നു. ചെന്നൈയിലും ഈറോഡിലും സേലത്തുമായി കുറേക്കാലം കഴിച്ചു കൂട്ടിയതിന് ശേഷം അയാൾ ജന്മനഗരത്തിലേക്ക് സ്ഥലം മാറിവന്നത് അടുത്തയിടെയാണ്.വിവാഹിതൻ രണ്ട് മക്കൾ. റെയിൽവെ ക്വാർട്ടേഴ്സു കൾ ഒക്കെയും വിലക്ഷണങ്ങളാണ്. ഗൃഹനിർമാണത്തെ സംബന്ധിച്ച സൗന്ദര്യ സങ്കല്പങ്ങളെയൊന്നും തന്നെ അവ തൃപ്തിപ്പെടുത്തില്ല. കുടു സ്സായ മുറികളാണവയ്ക്ക്. മഞ്ഞ ചുവരുകളും. മുറ്റമെന്നത് പേരിന് മാത്ര മാണ്.

“ആഹാ, കൃത്യസമയത്ത് തന്നെ വന്നല്ലോ”. സ്നേഹിതൻ വാതിൽ തുറന്ന് എന്നെ സഹർഷം സ്വാഗതം ചെയ്തു. അയാൾക്കന്ന് ഡ്യൂട്ടിയില്ല.

സ്വീകരണമുറി ഞാൻ പ്രതീക്ഷിച്ചതിലേറെ വൃത്തിയും വെടിപ്പു മുള്ളതായിരുന്നു. ടീപ്പോയിയുടെ മീതെ നിരവധി ആനുകാലിക പ്രസിദ്ധീ കരണങ്ങൾ.

“ഭാര്യ വായിക്കുന്നതാ.” സ്നേഹിതൻ പറഞ്ഞു. അയാൾ വായന

യിൽ തല്പരനായിരുന്നില്ല. ഒഴിവുനേരങ്ങളിൽ ടി.വി. പരിപാടികൾ കാണുകയാണ് പതിവ്. ഭാര്യയ്ക്ക് ടി.വിയിൽ അതിരു കവിഞ്ഞ താല്പര്യമില്ല. വല്ലപ്പോഴും കാണും. അത്രതന്നെ.

ഒരു സ്ത്രീയോട് മതിപ്പ് തോന്നാൻ ഇത്രയൊക്കെ ധാരാളമല്ലേ. അതും ഒരെഴുത്തുകാരന് ?

സ്നേഹിതൻ അടുക്കളഭാഗത്തേക്ക് നോക്കി ഭാര്യയെ വിളിച്ചു.

അധികം സമയമെടുത്തില്ല. അവർ മുന്നിലെത്തി.

ഞാൻ ആദ്യം തന്നെ കണ്ടത് കല്ലുവെച്ച മൂക്കുത്തിയാണ്. ഏത് തരം കല്ലാണെന്നറിയില്ല. അത് ജ്വലിക്കുന്നുണ്ടായിരുന്നു.

ഔപചാരികമായ പരിചയപ്പെടുത്തലിന് ശേഷം ആ സ്ത്രീ ചായയെടുക്കാനായി അടുക്കളയിലേക്ക് പോയപ്പോൾ സ്വീകരണ മുറിയിൽ ഞാനും സ്നേഹിതനും മാത്രമായി. ഭാര്യ മുമ്പെ മൂക്കുത്തി അണിയാറുണ്ടായിരുന്നോ എന്ന ചോദ്യം നിയന്ത്രിക്കാൻ ആവത് ശ്രമിച്ചിട്ടും എനിക്ക് ഉന്നയിക്കാതിരിക്കാൻ കഴിഞ്ഞില്ല.

“മൂക്കുത്തിയോ” സനേഹിതൻ ആശ്ചര്യത്തോടെ ചോദിച്ചു.

അയാൾ അത് കണ്ടിട്ടേ ഇല്ല.!

ആൺകുട്ടികൾ കരയാറില്ല

ചില പെൺകുട്ടികൾ സ്വമേധയാ കൈക്കൊള്ളാറുള്ള വിചിത്ര മായ തീരുമാനങ്ങളിലൊന്ന് ശാരീരിക യാഥാർത്ഥ്യങ്ങൾ മറച്ച് പിടിച്ച് ലോകത്തിന് മുമ്പാകെ പ്രച്ഛന്നവേഷത്തിൽ പ്രത്യക്ഷപ്പെടുകയെ ന്നതത്രെ. മുടി വെട്ടിയും ആൺകുട്ടികളെ പോലെ വസ്ത്രം ധരിച്ചും സങ്കോചമെന്യേ പെരുമാറിയും അവർ തങ്ങളുടെ ചുറ്റുമുള്ളവരെ സമർത്ഥമായി കബളിപ്പിക്കുന്നു. ഉവ്വ്, ഒരു ഘട്ടം വരെ മാത്രം.

ഈയടുത്ത കാലത്ത് തിരുപ്പൂരിൽ നിന്ന് നമ്മൾ അങ്ങനെയൊരു കൗതുകവാർത്ത കേൾക്കുകയുണ്ടായി, നവവധുവിനോടൊപ്പം ചെറി യൊരു വാടകമുറിയിൽ താമസിച്ച് ഒരു തുണിമില്ലിൽ ജോലി ചെയ്തി രുന്ന ബാബുവെന്ന ചെറുപ്പക്കാരൻ യഥാർത്ഥത്തിൽ നവവധുവിനെ പോലെ തന്നെ ഒരു യുവതിയായിരുന്നു.

അവൾ പുരുഷവേഷം ധരിച്ച് തന്റെ കൂട്ടുകാരിയോടൊപ്പം കേരള ത്തിലെ ഒരു ഗ്രാമത്തിൽ നിന്ന് ഒളിച്ചോടിയതാണ്. വീട്ടുകാരുടെ പരാ തിയെ തുടർന്ന് പോലീസ് ഊർജിതമായി അന്വേഷിച്ചു തുടങ്ങിയപ്പോൾ ഇരുവരും വിവേകപൂർവം കോടതിയിൽ ഹാജരായി സത്യം ബോധി പ്പിച്ചു.ഒരുമിച്ച് താമസിക്കാൻ അവരെ അനുവദിക്കുന്നതിൽ കോടതി അനൗചിത്യമൊന്നും കണ്ടില്ല. ഒടുവിലത്തെ റിപ്പോർട്ട് പ്രകാരം ഇരുവരും സന്തുഷ്ടരായി കഴിയുന്നു. തിരുപ്പൂരിലെ സരളമനസ്കരായ പലരും ഒരു പെൺകുട്ടി തങ്ങളെ വിദഗ്ധമായി കബളിപ്പിച്ചതിന്റെ ജാള്യതയിൽ നിന്ന് (ഒരു പക്ഷെ നഷ്ടബോധത്തിൽ നിന്നും) ഇനിയും കര കയറിയിട്ടുണ്ടാ വില്ല, രാജ് കപൂറിന്റെ പ്രശസ്തമായ 'മേരാ നാം ജോക്കർ' എന്ന ചിത്രത്തിലെ മൂന്ന് നായികമാരിൽ ഒരാളായ പത്മിനി കഥാനായകനെ അയാൾക്കൊപ്പം താമസിച്ചുകൊണ്ട് താനൊരു യുവാവാണെന്ന് സംശയ ത്തിനിട നൽകാതെ വിശ്വസിപ്പിക്കുന്നതിൽ പൂർണമായും വിജയിക്കു ന്നുണ്ട്.

എന്നാൽ ഒരു മുഹൂർത്തത്തിൽ നായകൻ (രാജ് കപൂർ തന്നെ) അന്ധാളിച്ച് പോകുന്നു. പദ്മിനി ധരിച്ചിരുന്ന ഉടുപ്പിന്റെ മുൻഭാഗം ചെറിയൊരു അപകടത്തിൽ പെട്ട് ചീന്തിപ്പോയപ്പോഴായിരുന്നു അത്. ഇവിടെ ഉപയോഗിച്ച ധീരമായ ഒരു ക്ലോസപ്പ് സെൻസർബോർഡ് അംഗങ്ങൾ വെട്ടി മാറ്റുകയുണ്ടായില്ല. അവരും നായകന് തുല്യം അന്ധാളിച്ചിരിക്കണം.

ഒരു അഭിനേത്രി എന്ന നിലയിൽ ആനി (ഇപ്പോൾ ഷാജി കൈലാസിന്റെ പത്നി) അരങ്ങേറ്റം കുറിച്ച ബാലചന്ദ്രമേനോന്റെ 'അമ്മയാണെ സത്യം' ഇത്തരുണത്തിൽ സ്വാഭാവികമായും നമ്മുടെ ഓർമയിലെത്തും. ആനി ചലച്ചിത്രപ്രേക്ഷകരെ ആദ്യമായി അഭിമുഖീകരിച്ചത് ആൺവേഷത്തിലായിരുന്നു. അവിവാഹിതരായ ഏതാനും ചെറുപ്പക്കാർ താമസിക്കുന്ന വാടകവീട്ടിലെ ചന്തമുള്ള ആൺകുട്ടി ഒരു പെൺകുട്ടിയാണെന്ന് പ്രേക്ഷകർ ഗ്രഹിക്കുന്നത് നാടകീയമായ ഒരു സന്ദർഭത്തിലാണ്. അതുവരെക്കും താനൊരു ആൺകുട്ടിയാണെന്ന് ഇതര കഥാപാത്രങ്ങളോടൊപ്പം പ്രേക്ഷകരെയും വിശ്വസിപ്പിക്കാൻ ആനിക്ക് കഴിയുന്നു.

ആൺ വേഷം ധരിക്കുകയെന്ന വിചിത്രമായ തീരുമാനത്തിൽ ചില പെൺകുട്ടികൾ എത്തിച്ചേരുന്നത് എന്ത് കൊണ്ടാണ് ? ആ വ്യാജവേഷം നൽകുന്ന സുരക്ഷിതത്വം ആഗ്രഹിച്ചുതന്നെയെന്നാവും ഉടനെ ലഭിക്കുന്ന മറുപടി. പക്ഷെ വേഷം മാറിയത്കൊണ്ട് മാത്രമായില്ല. അതിനനുസൃതമായ പെരുമാറ്റരീതികൾ കൂടി ഒട്ടും പിഴവ് പറ്റാതെ പാലിക്കേണ്ടതുണ്ട്. ഒക്കെയും അഭിനയിച്ചു കാട്ടുകയാണ് വേണ്ടത്. അപ്പപ്പോൾ നിർദേശം നൽകാനോ, പ്രതിസന്ധി വേളകളിൽ സഹായിക്കാനോ സംവിധായകൻ മുന്നിൽ ഇല്ലാതെയുള്ള ഈ അഭിനയത്തിന് ഒരു ഓസ്കാർ അവാർഡ് പോലും അധികമാവില്ല തന്നെ.

ഹിലാരിസ്വാൻക് എന്ന കഴിവുറ്റ നടി ഓസ്കാർ അവാർഡ് നേടിയത് ഇതേ പോലൊരു വേഷം അസൂയാർഹമാം വിധം അവതരിപ്പിച്ചുകൊണ്ടായിരുന്നു. കിംബർലി പിയേഴ്സ് സംവിധായികയായി ത്തീർന്ന ബോയ്സ് ഡോൺട് ക്രൈ എന്ന അമേരിക്കൻ ചിത്രമാണ് ഹിലാരി സ്വാൻകിന് ഓസ്കാർ അവാർഡ് നേടിക്കൊടുത്തത്. തന്റെ കന്നിചിത്രത്തിലൂടെ കിംബർലി പിയേഴ്സ് പറയുന്നത് ആൺവേഷം ധരിച്ച ടീന ബ്രാൻഡന്റെ അസ്വസ്ഥമായ ജീവിതത്തെയും ദാരുണമായ അന്ത്യത്തെയും കുറിച്ചാണ്.

ടീന ബ്രാൻഡന്റെ കഥ സാങ്കല്പികമല്ല. അവളുടെ മുഴുവൻ പേര് ടീന മേരി ബ്രാൻഡനെന്നായിരുന്നു. അവൾ ആഗ്രഹിച്ചത് ലോകം തന്നെ ബ്രാൻഡൻ ടീനയെന്ന് വിളിച്ചുകേൾക്കാനാണ്. ഒരു പെൺകുട്ടിയുടെ

മനസ്സായിരുന്നില്ല അവളുടേത്. താൻ ജനിച്ച് വളർന്ന പശ്ചാത്തലത്തെ അവൾ വെറുത്തു. അവിടെയുള്ള ആളുകൾ അവളെ ഒരു പെൺകുട്ടി യായി മാത്രമെ കണ്ടിരുന്നുള്ളൂ. ഒടുവിൽ അവൾ നിശ്ചയിച്ചു. ഒളിച്ചോ ടുക.

അഭ്യസ്ത വിദ്യരല്ലാത്ത വെള്ളക്കാരായ കാർഷിക ജോലിക്കാർ പാർക്കുന്ന ഫാൾസ് സിറ്റിയിലേക്കാണ് ടീന ബ്രാൻഡൻ ഒളിച്ചോടിയത്. അതിന് മുന്നെ തന്നെ അവൾ മുടി വെട്ടുകയും മാറിടം മുറുക്കിക്കെട്ടു കയും ആൺവേഷം ധരിക്കുകയും പേര് ബ്രാൻഡൻ ടീനയെന്ന് മാറ്റു കയും ചെയ്തിരുന്നു. വയസ്സ് ഇരുപത്.

ഫാൾസ് സിറ്റി എങ്ങ്നിന്നോ വന്നെത്തിയ ബ്രാൻഡൻ ടീനയ്ക്ക് അഭയം നൽകി. മാന്യമെന്ന് വിശേഷിപ്പിക്കാനാവാത്ത ഒരു കുടുംബത്തോ ടൊപ്പം താമസിച്ച് അവൻ പുതിയ ജീവിതം ആസ്വദിച്ചു തുടങ്ങി. പലരു മായും അവൻ സൗഹൃദത്തിലായി. കൃഷിയിടങ്ങളിൽ ജോലി ചെയ്ത് ഒരു ലിംഗമാറ്റ ശസ്ത്രക്രിയയ്ക്ക് ആവശ്യമായ പണം സമാഹരിക്കുക യായിരുന്നു അവന്റെ ലക്ഷ്യം. പക്ഷെ അത് നിറവേറിയില്ല. മൂന്നാഴ്ച കഴിഞ്ഞ് ക്രിസ്മസ് കാലത്ത് രണ്ട് സുഹൃത്തുക്കൾ ബ്രാൻഡൻ ടീനയെ ബലാൽസംഗം ചെയ്തു. ബ്രാൻഡൻ ടീനയെന്ന തങ്ങളുടെ പുതിയ സുഹൃത്ത് അവനല്ലെന്നും അവളാണെന്നും അവർ യാദൃശ്ചികമായി കണ്ടെത്തിയിരുന്നു. ഒരാഴ്ച വേദനയും, അപമാനവും പേറി അവൾ വേറൊരു കുടുംബത്തിന്റെ കൂടെ കഴിച്ചുകൂട്ടി. അപ്പോഴേക്കും അതേ സുഹൃത്തുക്കൾ പിന്നെയും വന്നു. അവർ നിഷ്കരുണം അവളെ വധിച്ചു. ഒപ്പം അവൾക്ക് സംരക്ഷണം നൽകിയ രണ്ട് പേരെയും.

'ദ ബ്രാൻഡൻ ടീന സ്റ്റോറി' എന്ന ഒരു ഡോക്യുമെന്ററി സിനിമയും ഈ ഇതിവൃത്തം ആധാരമാക്കി നിർമിക്കപ്പെട്ടിട്ടുണ്ട്. ബ്രാൻഡന്റെ പുരുഷസുഹൃത്തുക്കളെയും അടുത്തിടപഴകിയ സ്നേഹിതന്മാരെയും ശിക്ഷിക്കപ്പെട്ട കൊലയാളികളെയും ഇതിൽ കാണാം. പലരുടെയും കുമ്പസാരങ്ങൾ കേൾക്കാം.

തെറ്റായ ലിംഗവിഭാഗത്തിൽ വന്ന് പിറക്കാനിടയായ ഒരു വ്യക്തി തന്റെ സ്വത്വം കണ്ടെത്താൻ നടത്തിയ തീവ്രയത്നം യാഥാസ്ഥിതിക മായ ഒരു സമൂഹത്തെ എങ്ങനെ പ്രകോപിപ്പിക്കുന്നുവെന്ന് നമ്മെ ബോധ്യപ്പെടുത്തുന്ന ബ്രാൻഡൻ ടീനയുടെ കഥയിൽ വ്യഥിതവും നിരാലംബവുമായ ഒരാത്മാവിന്റെ പിടച്ചിലുണ്ട്. പക്ഷെ കണ്ണുനീരില്ല. എന്തുകൊണ്ടെന്നാൽ ആൺകുട്ടികൾ കരയാറില്ലല്ലോ.

കേൾക്കാൻ കൊതിക്കുന്ന വാക്കുകൾ

അയാൾ ഉണർന്നത് ഒരു അവധി ദിവസത്തിലേക്കാണ്. അവധി ദിവസങ്ങൾ അയാളെ സംബന്ധിച്ച് പ്രിയപ്പെട്ടവയാണ്. പത്രങ്ങൾ പൂർണമായും വായിക്കുന്നതിനും താല്പര്യപൂർവം ടെലിവിഷൻ പരിപാടികൾ വീക്ഷിക്കുന്നതിനും തൃപ്തികരമായി ഭക്ഷണം കഴിക്കുന്നതിനും പകൽക്കിനാവുകൾ കാണുന്നതിനും ഉച്ചമയക്കത്തിനും അയാൾക്ക് നേരം കിട്ടുക അവധി ദിവസങ്ങളിൽ മാത്രം. മറ്റ് ദിവസങ്ങളിൽ അയാൾ തന്നെ കാണുന്നത് ഒരു യന്ത്രമായാണ്. കൃത്യസമയത്ത് ഉണരുകയും ധൃതിയിൽ കുളിച്ചൊരുങ്ങി സ്വാദറിയാതെ പ്രാതൽ കഴിച്ച് ഓഫീസിലേക്ക് ഓടിപ്പോവുകയും ജോലിയിൽ മുഴുകുകയും ചെയ്യുന്ന വികാരങ്ങളില്ലാത്ത ഒരു യന്ത്രം. അവധി ദിവസങ്ങളിൽ ഒരു ശാപമോക്ഷത്തിലെന്നോണം തന്റെ മാനുഷികഭാവങ്ങൾ അയാൾക്ക് തിരിച്ചു കിട്ടുന്നു.

ജനലിലൂടെ ഒട്ടു നേരം അയാൾ സൂര്യനെ നോക്കി. തൊട്ടിലിൽ കിടന്ന് കൈകാലുകളിളക്കി തേൻ ചൊരിയും മട്ടിൽ ചിരിക്കുന്ന ഒരു ശിശുവിനെയാണ് താൻ കാണുന്നതെന്ന് അയാൾക്ക് തോന്നി. അയാളുടെ മനസ്സ് നിറഞ്ഞു. ഓ എത്ര നല്ല ദിവസം.

പെട്ടെന്ന് ദേഷ്യം വരികയും കീഴ്ജീവനക്കാരെ ശകാരിക്കുകയും ഓഫീസ് മുറിയിലെ കമ്പ്യൂട്ടറിന് മുന്നിലിരുന്ന് അസ്വസ്ഥനാവുകയും ചെയ്യുന്ന കർക്കശസ്വഭാവിയായ ആ ഉന്നത ഉദ്യോഗസ്ഥൻ താനല്ലെന്നുള്ള ഭാവത്തോടെ ചെറുതായി ചൂളം വിളിച്ചുകൊണ്ട് അയാൾ കിടപ്പുമുറിയിൽ നിന്നും പുറത്ത് കടന്നു.

ദൈവം സ്വയം കൊണ്ടുവന്നു വെച്ചതുപോലെ ഡൈനിംഗ് മുറിയിലെ മേശപ്പുറത്ത് ആവി പറക്കുന്ന ഒരു കപ്പ് ചായ. അയാൾ സസന്തോഷം അത് കൈക്കൊണ്ടു.

“ഗുഡ്മോണിംഗ് ഡാഡി” ഒരു മധുരശബ്ദം. മകളാണ്. അവൾക്ക്

രാവിലെ സംഗീതക്ലാസുണ്ട്.

"ഗുഡ്മോണിംഗ്" അയാൾ വാത്സല്യാതിരേകത്തോടെ പറഞ്ഞു.

ഉദ്യാനത്തിൽ പൂക്കൾ വിരിഞ്ഞുനിന്നു ഇളം കാറ്റിൽ ചെടികളുടെ ചില്ലകൾ പതുക്കെ അനങ്ങുന്നതും ബഹുവർണ ശലഭങ്ങൾ പൂക്കളെ വട്ടമിട്ടു പറക്കുന്നതും തളിരിലകൾ പൊൻവെയിലേറ്റ് തിളങ്ങുന്നതും കണ്ട് അയാൾ തിരിച്ചെത്തുമ്പോഴേക്കും മകൻ സൈക്കിളിൽ ജിംനേഷ്യത്തിലേക്ക് പുറപ്പെടുകയായി. അവനുമായും അയാൾ ആശംസ കൈമാറി. പിന്നെ രണ്ട് പത്രം പാടെ വായിച്ച് തീർത്ത്, ഇടിയപ്പവും, മുട്ടക്കറിയും ഗോബി ഫ്രൈയും പഴവും ചേർന്ന പ്രാതൽ കഴിച്ച് മീൻകാരിയോട് കൊഞ്ചും കരിമീനും വാങ്ങി, മലക്കറിവില്പനക്കാരനോട് പുതുപുത്തൻ വഴുതനങ്ങയും കാരറ്റും കോവയ്ക്കയും അമരയും ബീറ്റ്റൂട്ടും ചീരയും ഹൃദ്യമായ മണമുള്ള ഒരു മാതള നാരങ്ങയും വാങ്ങി അവധി ദിവസത്തിന്റെ സന്തുഷ്ടിയിൽ സ്വീകരണ മുറിയിലെത്തി അയാൾ ടെലിവിഷൻ കാണാനിരുന്നു.

റിമോട്ട് കൺട്രോളിലെ ബട്ടണിൽ വിരൽ തൊടുന്നതിനനുസൃതമായി ചാനലുകൾ മാറി മാറിവന്നു. അയാൾ കുറച്ച്നേരം എ. എക്സ്, എന്നിലെ ആക്ഷൻ ചിത്രം കണ്ടു. അൽപസമയം സ്പോർട്ട്സ് ചാനലില് കോപ്പ അമേരിക്ക ഫുട്ബാൾ. അതു കഴിഞ്ഞ് മുന്ന് നാല് മിനിട്ടോളം കാർട്ടൂൺ നെറ്റ് വർക്ക്. പിന്നീടാണ് എം.ടി.വിയിലെത്തിയത്. അതിലാകെ താരുണ്യത്തിന്റെയും സൗന്ദര്യത്തിന്റെയും ലൈംഗികതയുടെയും തരംഗങ്ങൾ.

അയാൾ വിസ്മയഭരിതനായി. സംഗീതത്തിനൊത്ത് അതിദ്രുതം ചലിക്കുന്ന വടിവൊത്ത് ശരീരങ്ങളുടെ മേള സ്ക്രീനിൽ തുടരവെ തന്റെ ഞരമ്പുകളാകെ ഏന്തോ പൂത്തുലഞ്ഞ് നിൽക്കുന്നു. കാറ്റിൽ സുഗന്ധം വീശുന്നു. പക്ഷികൾ പാടുന്നു.

അടുക്കളജോലികളിൽ വ്യാപൃതയായ ശ്രീമതി എന്തോ ശബ്ദം കേട്ട് തിരിഞ്ഞുനോക്കുമ്പോൾ അയാൾ ഒരു കള്ളച്ചിരിയോടെ വാതിൽക്കൽ നിൽക്കുകയാണ്.

"ങ്ഹൂം?"

അയാൾ ഒന്നുമില്ലെന്ന് ചുമലുകൾ ചുളുക്കികാട്ടി.

"ചായ വേണോ?"

അയാൾ കണ്ണുകളടച്ച് വേണ്ടെന്ന് അറിയിച്ചു.

"പിന്നെ?"

"ഇങ്ങനെ ചുമ്മാതെ നിന്ന് നിന്നെ നോക്കാൻ ഒരു രസം. ഇയാള് സുന്ദരിയാണ്, കേട്ടോ."

കണ്ണുകളിൽ കള്ളൻ

ബാല്യത്തിൽ മുമ്പൊക്കെ അതീവസരളങ്ങളായ കളികളായിരുന്നു. അവയിലൊന്ന് ഇങ്ങനെയാണ്: രണ്ട് കുട്ടികൾ അഭിമുഖമായി ചമ്രം പടിഞ്ഞിരിക്കുന്നു

"പഴഞ്ചോറും തിന്ന് കാട്ടിൽ പോകാം." ആൺകുട്ടി പറയുന്നു.

പെൺകുട്ടി സമ്മതിക്കുന്നു.

"മുള്ള് തറച്ചാൽ കരയോ?" ആൺകുട്ടി ചോദിക്കുന്നു

ഇല്ലെന്ന് കൂട്ടുകാരി പറയുന്നു. ആൺകുട്ടി രണ്ട് കൈനഖങ്ങൾ ചേർത്ത് ഒരു നുള്ള് കൊടുക്കുന്നു. പെൺകുട്ടിക്ക് വേദനിച്ചുവെന്നാലും അവൾ കരയാൻ പാടില്ല. വേദനയുടെ നേരിയ ശബ്ദമെങ്കിലും കേൾപ്പിച്ചാൽ അവൾ കളിയിൽ തോൽക്കുകയാണ്.

"കള്ളനെ കണ്ടാൽ പേടിക്കോ?" അടുത്ത ചോദ്യം

"ഇല്ല". പെൺകുട്ടി ധൈര്യം ഭാവിച്ച് പ്രതിവചിക്കുന്നു,

കൂട്ടുകാരൻ മുന്നോട്ട് നീങ്ങി പെൺകുട്ടിയുടെ രണ്ട് കണ്ണുകളും ലക്ഷ്യമാക്കി ശക്തിയോടെ ഊതുന്നു.

കണ്ണടക്കരുത്. അടച്ചാൽ അവൾ തോറ്റു. ഉടലിലും മനസ്സിലും ബാല്യത്തിന്റെ സഹജമായ നിഷ്കളങ്കതയോടെ കാലത്തിലെവിടെയോ ചമ്രം പടിഞ്ഞിരുന്ന് കുട്ടികൾ തങ്ങളുടെ ഈ സരളമായ ലീല തുടരട്ടെ. നാം മുതിർന്നവർ. കള്ളനെ കണ്ടാൽ നമ്മൾ പേടിക്കുമോ ?

എയർ ഫോഴ്സിലായിരുന്ന ഒരു സുഹൃത്ത് അവധിയിൽ നാട്ടിലെത്തിയയിടക്ക് ഒരു രാത്രി മുകൾനിലയിൽ കിടന്നുറങ്ങവെ എന്തോ ശബ്ദം കേട്ട് ഞെട്ടിയുണർന്നു. കണ്ണ് തുറന്നത് ഇരുണ്ടൊരു രൂപത്തിന് നേർക്കാണ്. ആരാണെന്ന് ചോദിച്ച് അയാൾ ചാടിയെഴുന്നേൽക്കുമ്പോഴേക്കും കള്ളൻ പ്രാണരക്ഷാർഥം ഓടുകയായി. അയാൾ വിടുമോ ? സൈനികനല്ലേ. കള്ളന്റെ പിറകെ വെച്ചുപിടിച്ചു. നിഴലുകളും നിലാവും കെട്ടുപിണഞ്ഞു കിടക്കുന്ന തൊടി കടന്ന് തുറസ്സായ പാടങ്ങളിലൂടെ

ഇരുവരും ഓടി. പാടങ്ങൾ താണ്ടി ചരൽപ്പാതിയിലെത്തിയപ്പോൾ കള്ളൻ പൊടുന്നനെ നിന്നു. അല്പം പിറകിലായി ആരോ പിടിച്ചുനിർത്തിയതു പോലെ സൈനികനും. പിന്നെ ഓട്ടം വന്ന വഴിക്ക് തന്നെയായി. സൈനികൻ വീട് ലക്ഷ്യമാക്കി വെപ്രാളപ്പെട്ട് പാഞ്ഞു. എന്തിനെന്നറിയാതെ പിന്നാലെ കള്ളനും.

ബാല്യത്തിലെ കളിക്കിടയിൽ ശ്വാസവായു കണ്ണുകളിലേക്ക് വീശുമ്പോൾ നമുക്ക് കണ്ണുകൾ ബലം പിടിച്ച് അടയാതെ നിർത്താനായെന്ന് വരാം. എന്നാൽ ജീവിതത്തിൽ ഒരു കള്ളനെ നേരെ മുന്നിൽ കണ്ടാൽ സധൈര്യം നേരിടാൻ കഴിഞ്ഞേക്കില്ലതന്നെ.

കുറച്ചുനാൾ മുമ്പ് ഇവിടെ അടുത്തുള്ള ഒരു വീട്ടിൽ കള്ളൻ കയറി. കള്ളനെ കണ്ടതും വീട്ടമ്മയുടെ ശബ്ദം അടഞ്ഞുപോയി. നിലവിളിക്കാൻ വായ തുറന്ന് അവർ വിറങ്ങലിച്ചപോലെ നിൽക്കെ കള്ളൻ വളരെ സാവകാശത്തിൽ അലമാര തുറന്ന് ആഭരണങ്ങളും പണവും എടുത്ത് പുറത്ത് കടന്നു. ചില കള്ളന്മാർ അസാധ്യ സിദ്ധിയുള്ളവരാണ്. അന്യരുടെ ശബ്ദങ്ങൾ പോലും അപഹരിക്കും. കുറ്റകൃത്യങ്ങളുടെ പാഠശാലയിൽ എന്തെല്ലാം പാഠങ്ങൾ.

വീടിനുള്ളിൽ കടക്കാതെ ജനലിലൂടെ മാത്രം മോഷ്ടിക്കുന്നതിൽ പ്രത്യേക പരിശീലനം നേടിയ ഒരു കള്ളൻ കുറച്ചുനാൾ മുമ്പ് ലൈഫ് ഇൻഷൂറൻസ് കോർപ്പറേഷനിലെ ഒരു ജീവനക്കാരന്റെ കണ്ണുകളിൽ ചെന്ന് പെട്ടു. പക്ഷെ ഒന്നും സംഭവിച്ചില്ല. അയാൾ കണ്ണുകൾ മിഴിച്ചും വീർപ്പടക്കിയും കിടക്കയിൽ നിശ്ചേഷ്ടനായി കിടക്കുമ്പോൾ അയാൾക്ക് മുകളിലൂടെ ഒരു മുളംതണ്ട് പലവട്ടം ചലിച്ചു. പാന്റ്സും ഉടുപ്പുകളും, സാരികളും നിശാവസ്ത്രങ്ങളുമൊക്കെ ഒന്നൊന്നായി നീങ്ങി ജനലിനപ്പുറം മറയുന്നത് അയാൾ നിസ്സഹായതയോടെ നോക്കി കണ്ടു. അയാൾ തന്റെ പ്രവർത്തി നോക്കിക്കാണുകയാണെന്ന് കള്ളനും കണ്ടു. അയാളുടെ തൊട്ടടുത്തായി ഭാര്യ ഗാഢനിദ്രയിൽ.

ആണുങ്ങളായാൽ കുറച്ച് ധൈര്യമൊക്കെ വേണ്ടതല്ലേ.

പക്ഷേ നാവിറങ്ങിയാൽ എന്ത് ചെയ്യും ? ലൈഫ് ഇൻഷുറൻസ് കോർപ്പറേഷനിലെ ജീവനക്കാരന് ഒന്ന് ഞരങ്ങാൻ പോലും കഴിഞ്ഞില്ല. വസ്ത്രങ്ങളെല്ലാം കൈക്കലാക്കിയ കള്ളൻ മുളംതണ്ട് കൊണ്ട് അയാൾക്ക് ഒരടിയും കൊടുത്താണ് സ്ഥലം വിട്ടത്.

ഒരു പെൺകുട്ടിയുടെ കഥ ഈയിടെ കേട്ടു. അവൾ കോളേജിൽ പഠിക്കുകയാണ്. അച്ഛനുമമ്മയും ഉദ്യോഗസ്ഥർ.വീടിന്റെ താക്കോൽ അടുത്ത വീട്ടിലാണ് വെക്കുക. ഒരു ദിവസം ഉച്ച കഴിഞ്ഞ് പെൺകുട്ടി

തിരിച്ചെത്തുമ്പോൾ വീട് അകത്ത് നിന്ന് അടഞ്ഞുകിടക്കുകയാണ്. അവൾ കാളിംഗ് ബെല്ലിൽ വിരലമർത്തി. അകത്ത് അനക്കമില്ല.

അച്ഛന്റെ കൈയ്യിൽ വേറൊരു താക്കോലുണ്ട്. ഏതെങ്കിലും കാരണ വശാൽ അച്ഛൻ ഉച്ചയോടെ തിരിച്ചെത്തി ഊണുംകഴിച്ച് ഉറങ്ങുകയാവു മെന്ന് പെൺകുട്ടി അനുമാനിച്ചു.

അവൾക്ക് കുറെ ഗൃഹപാഠങ്ങൾ ചെയ്ത് തീർക്കാനുണ്ടായിരുന്നു. സിറ്റൗട്ടിലിരുന്ന് അവൾ പുസ്തകം തുറന്നു.

സമയം കടന്നുപോയിക്കൊണ്ടിരുന്നു. പെൺകുട്ടി എഴുത്തിൽ വ്യാപൃതയായിരിക്കെ അകത്തെന്തോ തട്ടിവീഴുന്ന ശബ്ദം.

അവൾ ചെവിയോർത്തു. പൂച്ച ?

അടുക്കളയിൽ കടന്ന് ഒരു പൂച്ച പാത്രങ്ങൾ തട്ടി വീഴ്ത്തുന്നതിൽ അസ്വാഭാവികമായ ഒന്നുമില്ല.

"നീ താക്കോലെടുത്തില്ലേ ?" വന്നപാടെ അമ്മ ചോദിച്ചു.

"പക്ഷെ എന്ത് കാര്യം? അകത്ത് നിന്ന് വാതിലും പൂട്ടി അച്ഛൻ നല്ല ഉറക്കമാ. ഞാൻ ബെല്ല് കുറെ അടിച്ചു. വിളിക്കുകേം ചെയ്തു." പെൺകുട്ടി പറഞ്ഞു.

"അച്ഛൻ ഇവിടെയോ ? സ്കൂൾ വിട്ട് ഞാനിറങ്ങും മുമ്പ് ഓഫീസിൽ നിന്ന് എന്നെ വിളിച്ചിരുന്നല്ലോ. വരാൻ കുറച്ച് വൈകുമെന്നും പറഞ്ഞു." അമ്മ സംശയാകുലയായി.

മകളുടെ കയ്യിൽ നിന്ന് താക്കോൽ വാങ്ങി വാതിൽ തുറക്കാനൊരു ശ്രമം നടത്തി. അത് പരാജയപ്പെട്ടപ്പോൾ വീടിന്റെ പിൻവശത്തേക്ക് നടന്നു. അവിടെ വാതിൽ തുറന്നു കിടക്കുകയായിരുന്നു. കള്ളൻ പോയ്ക്കഴിഞ്ഞിരുന്നു. അമ്മയും മകളും ഭയവിവശരായി പരസ്പരം ചേർത്ത് പിടിച്ചു.

പെൺകുട്ടി കടന്നുവരുമ്പോൾ കള്ളൻ വീടിനുള്ളിൽ ജോലിത്തിരക്കിലായിരുന്നു. മോഷണത്തിന് പുറമെ വല്ല ഹിഡൻ അജണ്ടയുമുള്ള കള്ളനായിരുന്നെങ്കിലോ ? പൊന്നും പണവും പോകട്ടെ.....

തിരുവനന്തപുരത്ത് തമ്പാനൂർ റെയിൽവെ സ്റ്റേഷനടുത്തുള്ള സാമാന്യം ഭേദപ്പെട്ട ഒരു ടൂറിസ്റ്റ് ഹോമിൽ താമസിക്കുന്ന കാലത്ത് ഒരു രാത്രി എന്റെ കണ്ണുകളിലേക്കും വന്നു കള്ളൻ. അലുമിനീയം ചാനലിലൂടെ ഇരുവശത്തേക്കും നീക്കാവുന്ന ഗ്ലാസ് പിടിപ്പിച്ച ഗ്രിൽസില്ലാത്ത ജനാലയായിരുന്നു മുറിക്ക്. രാത്രിയിൽ ഏതോ നേരത്ത് ഒരൊച്ച കേട്ടുണർന്നപ്പോൾ ഞാൻ കണ്ടത് മീശയും താടിയുമുള്ള മെലിഞ്ഞ ഒരു ചെറുപ്പക്കാരൻ ജനൽപ്പാളി തള്ളി നീക്കി മുറിയിലേക്ക് കടക്കാൻ തുട

ങ്ങുന്നതാണ്. ഒരല്പം ചിന്താകുഴപ്പമുണ്ടായെങ്കിലും ഞാൻ "എന്താ..... എന്താ" എന്നു ചോദിച്ചു. കള്ളൻ മുന്നോട്ട് നീങ്ങിയ കാൽ പിൻവലിച്ച് നൊടിയിടയിൽ സൺഷെയ്ഡിലൂടെ നീങ്ങിക്കടന്നു. ഞാൻ എഴുന്നേറ്റ് ജനാലയ്ക്കടുത്ത് ചെന്ന് നോക്കുമ്പോൾ അവൻ കെട്ടിടത്തിലേക്ക് കയറി അതിന്റെ ടെറസ്സിലൂടെ ഓടുകയാണ്. നിമിഷങ്ങൾക്കകം ഇരുൾ അവനെ വിഴുങ്ങി. അവൻ ഓടിപ്പോയ ദിശയിലേക്ക് നോക്കി നിൽക്കുമ്പോൾ കാൽ വിരലുകളിലൂടെ എന്തോ അരിച്ചുകയറി ഉടലാകെ പടരുന്നതുപോലെ എനിക്ക് തോന്നി. കള്ളനെ കണ്ടാൽ പേടിക്കുമോ എന്ന ചോദ്യം ഒരു പെൺകുട്ടിയുടെ കേൾക്കാൻ ഇമ്പമുള്ള ശബ്ദത്തിൽ വിദൂര ബാല്യത്തിൽ നിന്ന് എന്റെ കാതുകളിലേക്ക് വന്നു വീണു.

ഒരു നവജാതശിശുവിന്റെ മുന്നിൽ

രണ്ടാമത്തെ ആൺകുട്ടിയും പിറന്ന് ഒരു വർഷം തികയുംമുമ്പെ എന്റെയൊരു സുഹൃത്തിന്റെ ധർമപത്നി പിന്നെയും ഗർഭിണിയായി. അവർക്കൊരു പെൺകുഞ്ഞ് വേണ്ടിയിരുന്നു. എങ്കിലും പെട്ടെന്നൊരു കുഞ്ഞുകൂടി ഉണ്ടാകുന്നതിന്റെ പ്രായോഗിക ബുദ്ധിമുട്ടുകൾ പരിഗണിച്ച് ഇരുവരും ഗൗരവമായി ആലോചിച്ചത് ഗർഭച്ഛിദ്രം നടത്താനാണ്.

"അതിന് മുമ്പ് ഒന്ന് സ്കാൻ ചെയ്യുന്നത് നന്നായിരിക്കില്ലേ." ഏത് കാര്യത്തിലും എന്റെ ഉപദേശം തേടാറുണ്ടായിരുന്ന സുഹൃത്തിനോട് ഞാൻ ചോദിച്ചു.

പിറ്റേന്ന് തന്നെ നടത്തിയ അൾട്രാ-സൊനോഗ്രാഫിയിൽ (Ultraso nography) വെളിപ്പെട്ടത് കുടുംബത്തിലേവർക്കും ആഹ്ളാദകരമായ ഒരു വസ്തുതയാണ്. പിറക്കാൻ പോകുന്നത് പെൺകുട്ടി! അജണ്ടയിൽ നിന്ന് ഗർഭച്ഛിദ്രം തൽക്ഷണം ഒഴിവാക്കപ്പെട്ടു. നീണ്ടതും കഠിനവുമായ ആലോചനയൊന്നും അങ്ങനെയൊരു തീരുമാനം കൈക്കൊള്ളാൻ ആവശ്യമായി വന്നിരുന്നില്ല. അതോടെ വീട്ടിൽ ഒരാഘോഷം തുടങ്ങുകയായി. എന്റെ എളിയ നിർദേശമാണല്ലോ അതിന് നിമിത്തമായിത്തീർന്നത്. ഞാനും ആഹ്ലാദത്തിലായി.

ഗർഭസ്ഥശിശുവിനെ അമ്മയുടെ കണ്ണുകളിലൂടെ നോക്കി കാണാൻ കഴിയുമെന്ന് എന്റെ സുഹൃത്ത് വിശ്വസിച്ചിരുന്നു. മുമ്പ് പിറന്ന രണ്ട് മക്കളുടെ കാര്യത്തിലും അയാൾക്കത് അനുഭവമാണ്. സഹധർമിണി ഏറ്റവും സുന്ദരിയായി തീരുന്നത് ഗർഭകാലത്താണെന്നുള്ള പരമാർഥവും അയാൾ അനുഭവിച്ചറിഞ്ഞതുതന്നെ. തന്റെ പിറക്കാനിരിക്കുന്ന പെൺകുഞ്ഞിന്റെ അമ്മ അയാളെ സംബന്ധിച്ച് ഒരു ആരാധനാമൂർത്തിയായി മാറിയതുപോലെ എനിക്ക് തോന്നി.

ഗൈനക്കോളജിസ്റ്റ് നിർണയിച്ച ദിവസം തന്നെ പ്രസവം നടന്നു. പക്ഷെ സന്ധ്യയോടെ ഞാനെത്തുമ്പോൾ അവിടെ ഹർഷാരവങ്ങളില്ല.

പ്രസവത്തിൽ സങ്കീർണത വല്ലതും ഉണ്ടായോ എന്ന് എനിക്ക് ആകാംക്ഷയായി. നേഴ്സിംഗ് ഹോമിന്റെ രണ്ടാമത്തെ മുറിയുടെ മുന്നിൽ മ്ലാന വദനനായി നിൽക്കുകയായിരുന്ന സ്നേഹിതൻ വിശദീകരണത്തിന് മുതിരാതെ വാതിലിന് നേർക്ക് ചൂണ്ടുക മാത്രം ചെയ്തു. ഞാൻ ഉദ്വേഗപൂർവം അകത്ത് കടന്നു.

മുറിയിൽ അമ്മ മാത്രമല്ല. കുഞ്ഞുമുണ്ടായിരുന്നു. ഞാൻ പേടിച്ചത് വെറുതെ. അശാന്തമായ മനസ്സ് നൊടിനേരം കൊണ്ട് പൂർവസ്ഥിതി പ്രാപിച്ചു. കുഞ്ഞ് പ്ലാസ്റ്റിക്ക് തൊട്ടിലിൽ ഉറക്കമാണ്. മുഖം മനോഹരം. ഉടലിനെ മറച്ചിരുന്ന നേരിയ തുണി ഞാൻ ഉയർത്തിനോക്കി. എന്റെ ദൃഷ്ടി ചെന്ന് പതിച്ചത് ഒരാൺകുഞ്ഞിന്റെ പൂവിതൾ പോലുള്ള ലിംഗത്തിലാണ്. അൾട്രാ സൊനോഗ്രാഫ് ഉപകരണത്തെ അതി വിദഗ്ദ്ധമായി കബളിപ്പിച്ച് ഈ ലോകം കാണാനെത്തിയ കുഞ്ഞിനെ ഞാൻ നിർന്നിമേഷനായി നോക്കി. അവന്റെ കിടപ്പ് വിജയ കിരീടം ചൂടിയാണ്. മറ്റുള്ളവരെല്ലാം ഞാനുൾപ്പടെ പരാജിതർ.

ഞങ്ങൾ നേര് പറഞ്ഞാൽ ഒരു നിയമം ലംഘിക്കുകയായിരുന്നു.1994 ൽ നടപ്പിലായ പ്രീനേറ്റൽ ഡയഗ്നോസ്റ്റിക്ക് ടെക്നിക്സ് ആക്ട് പ്രകാരം ഗർഭത്തിലെ വൈകല്യം കണ്ടുപിടിക്കാനായി മാത്രമെ അൾട്രാ സൊനോഗ്രാഫി ഉപയോഗിക്കാവൂ. ഗർഭസ്ഥശിശുവിന്റെ ലിംഗ നിർണയത്തിന് പരിശോധന നടത്തുന്ന ഡോക്ടർ ഗർഭസ്ഥശിശുവിന്റെ ലിംഗമേതെന്ന് വാക്കുകൾ കൊണ്ടോ ചേഷ്ടകൾ കൊണ്ടോ മറ്റേതെങ്കിലും വിധത്തിലോ അറിയിക്കുന്നതും കുറ്റകരമാണ്.

ഇങ്ങനെയൊരു ചട്ടം നിലവിലുണ്ടെന്ന് സമൂഹത്തിലെ എല്ലാ വിഭാഗത്തിൽ പെട്ടവരും അറിയണമെന്നില്ല. പക്ഷെ ഡോക്ടർമാർക്ക് അറിയാതിരിക്കാൻ തരമില്ലല്ലോ. എന്നിട്ടും നിത്യേന അസംഖ്യം പരിശോധനകളും അവയുടെ അനുബന്ധമായ ഗർഭച്ഛിദ്രങ്ങളും ഇവിടെ നടക്കുന്നു. അതിനിടയിൽ അപൂർവം ചില കുട്ടികൾ അൾട്രാ സൊനോഗ്രാഫ് ഉപകരണത്തെ കബളിപ്പിക്കുകയും വിജയകിരീടം ചൂടുകയും ചെയ്യുന്നു.

തൊട്ടിലിൽ ഒരനക്കം. നവജാതശിശു കണ്ണുകൾ തുറന്നു. അവൻ എന്റെ നേർക്ക് നോക്കിയത് എന്തോ പറയാനുണ്ടായിരുന്നതു പോലെയായിരുന്നു. നവജാതശിശുക്കൾ നന്ദി പറയുന്നത് ഇങ്ങനെയായിരിക്കാം.

നല്ല നല്ല സ്വപ്നങ്ങൾ

ഗോകുൽ എപ്പോൾ മുതലാണ് അമേരിക്കൻ സ്വപ്നം കണ്ടുതുടങ്ങിയതെന്നറിയില്ല. പ്രാഥമിക വിദ്യാലയത്തിൽ വെച്ച് അമേരിക്കൻ ഐക്യനാടുകളുടെ ചരിത്രവും, ഭൂമിശാസ്ത്രവും പഠിച്ചുകൊണ്ടിരുന്നപ്പോൾ തന്നെ അങ്ങനെയൊരു സ്വപ്നവും രൂപം കൊണ്ടിരിക്കാം. അമേരിക്കൻ ഐക്യനാടുകളെ സംബന്ധിച്ച കാര്യങ്ങൾ ഗ്രഹിക്കാൻ അവനെന്നും ഔത്സുക്യം കാട്ടിയിരുന്നു. ഒരു ഇംഗ്ലീഷ് പാഠപുസ്തകത്തിൽ ഉൾപ്പെട്ടിരുന്ന വാഷിംഗ്ടൺ ഇർവിംഗിന്റെ റിപ്വാൻ വിങ്കിൾ' എന്ന കഥ അവനെ രസിപ്പിച്ചതിനു കണക്കില്ല. കുറെക്കൂടി വളർന്നതോടെ അവൻ അമേരിക്കൻ സാഹിത്യത്തിന്റെ കടുത്ത ആരാധകനായി. ഹെർമ്മൻ മെൽവിലും ഏണസ്റ്റ് ഹെമിംഗ്വെയും വാൾട്ട് വിറ്റ്മാനുമൊക്കെ അവന്റെ പ്രിയപ്പെട്ട എഴുത്തുകാരായി.

“പഠിത്തം കഴിഞ്ഞാലുടനെ ഞാൻ സ്റ്റേറ്റ്സിലേക്ക് പോകുന്നു.” വിദൂരമായ ശാസ്ത്രസാങ്കേതിക സർവ്വകലാശാലയിൽ നിന്ന് ഒരു തവണ അവൻ എനിക്കെഴുതി.

അവന്റെ സ്വപ്നം അസാധ്യമായ ഒന്നായിരുന്നില്ല.അടുത്ത ചില ബന്ധുക്കളുണ്ട് സ്റ്റേറ്റ്സിൽ. അവരിലാരെങ്കിലും താല്പര്യമെടുത്താൽ വിസ ശരിയാക്കാവുന്നതേയുള്ളൂ. ഗോകുലാണെങ്കിൽ മിടുക്കനുമാണ്. വൈറ്റ് ഹൗസിലേക്ക് പോലും അനുയോജ്യൻ.

എന്റെ മറുപടിയിൽ ഞാനവന് ശുഭാശംസകൾ നേർന്നു. ഈയിടെ കോട്ടയത്തെ ഒരു തിയേറ്ററിലിരുന്ന് ഹോളിവുഡ് ചിത്രമായ ‘പേൾ ഹാർബർ’ കാണുമ്പോഴോ, അടുത്ത ദിവസം വളരെ യാദൃശ്ചികമായി അംബാസഡർ ഹോട്ടലിൽ വെച്ച് ഒരു അമേരിക്കൻ മലയാളിയുമായി സൗഹൃദം സ്ഥാപിക്കുമ്പോഴോ ഗോകുൽ എന്റെ ഓർമ്മയിലേക്ക് വരികയുണ്ടായില്ല. ഞാൻ അവനെ കുറിച്ചോർത്തത് സെപ്തംബർ പതിനൊന്നിന് രാത്രി

ബി.ബി. സി വേൾഡിൽ അമേരിക്കയിലെ തീവ്രവാദി ആക്രമണത്തിന്റെ ദൃശ്യങ്ങൾ കണ്ടുകൊണ്ടിരുന്നപ്പോഴാണ്.

വേൾഡ് ട്രേഡ് സെന്റർ നിലം പതിക്കുന്നത് അന്ധാളിപ്പോടെ കാണുന്നതിനിടയിൽ ഏതോ നിമിഷത്തിൽ ഗോകുലിന്റെ പ്രസരിപ്പാർന്ന മുഖം എന്റെ മനസ്സിൽ തെളിഞ്ഞു. ഭയന്നു കരഞ്ഞുകൊണ്ട് മാൻഹട്ട നിലൂടെ ഓടുന്നവർക്കിടിയിലെങ്ങാനും ആ മുഖമുണ്ടോ? എനിക്ക് ആശങ്കയായി. ഫോണെടുത്തത് ഗോകുലിന്റെ അമ്മയാണ്.

"അവൻ പോയിട്ടില്ല. ഓഗസ്റ്റിൽ പോകണമെന്നും പറഞ്ഞിരുന്ന താണ്. ഒരു കമ്പ്യൂട്ടർ കോഴ്സ് കഴിച്ചുകൊണ്ടിരിക്കുകയാ ഇപ്പോൾ." അമ്മ അറിയിച്ചു.

ചിലനേരങ്ങളിൽ ടെലിഫോൺ റിസീവറിനോട് നമുക്ക് അത്യധി കമായ സ്നേഹം തോന്നാറില്ലേ.?

"നന്നായി" ഞാൻ പറഞ്ഞു.

ഒസാമ ബിൻലാദൻ ടെലിവിഷൻ ചാനലുകളിലും അച്ചടി മാധ്യമ ങ്ങളിലും നിറഞ്ഞുനിൽക്കുന്നതിനിടയിൽ ഒരു ദിവസം ഗോകുൽ എന്നെ കാണാനായി വന്നു. തുലാവർഷം തുടങ്ങണമോ വേണ്ടയോ എന്നുള്ള സന്ദിഗ്ദ്ധതയിൽ ആകാശം. ഗോകുൽ മുൻകരുതലോടെ കുടയെടുത്തി രുന്നു. സ്വീകരണമുറിയിലിരുന്ന് അവൻ പറഞ്ഞത് ഐക്യരാഷ്ട്രസഭ യുടെ ഏറ്റവും ഒടുവിലത്തെ ഹ്യൂമൺ ഡവലപ്പ്മെന്റ് ഇൻഡെക്സ് റിപ്പോർട്ടിനെകുറിച്ചാണ്.അതു പ്രകാരം ലോകത്തിൽ വാസയോഗ്യമായ ഏറ്റവും നല്ല രാജ്യം നോർവെയത്രെ. 162 രാജ്യങ്ങളടങ്ങിയ പട്ടികയിൽ രണ്ടാം സ്ഥാനത്ത് ഓസ്ട്രേലിയയാണ്. യു.എസിന് ഏഴും സ്വിറ്റ്സർല ണ്ടിന് പതിനൊന്നും ഇംഗ്ലണ്ടിന് പതിനാലും ജർമനിക്ക് പതിനേഴും സ്ഥാനങ്ങൾ. ഭാരതമാകട്ടെ നൂറ്റി പതിനഞ്ചാം സ്ഥാനത്ത്.

അകങ്കളിതമായ അന്തരീക്ഷവും വർണശബളവുമായ പ്രകൃതിയും കൊണ്ട് മാത്രമല്ല നോർവെ മറ്റെല്ലാ രാജ്യങ്ങളെയും പിൻതള്ളിയത്. ഗോകുൽ വിശദീകരിച്ചു. നോർവെയെസംബന്ധിച്ച് ഒരു പാട് വിവരങ്ങൾ അവൻ ഹൃദിസ്ഥമാക്കിയിരുന്നു. നൂറ് വർഷം മുമ്പ് ഒരു ദരിദ്രരാഷ്ട്ര മായിരുന്ന നോർവെ എങ്ങനെ സമ്പത്ത് കൈവരിച്ചുവെന്നു അവൻ എന്നെ പറഞ്ഞു കേൾപ്പിച്ചു. കാറ്റിൽ പ്ലം പഴങ്ങളുടെ സുഗന്ധം വീശി.

"ഇന്റർനെറ്റിൽ കഴിഞ്ഞ കുറെ ദിവസങ്ങളായി ഞാൻ നോർവെ യുടെ പിറകെയാണ്." ഗോകുൽ വെളിപ്പെടുത്തി. ഞാനത് ഊഹിച്ചിരുന്നു. യൂണൈറ്റഡ് സ്റ്റേറ്റ്സിലേക്ക് പോകാനുള്ള തീരുമാനം എന്തായെന്ന് അന്വേഷിച്ചതിന് ഗോകുൽ പറഞ്ഞു.

"ഞാനിനി അങ്ങോട്ടില്ല. ആ സ്വപ്നത്തിന്റെ സമയം കഴിഞ്ഞു."

പുറത്ത് ചാറ്റൽ മഴയുണ്ടായിരുന്നു ഞങ്ങൾ യാത്ര പറയുമ്പോൾ. കുട തുറന്ന് പിടിച്ച് ഗോകുൽ പോയ്ക്കഴിഞ്ഞിട്ടും മുറിയിൽ കരിഞ്ചുവപ്പാർന്ന പ്ളം പഴങ്ങളുടെ സുഗന്ധം കനത്തുനിൽക്കുന്നതായി എനിക്ക് തോന്നി.

എപ്പോഴും എപ്പോഴും സ്തുതി

മദർ തെരേസ അധികം വൈകാതെ വിശുദ്ധ പദവി പ്രാപിക്കുമെന്ന കൊൽക്കത്ത ആർച്ച് ബിഷപ്പ് റവ.ഡോ. ഹെൻറി ഡിസൂസയുടെ വെളി പ്പെടുത്തൽ എന്നെ അത്യധികം സന്തോഷിപ്പിക്കുന്നു.

വിശുദ്ധപദവിയിൽ എത്തുകയെന്നത് വളരെയേറെ സമയം ആവശ്യമായ ഒരു പ്രക്രിയയാണ്. അതിന്റെ നടപടിക്രമങ്ങൾ മറ്റെന്തിനെക്കാളും ദീർഘിച്ചവയാണ്. ചരിത്രത്തിൽ ഏറ്റവും കുറഞ്ഞ സമയം കൊണ്ട് വിശുദ്ധപദവി നേടിയ ജോസെമറിയ എസ്ക്രീവയ്ക്ക് ആയതിന് പതിനേഴ് വർഷം വേണ്ടിവന്നു. സാധാരണ ഗതിയിൽ ഒരു വ്യക്തി മരിച്ച് അഞ്ച് വർഷം കഴിഞ്ഞ് മാത്രമാണ് വിശുദ്ധപദവി സംബന്ധിച്ച നടപടിക്രമങ്ങൾ ആരംഭിക്കുക. എന്നാൽ 97 ൽ മരിച്ച മദർതെരേസയുടെ കാര്യത്തിൽ ജോൺപോൾ രണ്ടാമൻ മാർപാപ്പ ഈ പതിവ് ഭേദഗതി ചെയ്യുകയുണ്ടായി. മദറിന്റെ അത്ഭുത പ്രവർത്തികളെ സംബന്ധിച്ചുള്ള അന്വേഷണ സമിതിയുടെ രണ്ട് വർഷത്തെ പരിശോധന പൂർത്തിയായി കഴിഞ്ഞു. സമിതിയുടെ കണ്ടെത്തലുകൾ ഓഗസ്റ്റിൽ റോമിലെത്തിക്കുകയും വിശുദ്ധപദവിയിലേക്കുള്ള ആദ്യഘട്ടമെന്ന നിലയിൽ മാർപാപ്പ മദറിനെ വാഴ്ത്തപ്പെട്ടവളായി പ്രഖ്യാപിക്കുകയും ചെയ്യുമെന്ന് പ്രതീക്ഷിക്കപ്പെടുന്നു.

മദർ തെരേസയെ ഞാൻ നേരിൽ കണ്ടത് രണ്ട് ദശകങ്ങൾക്ക് മുമ്പാണ്. കൊൽക്കത്തയിൽ വെച്ച് സവിശേഷതകളില്ലാത്തതും തിരക്കൊഴിഞ്ഞതുമായ ഒരു തെരുവിലായിരുന്നു മദർ തെരേസ താമസിച്ചിരുന്നത്. തെരുവിന്റെ പേര് എന്റെ ഓർമയിലില്ല. പക്ഷെ എളിമയാർന്ന ആ പാർപ്പിടവും അതിനുള്ളിലെ മദറിന്റെ കൊച്ചുമുറിയും ഞാൻ വ്യക്തമായും ഓർക്കുന്നു.

അവിടെ ഞാനെത്തുമ്പോൾ ഉച്ച തെററിയിരുന്നു. മയക്കത്തിലാണ്ടതുപോലെ കാണപ്പെട്ട തെരുവിലൂടെ ഇരുവശത്തേക്കും കണ്ണോ

ടിച്ചു നടക്കുന്നതിനിടയിൽ തെല്ല് വിചിത്രമായ വേഷം ധരിച്ച കടുത്ത അസംതൃപ്തി നിഴലിക്കുന്ന മുഖവുമായി നിൽക്കുന്ന ഒരാളെയാണ് വീട് ചോദിക്കാൻ കിട്ടിയത്. അയാൾ എന്നെ ചുഴിഞ്ഞുനോക്കി.

അയാളോട് ചോദിക്കേണ്ട കാര്യമുണ്ടായിരുന്നില്ലെന്ന് അസ്വസ്ഥ നായി മുഖം തിരിച്ച ഉടനെ എനിക്ക് ബോധ്യമായി. നേരെ വലതു വശത്തുള്ളതാണ് എനിക്ക് പോകേണ്ട വീട്.

“നിങ്ങൾ എതെങ്കിലും പത്രത്തിൽ നിന്നാണോ?” ചുഴിഞ്ഞുള്ള നോട്ടം തുടർന്നുകൊണ്ട് അപരിചിതൻ ചോദിച്ചു.

“ഒരെഴുത്തുകാരനാണ്.”ഞാൻ പറഞ്ഞു.

“അപ്പോൾ മദറിനെ കുറിച്ച് എഴുതാൻ വേണ്ടി വന്നതായിരിക്കും. അല്ലേ.” അയാളുടെ മുഖം എന്തുകൊണ്ടോ പെട്ടെന്ന് സ്തോഭ പൂർണ മായി.

ഞാൻ പരുങ്ങി. ദൈവമേ ആരുടെ മുന്നിലാണ് ചെന്ന് പെട്ടത്.

“എന്റെ പേര് റോബർട്ട് പെരേര. ഞാൻ ഗോവയിൽ നിന്നാണ്.” അയാൾ സ്വയം പരിചയപ്പെടുത്തി. മദർ തെരേസ നേതൃത്വം നൽകുന്ന സിസ്റ്റേഴ്സ്സ് ഓഫ് ചാരിറ്റിയുടെ ഒരു സ്ഥാപനത്തിൽ നിന്ന് പിരിച്ചു വിടപ്പെട്ട നിലയിലായിരുന്നു അയാൾ. എന്താണ് തന്റെ പേരിൽ ആരോപി തമായ കുറ്റമെന്ന് അയാൾ വിശദീകരിച്ചില്ല. അയാളുടെ അഭിപ്രായത്തിൽ സിസ്റ്റേഴ്സ് ഓഫ് ചാരിറ്റിയുടെ പോക്ക് നേർവഴിക്കല്ല.

ഞാൻ പരിഭ്രമിച്ചുവശായി. അയാളുമായി ഒരു തർക്കത്തിൽ ഏർ പ്പെടുക എന്നത് അചിന്ത്യമായിരുന്നു. അപ്പോഴേക്കും ഒരു കന്യാസ്ത്രീ വാതിൽക്കൽ പ്രത്യക്ഷപ്പെട്ടു. ഞാൻ തിടുക്കത്തിൽ അവരുടെ നേർക്ക് നീങ്ങി. ആൻസിയെന്നുപേരുള്ള ആ കന്യാസ്ത്രീ കോട്ടയംകാരിയായി രുന്നു. അവരെന്നെ ഹൃദയപൂർവം അകത്തേക്ക് കൂട്ടിക്കൊണ്ടുപോയി.

‘മദറിന് പനിയാണ്.കാണാൻ പറ്റുമോ എന്നറിയില്ല. ഞാൻ പോയി ചോദിച്ച് വരാം.’ സിസ്റ്റർ ആൻസി എനിക്കൊരു ഇരിപ്പിടം ചൂണ്ടികാണിച്ച് തന്ന് മറ്റൊരു ഭാഗത്തേക്ക് നടന്നു.

മദറിനെ അന്ന് തന്നെ കാണണമെന്ന് എനിക്ക് നിർബന്ധമുണ്ടായി രുന്നില്ല. കൊൽക്കത്തയിൽ ഇനിയുമുണ്ടല്ലോ ദിവസങ്ങൾ. വീട് കണ്ടെത്തുകയെന്ന കാര്യം സാധിച്ച നിലയ്ക്ക് മറ്റൊരു ദിവസം വരാ മെന്ന് അറിയിച്ച് മടങ്ങി പോകാവുന്നതേയുള്ളു അങ്ങനെ ആലോചി ക്കവെ സിസ്റ്റർ ആൻസി തിരിച്ചെത്തി.

“വരൂ.”

ഞാൻ സിസ്റ്റർ ആൻസിയെ പിന്തുടർന്ന് എത്തിയത് മദർ തെരേസ കിടക്കുന്ന ചെറിയ അനലംകൃതമായ മുറിയിലാണ്.

അവിടെ മറ്റാരും ഉണ്ടായിരുന്നില്ല.

വെള്ളച്ചുവരിനോട് ചേർത്തിട്ട കട്ടിലിൽ കിടന്ന് മദർ എന്റെ നേർക്ക് കൈ നീട്ടി. മെലിഞ്ഞു വിളറിയ ആ ദേഹത്ത് ഞാൻ സ്പർശിച്ചു. അതിൽ നിന്ന് പനിയുടെ തീവ്രമായ ചൂട് എന്റെ ദേഹത്തേക്കും സംക്രമിക്കുന്നതുപോലെ തോന്നി. എങ്കിലും ആ കൈ സ്പർശിച്ചുകൊണ്ട് ഞാൻ മദറിനരികെ കിടക്കയുടെ അറ്റത്തായി ഇരുന്നു.

" പനിയാണ്." മദർ ക്ഷീണിച്ച ശബ്ദത്തിൽ പറഞ്ഞു.

കട്ടിലിൽ നിന്നിറങ്ങാനോ ശയ്യയിൽ എഴുന്നേൽക്കാനോ ആവാത്ത വിധത്തിൽ അവശയായിരുന്നു മദർ. മുഖം പക്ഷേ അപ്പോഴേക്കും ചൈതന്യപൂർണമായിരുന്നു. എന്റെ മനസ്സ് നിറയും പോലെയായി,

മദറിനോട് അപേക്ഷിക്കാനുണ്ടായിരുന്നത് ഒരു അഭിമുഖ സംഭാഷണത്തിനുള്ള അവസരമാണ്. മറ്റേതെങ്കിലുംദിവസം. മദർ ആ അപേക്ഷ അനുഭാവത്തോടെ കൈക്കൊണ്ടു.

"ഇവിടെ ഞങ്ങളുടെ കുറെ സ്ഥാപനങ്ങളുണ്ട്. കുഞ്ഞുങ്ങൾക്കും വൃദ്ധർക്കും മറ്റും വേണ്ടിയുള്ളത്. അവയൊക്കെ കണ്ടശേഷം വന്നോളു" മദർ പറഞ്ഞു.

ഹ്രസ്വമായ ആ കൂടിക്കാഴ്ച കഴിഞ്ഞ് തെരുവിലേക്കിറങ്ങുമ്പോൾ കുപിതനും നിരാശാഭരിതനുമായ റോബർട്ട് പെരേര അവിടെ തന്നെ നിൽപുണ്ട്. എന്തോ പറഞ്ഞുംകൊണ്ട്അയാൾ എന്റെ പിറകെ വന്നു. ഞാൻ അയാളെ അവഗണിച്ച് കൈത്തലത്തിൽ പനിച്ചൂടോടെ അതിവേഗം നടന്നു.

ഇതിപ്പോൾ ഓർക്കാൻ നിമിത്തമായത് റവ: ഡോ. ഹെൻറി ഡിസൂസയുടെ വെളിപ്പെടുത്തലാണല്ലോ. ആ തെരുവിലേക്ക് ഒരിക്കൽ കൂടി നടന്നു ചെല്ലാൻ എന്റെ ഹൃദയം ആഗ്രഹിക്കുന്നുണ്ട്. തെരുവിൽ കലഹിച്ചുനിൽക്കുന്ന റോബർട്ട് പെരേര ഇപ്പോൾ ഉണ്ടാവില്ല. പക്ഷെ തെരുവോരത്തുള്ള വീട്ടിലെ ചെറിയ മുറിയിൽ വിശുദ്ധി തുളുമ്പുന്ന മുഖവുമായി മദർ ഇപ്പോഴും ഉണ്ട്.

ഈശോ മിശിഹായ്ക്ക് എന്ന പോല മദർ തെരേസയ്ക്കും സ്തുതിയായിരിക്കട്ടെ. എപ്പോഴും എപ്പോഴും.

തീൻമേശ തീൻമേശ മാത്രമല്ല

പല പല വിഭവങ്ങൾ നിരത്തിയ തീൻമേശ. നെയ്ച്ചോറും മട്ടൺ സ്റ്റ്യൂവുമുണ്ട്. വലിയൊരു പാത്രം നിറയെ കോഴിക്കറിയുണ്ട്. പരന്ന പിഞ്ഞാണങ്ങളിൽ പൊരിച്ച അയക്കൂറയും കല്ലുമ്മക്കായ വറുത്തതു മുണ്ട്. സ്രാവും ചെമ്മീനും വേറെ. ഇവയ്ക്ക് അനുബന്ധമായി മുളപ്പിച്ചു വേവിച്ച പയറും വർണഭംഗിയാർന്ന സലാഡും പപ്പടക്കൂട്ടവും.

മധ്യവയസ്സ് പിന്നിട്ട ദമ്പതികൾ മേശയ്ക്ക് ഇരുപുറവുമായി സസന്തോഷം ഇരിക്കുകയാണ്.

"ഞങ്ങടെ കൂടെ കൂടുന്നോ?" ഭർത്താവ് എന്നോട് ചോദിച്ചു.

"വേണ്ട, നിങ്ങള് കഴിക്ക്. ഞാൻ മാറിയിരിക്കാം. "അയാളുടെ ചോദ്യം വേണ്ടത്ര ഉള്ളിൽ തട്ടിയുള്ളതല്ലെന്ന് ആദ്യമേ എനിക്ക് തോന്നി യിരുന്നു. മറ്റൊരു മേശ തേടുകയെന്ന ഉപദേശം തക്കസമയത്ത് തന്നെ മന:സാക്ഷി തരികയും ചെയ്തിരുന്നു.

"ശരി" അയാൾ വിളംബംവിനാ ഭക്ഷണത്തിലേക്ക് മടങ്ങി.

മറ്റുള്ളവർ ഭക്ഷണം കഴിക്കുന്നത് കാണുക എന്നെ സംബന്ധിച്ച് അങ്ങേയറ്റം കൗതുകകരമായ കാര്യമാണ്. ഒരേ മട്ടിലല്ല ആളുകൾ ഭക്ഷണം കഴിക്കുക. ഓരോരുത്തരുടെയും ഭക്ഷണരീതികൾ ഒന്നിനൊന്ന് വ്യത്യസ്തമാണ്. വിഭവങ്ങളോരോന്നും സൂക്ഷ്മശ്രദ്ധയോടെ നുള്ളി പ്പെറുക്കിയെടുത്ത് കഴിക്കുക എന്നതാണ് ചിലരുടെ ശീലം. വളരെ അന്വേ ഷണാത്മകമായിരിക്കും അവരുടെ ദൃഷ്ടികൾ. ക്ഷണനേരത്തേക്ക് പോലും അവ മേശപ്പുറത്ത് നിരത്തിയ പാത്രങ്ങളിൽ നിന്ന് വ്യതിചലി ക്കുകയില്ല. കോഴി മണ്ണ് ചികയുന്നത് പോലെയാണ് കൈവിരലുകൾ പ്രവർത്തിക്കുക. ഭക്ഷണത്തിൽ നിർഭാഗ്യവശാൽ അകപ്പെട്ടുപോയ ഏറ്റവും ചെറിയ അന്യ വസ്തുക്കൾ പോലും ആ വിരലുകളിൽ തടയും. ഭർത്താക്കന്മാർ ഈ വിഭാഗത്തിൽ പെടുന്നവരായാൽ ഭാര്യമാർ കുടുങ്ങി യത് തന്നെ.

സ്ത്രീകൾ പൊതുവെ ഇഷ്ടപ്പെടുന്നത് ഭക്ഷണം ആസ്വദിച്ച് കഴിക്കുന്നവരെയാണ്. വിശപ്പ് മാറ്റുന്നുവെന്നതിൽ മാത്രം ഒതുങ്ങുന്നതല്ല ഭക്ഷണത്തിന്റെ പ്രസക്തി. തീൻമേശയിലെ വിഭവങ്ങളെ സ്നേഹത്തോടെയും മതിപ്പോടെയും വേണം നാം പരിഗണിക്കാൻ. ഓരോന്നും നന്നായി കൈകാര്യം ചെയ്യപ്പെടേണ്ടതുണ്ട്. ഒരു ഘടകവും അവഗണനയ്ക്ക് വിധേയമാകരുത്. സവിശേഷമായ രുചി പ്രദാനം ചെയ്യുന്ന ഘടകങ്ങൾ തിരിച്ചറിയപ്പെടണം ഓരോ ഇനത്തിന്റെയും ഭാവങ്ങൾ മനസ്സിലാക്കപ്പെടണം. സൂക്ഷ്മഭേദങ്ങൾ ആസ്വദിക്കപ്പെടണം.

പലരും തീൻമേശയെ സമീപിക്കുക വില്ലൻ കഥാപാത്രങ്ങളെ പോലെയാണ്. അവരുടെ മുന്നിൽ നിസ്സഹായയായ നായികയായി ഭക്ഷണം. പിന്നെ ക്രൂരതയുടെ വിളയാട്ടമാണ്. ഭക്ഷണത്തെ കുറിച്ചുള്ള സൗന്ദര്യചിന്തകൾക്കൊന്നും അവിടെ സ്ഥാനമില്ല. ഞെരുക്കപ്പെട്ട കരച്ചിലാകും തീൻമുറിയിലാകെ.

വൈചിത്ര്യങ്ങളുടെ ഒരു ലോകമാണ് തീൻമുറി. ഇരുന്ന് ഭക്ഷണം കഴിക്കാത്ത ചിലരുണ്ട്. കസേര എത്രയെണ്ണം ഒഴിഞ്ഞുകിടപ്പുണ്ടെങ്കിലും അവർ നിന്നുകൊണ്ടേ കഴിക്കുകയുള്ളു. ഒരു ശീലം അത്രതന്നെ. ദീർഘനേരം സഹസംവിധായകനായി പ്രവർത്തിച്ചശേഷം സംവിധായകനായി മാറിയ ഒരു സുഹൃത്ത് പ്രസ്തുതശീലം സ്വായത്തമാക്കിയത് സിനിമയിൽ നിന്നാണ്. സഹസംവിധായകർ സംവിധായകന്റെയോ, നിർമ്മാതാവിന്റെയോ പ്രധാന അഭിനേതാക്കളുടെയോ മുന്നിൽ ഇരിക്കാൻ പാടില്ലല്ലോ. പിന്നീട് സംവിധായകനായി മാറിയെങ്കിലും ഭക്ഷണകാര്യത്തിലുള്ള പഴയ ശീലം മാറ്റം കൂടാതെ ഇപ്പോഴും തുടരുന്നു.

മുംബൈയിൽ നിന്ന് ഉത്തരകേരളത്തിലെ വാസ്തുവിദ്യയെ കുറിച്ച് ഗവേഷണം നടത്താൻ വന്ന ഒരു പെൺകുട്ടിയുമായി കുറച്ചുനാൾ മുമ്പ് നാട്ടിൻ പുറത്തുകാരനായ വാസ്തുശില്പിയെ കാണാൻ ചെന്നപ്പോൾ അയാൾ ഊണ് കഴിക്കുകയാണ്.

ഞാൻ അമ്പരന്ന് വാച്ചിൽ നോക്കി. ഒമ്പത് മണി. രാവിലെ.

"ഇത്ര നേരത്തെയോ ?" ഞാൻ എന്റെ അമ്പരപ്പ് മറച്ചുവെക്കാതെ ചോദിച്ചു.

"നേരത്തെയല്ല. ഇതിവിടുത്തെ പതിവാ." വീട്ടുകാരി പറഞ്ഞു.

"അപ്പോൾ ഉച്ചയ്ക്ക് ഊണുണ്ടാവില്ല അല്ലേ ?"

"അതെന്താ, ഉച്ചക്ക് സാധാരണപോലെ കഴിക്കും. പിന്നെ ഒരഞ്ച് മണിക്ക്."

വൈകുന്നേരം അഞ്ച് മണിയോടെ ശില്പി വീണ്ടും ഊണ് കഴിക്കുമെന്ന് കേട്ട് ഞാൻ പിന്നെയും അന്ധാളിച്ചു. അതുകഴിഞ്ഞ് രാത്രിയിൽ

ഒന്നും കഴിക്കാനിടയില്ലെന്ന് പറഞ്ഞ് കൂടെയുള്ള പെൺകുട്ടി എന്നെ ആശ്വസിപ്പിക്കാൻ ശ്രമിച്ചു. പക്ഷേ അവളുടെ ഊഹം തെറ്റി. വീട്ടുകാരി വെളിപ്പെടുത്തിയതനുസരിച്ച് അയാൾ രാത്രി എട്ട് മണിയോടെ വീണ്ടും വിഭവസമൃദ്ധമായീ ഊണ് കഴിക്കും. ഈശ്വരാ ഞാൻ അറിയാതെ പറഞ്ഞുപോയി.

രണ്ടാമൂഴക്കാരനായ ഭീമൻ ഒരു തീറ്റപ്രിയനായിരുന്നുവെന്ന് മഹാഭാരതം നമ്മെ ബോദ്ധ്യപ്പെടുത്തുന്നുണ്ട്. ഒരു വണ്ടി ചോറും രണ്ട് പോത്തും വണ്ടി തെളിയിക്കുന്ന മനുഷ്യനെയും ആഹാരമാക്കിയിരുന്ന ബകരാക്ഷസനെ ഭീമൻ കൊല്ലുന്നത് അയാൾക്കായി കൊണ്ടുപോയ ചോറ് മുഴുവൻ തിന്നുതീർത്തതിൽ പിന്നീടാണ്. ഇരുവർക്കും പരസ്പര ബഹുമാനത്തോടെ ഹസ്തദാനം നടത്തി പിരിയാമായിരുന്ന മുഹൂർത്തം.

ഭക്ഷണത്തെ വിശപ്പ് ശമിപ്പിക്കുന്നതിനുള്ള ഒരുപാധിയായി മാത്രം കാണുന്നത് ഉചിതമല്ല. വേറെയൊരു മാനം (Dimension) ഭക്ഷണത്തിന് കൽപ്പിക്കപ്പെടുന്നുണ്ട്. അത് മനുഷ്യരുടെ ലൈംഗികതയുമായി ബന്ധപ്പെട്ടത്രെ. ഭക്ഷണം സ്പർശനക്ഷമമാണ്. ഒരു ശരീരം പോലെ ഇറോട്ടിക്കുമാണ്. ഭക്ഷണത്തിന്റെ ചേരുവകൾ തമ്മിലുള്ള ചേർച്ച അവയവപ്പൊരുത്തത്തിന് തുല്യം. ഓരോ വിഭവത്തിന്റെയും നിറം, മണം, ആകൃതി, സ്വാദ് ഇവയൊക്കെ കാമപരതയുൾക്കൊള്ളുന്നു

നല്ല ഭക്ഷണം ഒരാളിൽ ഉണർത്തുന്ന വികാരത്തിന് മൈഥുനേച്ഛയോടാണ് സാദൃശ്യം. മൈഥുനത്തിലേർപ്പെടുന്നതും ഭക്ഷണം കഴിക്കുന്നതും വേർതിരിക്കാനാവാത്ത വിധത്തിൽ ബന്ധപ്പെട്ടുകിടക്കുന്നു. ഒരാൾ ഭക്ഷണം കഴിക്കുന്ന രീതി നിരീക്ഷിച്ചാൽ കൃത്യമായും പറയാൻ കഴിയും അയാൾ കിടപ്പുമുറിയിൽ തന്റെ ഇണയോട് എപ്രകാരം പെരുമാറുന്നുവെന്ന്. വെടിപ്പില്ലാതെയും, അശ്രദ്ധമായും ബാലിശമായും ഭക്ഷണം കഴിക്കുന്നവർ അതേ പെരുമാറ്റമാണ് കിടപ്പുമുറിയിലും അനുവർത്തിക്കുക. ഒട്ടും താല്പര്യം പ്രകടിപ്പിക്കാതെ ഭക്ഷണത്തിനിരിക്കുകയും തീൻമേശയിൽ ഒരുപാട് മിച്ചം വരുത്തുകയും ചെയ്യുന്നവർ (സ്ത്രീകളായാലും, പുരുഷന്മാരായാലും) കിടപ്പുമുറിയിൽ വികാരരഹിതരായിരിക്കും. മറ്റുള്ളവരെ ഒട്ടും തന്നെ ശ്രദ്ധിക്കാതെ സ്വാർഥതയോടെ ഭക്ഷണം കഴിക്കുന്ന പുരുഷന്മാരിൽ നിന്ന് സ്ത്രീകൾ സ്നേഹപൂർണമായ ലാളന പ്രതീക്ഷിക്കേണ്ടതില്ല. ഭീമനും നേരത്തെ സൂചിപ്പിച്ച വാസ്തു ശില്പിയും സിനിമാ സംവിധായകനുമൊക്കെ പ്രശ്നപുരുഷന്മാരാണ്. അവരുടെ ജീവിതത്തിലെ സ്ത്രീകൾ എല്ലാ ഹൃദയാലുക്കളുടെയും അകമഴിഞ്ഞ അനുകമ്പയർഹിക്കുന്നു.

റസ്റ്റോറന്റിലെ വിഭവബഹുലമായ തീൻമേശയുടെ നേർക്ക്

ഇടക്കിടെ സാകൂതം നോക്കുന്നതിനിടയിൽ പരിചാരികൻ എന്റെ മുന്നിൽ വിളമ്പിയ ലഘുഭക്ഷണം തീർന്നു കഴിഞ്ഞു. മധ്യവയസ്സ് പിന്നിട്ട ദമ്പതികളാകട്ടെ ഓരോ വിശിഷ്ടവിഭവവും പതുക്കെപ്പതുക്കെ രുചിക്കുക തന്നെയാണ്. പതിഞ്ഞ ശബ്ദത്തിൽ സംസാരിച്ചും കണ്ണിൽ കണ്ണിൽ നോക്കിയും സൗമ്യമായി ചിരിച്ചും അവർ ഭക്ഷണംതുടരുകയാണ്. മട്ടൺ സ്ററ്റ്യൂവിലെ എല്ലിൻ കഷ്ണങ്ങളിൽ നിന്ന് അവർ മജ്ജ വലിച്ചെടുക്കുമ്പോൾ ഞാൻ കേട്ടത് ഗാഢമായ ചുംബനത്തിന്റെ ശബ്ദമാണ്.

പ്രണയത്തിന്റെ മധുരം

ഒരു അത്താഴ വിരുന്ന് നടക്കുകയാണ്. ഷാംപെയിനും അനേകം വിശിഷ്ടവിഭവങ്ങളും അടങ്ങിയ വിരുന്ന്. ഉപചാരത്തിന്റെയും, സൗഹൃദത്തിന്റെയും നിമിഷങ്ങൾ. അവയ്ക്കിടയിൽ അതീവ സൗന്ദര്യമുള്ള ഒരു സ്ത്രീ ഏതോ സ്വപ്നത്തിലെന്നോണം നടന്നടുത്ത് ഇമ്പമുള്ള മൃദുസ്വരത്തിൽ 'ഒന്നുചുംബിച്ചോട്ടെ'യെന്ന് ചോദിക്കുകയാണെങ്കിൽ എന്തു തോന്നും ഒരു പുരുഷന്. ആറ് വർഷം മുമ്പ് ലാഹോറിലെ അമേരിക്കൻ കോൺസൂൽ ജനറലിന്റെ വസതിയിൽ സംഭവിച്ചത് കൃത്യമായും അത് തന്നെയാണ്.

വിരുന്നിനിടയിൽ അങ്ങനെയൊരു ചോദ്യംകേട്ട് അതിഥികളിൽ ഒരാളായ വിദ്യാധർ സൂരജ് പ്രസാദ് നയ്പോൾ മറ്റേതൊരു പുരുഷനെയും പോലെ അന്ധാളിച്ചുപോയി.

നയ്പോളിന് അന്ന് അറുപത്തിമൂന്ന് വയസ്സ്. യാത്രകളിൽ കൂടെയുണ്ടാകാറുണ്ടായിരുന്ന ഇംഗ്ലീഷ്കാരിയായ ഭാര്യയുടെ അകാലമരണത്തിന്ശേഷം നയ്പോൾ ഏകാകിയും ദുഃഖിതനുമായിരുന്നു. ജീവിതത്തിന് അതിന്റെ ക്രമം ഏറെക്കുറെ നഷ്ടപ്പെട്ടിരുന്നു. നോവലെഴുത്ത് ഒരു പഴഞ്ചൻ ഏർപ്പാടാണെന്നും പറഞ്ഞ് താനത് ഉപേക്ഷിക്കുന്നതായി അദ്ദേഹം പരസ്യ പ്രസ്താവന നടത്തിയിരുന്നു. തന്റെ ഗ്രന്ഥശേഖരം അമേരിക്കയിലെ ഒരു സ്ഥാപനത്തിന് കൈമാറാനുള്ള തീരുമാനവും കൈക്കൊണ്ടിരുന്നു. വയസ്സായില്ലേ. ഇനിയെന്തിന് പുസ്തകങ്ങൾ. ആർക്കുവേണ്ടി സൂക്ഷിക്കണം അവ എന്നൊക്കെയുള്ള വ്യസനിപ്പിക്കുന്ന ചോദ്യങ്ങൾ മനസ്സിൽ മുഴങ്ങിക്കേട്ടിരുന്നു.

അന്ധാളിച്ചുനിൽക്കുകയായിരുന്ന വി.എസ് നയ്പോളിന് മുന്നിൽ നദീറ ആൽമിയെന്ന പാക്കിസ്ഥാനി പഞ്ചാബിയായിരുന്നു. നാൽപ്പതിനോടടുത്ത പ്രായം. പാക്കിസ്ഥാനിലെ പ്രമുഖമായ ഒരു പത്രത്തിൽ കോളമെഴുത്തുകാരി. എല്ലാററിലും മീതെ അതിസുന്ദരി.

അവിസ്മരണീയമായ ഒരു നിമിഷം. നദീറയുടെ ആഗ്രഹം നിറവേറി. അതുകഴിഞ്ഞ് നയ്പോൾ പറഞ്ഞത് ഇത്രമാത്രം. എനിക്ക് തോന്നുന്നത് നമ്മൾ സംസാരിക്കാനായി ഇരിക്കണമെന്നാണ്.

ആദ്യചുംബനത്തിൽ നിന്ന് വിവാഹത്തിലേക്ക് അധികം ദൂരമുണ്ടായിരുന്നില്ല. വർഷങ്ങൾ കടന്നുപോയിട്ടും അവരുടെ പ്രണയത്തിന്റെ തീവ്രത കുറഞ്ഞിട്ടില്ല. പിന്നീടെന്നോ ലണ്ടനിലെ ബോംബെ ബ്രാസറിയെന്ന ഇന്ത്യൻ റസ്റ്റോറന്റിൽ അവരെ പത്രലേഖകൻ കാണുന്നത് തീവ്രമായ പ്രണയത്തിലായ രണ്ട് ടീനേജ്കാരെ പോലെയാണ്.

അത്യുന്മേഷത്തോടെ നദീറ പറയുന്നു. "അദ്ദേഹം എന്റെ പ്രാണപ്രിയനാണ്. ഞാനദ്ദേഹവുമായി ഭ്രാന്തമായ പ്രണയത്തിലാണ്. എന്നും അങ്ങനെയായിരിക്കുകയും ചെയ്യും."

നയ്പോളിന്റെ ജീവിതത്തിന് നഷ്ടമായ ക്രമവും താളവും തിരിച്ച് കിട്ടിയത് നദീറയെ വിവാഹം കഴിച്ചതോടെയാണ്. ഇനി നോവൽ എഴുതില്ലെന്ന തീരുമാനം നയ്പോൾ മാറ്റി. ഒപ്പം തന്റെ ഗ്രന്ഥശേഖരം കൈമാറാനുള്ള നിശ്ചയവും.

"ഇപ്പോൾ അത് ചെയ്യാൻ വയ്യ. അവൾ എന്നെക്കാൾ വളരെ ചെറുപ്പമാണ്. അവൾക്കത് ആവശ്യമായി വരും."

നദീറ മുമ്പ് വിവാഹിതയായിരുന്നു. ആ ബന്ധം വേർപെടുത്തിയ കാലത്താണ് നയ്പോളിനെ നേരിൽ കാണുന്നത്. നയ്പോൾ സാഹിത്യത്തിനുള്ള നോബൽ സമ്മാനം നേടിയപ്പോൾ ഖുഷ്വന്ത് സിംഗ് എഴുതി. "മറ്റ് നോബൽ സമ്മാന ജേതാക്കൾക്കെല്ലാം വൃദ്ധകളായ ഭാര്യമാരായിരുന്നു. വിദ്യാധറിന് ചെറുപ്പക്കാരിയും ഉത്സാഹവതിയുമായ നദീറയുണ്ട്. ഇനിയും മാസ്റ്റർ പീസുകൾ എഴുതാനുള്ള പ്രേരണയായി."

നദീറയെപ്പോലെ പ്രചോദിപ്പിക്കാനായി ഒരു സ്ത്രീ സദാ കൂടെയുണ്ടാകുകയെന്നത് ഓരോ എഴുത്തുകാരന്റെയും ആഗ്രഹമാണ്. പക്ഷേ നയ്പോളിനെപ്പോലെ ഭാഗ്യശാലികളല്ല മിക്കവരും. സന്തുഷ്ടമായ കുടുംബജീവിതം നയിക്കുമ്പോഴും എഴുത്തുകാരെന്ന നിലയിൽ അവർ ഏകാകികളാണ്. സ്വന്തം മനസ്സിന്റെ പ്രേരണയല്ലാതെ മറ്റൊന്നും അവർക്ക് തേടാനില്ല. അതുകൊണ്ടുതന്നെ എല്ലാ വിരുന്നിനും അവർ പോകാറുണ്ട്. ലാഹോറിലെ വിരുന്നിനിടയിൽ നയ്പോൾ കേട്ട ചോദ്യം അവരും എന്നെങ്കിലും കേട്ടുകൂടെന്നില്ലല്ലോ.

ഒരു മരണം കഴിയുമ്പോൾ

“കുട്ടികളെ പോലെ ശാഠ്യം പിടിക്കുകയാണ് അവർ. ഞാനെന്ത് ചെയ്യും.?” എന്റെ സുഹൃത്ത് നിസ്സാഹയതയോടെ പറഞ്ഞു.

അവൻ സ്വന്തം രക്ഷിതാക്കളെക്കുറിച്ച് പറയുകയായിരുന്നു. രണ്ട് പേർക്കും പ്രായമായി. വീട്ടിൽ വേറെയാരുമില്ല. മക്കൾ മൂന്ന്പേരും മൂന്ന് വിദൂരനഗരങ്ങളിലാണ്. ഒന്നോ രണ്ടോ കൊല്ലം കൂടുമ്പോഴാണ് അച്ഛനെയും അമ്മയെയും കാണാനെത്തുക. അവർ കാണുന്നത് രണ്ട് ബദ്ധവൈരി കളെയാണ്.

അച്ഛനുമമ്മയും മുഖത്തോട് മുഖം നോക്കുകയോ പരസ്പരം സംസാരിക്കുകയോ ചെയ്തിട്ട് വർഷങ്ങളായി. എങ്കിലും വീട് നിശ്ശബ്ദ മായിരുന്നില്ല. അച്ഛൻ ഉമ്മറത്തിരുന്ന് എന്തെങ്കിലും കയർത്ത് പറയും. അതിനുള്ള മറുപടി അടുക്കളയിൽ നിന്ന് അടുത്ത നിമിഷം തന്നെ ഉയർന്ന് കേൾക്കാം. വീട് നിരത്തിൽ നിന്ന് അകലെയായത് ഭാഗ്യം.

അടുക്കളജോലികൾ മുഴുവൻ ചെയ്തിരുന്നത് അമ്മ തനിച്ചാണ്. അച്ഛനുള്ള ഭക്ഷണം കൃത്യസമയത്ത് തീൻ മുറിയിൽ വിളമ്പിവെച്ചി രിക്കും. ദോശക്കല്ലിൽ ചട്ടുകം കൊണ്ട് മുട്ടിയാണ് ഭക്ഷണം വിളമ്പിയെന്ന് അമ്മ അയാളെ അറിയിച്ചിരുന്നത്. അയാൾ ഉമ്മറത്ത് ചാരുകസേരയിൽ ചാഞ്ഞുകിടക്കുകയാവും. കൈയ്യിൽ ഉറപ്പായും ദിനപത്രംകാണും. രാവിലെ മുതൽ വായിക്കുകയാണ്.

‘ഒടുക്കത്തെ ഒരു പത്രം വായന.എന്തറിയാനാ.’അമ്മ ചിലപ്പോൾ സഹികെട്ട് പറയും.

അതുകേൾക്കേണ്ട താമസം. അയാൾ ക്ഷോഭാകുലനാവുകയായി. പിന്നെ വായിൽ തോന്നുന്നതൊക്കെ വിളിച്ചുപറയും. കുറെ നേരത്തേക്ക് വീട് ശബ്ദമുഖരിതമാവും. കാക്കകളും പൂച്ചകളും അമ്പരപ്പോടെ നിൽക്കും. മനുഷ്യജീവിതത്തിന്റെ സങ്കീർണതകൾ അവയ്ക്ക് അറിഞ്ഞു

കൂടല്ലോ.

വീട്ടിൽ ഫോണുണ്ടായിരുന്നില്ല. ആയതിനാൽ അച്ഛനുമമ്മയും മക്കളുമായി ബന്ധപ്പെടാൻ ആശ്രയിച്ചിരുന്നത് തപാൽവകുപ്പിനെയാണ്. രണ്ട്പേരും മക്കൾ ഓരോരുത്തർക്കും വെവ്വേറെ കത്തുകളെഴുതും. അച്ഛനെകുറിച്ചുള്ള പരാതികളായിരുക്കും അമ്മയുടെ കത്തുകളിലാകെ. അച്ഛന്റെ കത്തുകളിൽ നേരെ മറിച്ചും. ഓരോ കത്ത് വായിക്കുമ്പോഴും മക്കൾ അസ്വസ്ഥരായി. ആരുടെ പക്ഷം ചേരണം. ഏത് കത്തിലാണ് സത്യം.

ബാല്യത്തിന്റെ നിഷ്കളങ്കമായ കളികളിൽ കുട്ടികൾ പലപ്പോഴും മുതിർന്നവരായി അഭിനയിക്കാറുണ്ട്. അച്ഛനായും അമ്മയായും അധ്യാപകനായും മദ്യപാനിയായും ഒക്കെ. തങ്ങൾ കണ്ടുപിടിച്ച മാതൃകകളെയാണ് അവർ തന്മയത്തോടെ അവതരിപ്പിക്കുന്നത്. അഭിനയം തീരുന്നതോടെ അവർക്ക് ബാല്യത്തിലേക്ക് തിരിച്ചുപോകാം. യഥാർഥജീവിതത്തിലും അങ്ങനെയൊരു മടക്കയാത്ര സാധ്യമാണോ. എന്റെ സുഹൃത്ത് പറയുന്നു. ഉവ്വെന്ന്. അവന്റെ ദൃഷ്ടിയിൽ അച്ഛനുമമ്മയും ബാല്യത്തിലേക്ക് മടങ്ങിപ്പോയിരിക്കയാണ്. രണ്ട് വാശി കുടുക്കകൾ.

"പറ്റുമെങ്കിൽ ഇടയ്ക്ക് ചെന്ന് ഒരു കോംപ്രമൈസിന് ശ്രമിക്കണം." തീവണ്ടി കാത്തുനിൽക്കെ സ്നേഹിതൻ എന്നോട് പറഞ്ഞു. അവന് ആശ്വാസമാകട്ടെയെന്ന് കരുതി ഞാനത് സമ്മതിച്ചു. മക്കൾ പലവട്ടം കിണഞ്ഞുശ്രമിച്ചിട്ടും നടക്കാത്ത കാര്യമാണ്. ചിലപ്പോൾ ഒരു കുടുംബസുഹൃത്ത് എന്ന നിലയിൽ... ഇല്ലില്ല, ഒന്നും സംഭവിച്ചില്ല. ഇരുപക്ഷത്ത് നിന്നുമായി ഒട്ടനവധി പരാതികളും പരിഭവങ്ങളും എന്റെ കാതുകളിലൂടെ കടന്നുപോയെന്ന് മാത്രം. എന്നിട്ടും സ്നേഹിതന് നൽകിയ ഉറപ്പ് മാനിച്ച് കൂടെകൂടെ ഞാൻ ആ വീട്ടിലേക്ക് പോയി. പലപ്പോഴും കാക്കകളുടെയും പൂച്ചകളുടെയും അമ്പരപ്പ് എനിക്കും പകർന്നു കിട്ടി. വീടിന് ചുറ്റും മരണം പതുങ്ങി നടക്കുന്നുണ്ടെന്ന് ഞാനറിഞ്ഞിരുന്നില്ല.

ജഡത്തിന്റെ മാറിൽ മുഖം ചേർത്ത് കരയുന്ന അമ്മയെ ഞാനാണ് പിടിച്ചുമാറ്റിയത്. തീൻമുറയിലെ മേശപ്പുറത്ത് ആറിത്തണുത്ത ഉച്ചയൂണ്. അത് വിളമ്പിവെച്ചശേഷം അടുക്കളയിൽ നിന്നുംകൊണ്ട് അമ്മ പലതും ഉറക്കെ പറഞ്ഞിരിക്കാം. മടിയിൽ പത്രവുമായി ഉമ്മറത്തെ ചാരുകസേരയിൽ കിടക്കുന്ന അച്ഛൻ അതൊന്നും കേൾക്കുന്നില്ലെന്ന് അറിയാതെ. പിന്നെ പതിവ് തെറ്റിച്ച് അമ്മ പുറത്തേക്കു വന്നിരിക്കാം. സംശയിച്ച്

സംശയിച്ച് നെഞ്ചിൽ തൊട്ടുനോക്കിയിട്ടുണ്ടാവാം. എത്രയോ വർഷങ്ങൾക്ക് ശേഷ മുള്ള സ്പർശം.

തനിക്ക് ഇനി ആരാണുള്ളതെന്ന് ചോദിച്ചുകൊണ്ട് അമ്മ ദീനമായി കരയുന്നത് ഇപ്പോഴും ഞാൻ കേൾക്കുന്നു.

പ്ലീസ്, എന്നെ ബാറിലേക്ക് വിളിക്കരുത്

“നമുക്ക് എവിടെയെങ്കിലും പോയി കുറച്ചുനേരം സ്വസ്ഥമായി ഇരുന്നാലോ ”

“കൊള്ളാം. പക്ഷെ എവിടെ പോകും.?”

“അധികം ദൂരെയൊന്നും വേണ്ട. അതാ അങ്ങോട്ട് നോക്ക്.”

നിരത്തിനപ്പുറത്ത് ഒരു ബഹുനിലമന്ദിരത്തിന്റെ ഒന്നാം നിലയിൽ വഴിയാത്രക്കാരെ പ്രലോഭിപ്പിച്ചുകൊണ്ട് ഒരു ബോർഡ് ഉയർന്ന് നില്പുണ്ടായിരുന്നു. കടലിന്റെ നിറമായിരുന്നു ബോർഡിന്. അതിൽ മൂന്ന് തൂവെള്ള അക്ഷരങ്ങൾ.

“കമോൺ”, രേണുക സ്വാമിനാഥൻ വർധിച്ച ഉത്സാഹത്തിലായിരുന്നു. ചലച്ചിത്രോത്സവത്തിന്റെ അന്ത്യദിനമാണ്. വീണ്ടും കണ്ടുമുട്ടുക ഒരു വർഷം കഴിഞ്ഞാവും. രേണുക ചെന്നൈയിൽ നിന്ന് കേരളത്തിലെത്തുന്നത് ചലച്ചിത്രോത്സവങ്ങൾക്ക്മാത്രമാണ്.

നിരത്തിലൂടെ വാഹനങ്ങൾ അവിരാമം കടന്നു പോയ്ക്കൊണ്ടിരുന്നു. രേണുക അക്ഷമയായി അവയുടെ നേർക്ക് ശാപങ്ങൾ ചൊരിഞ്ഞു. ഒരു കാര്യം തീരുമാനിച്ചാൽ പിന്നെ സമയം ഒട്ടും നഷ്ടപ്പെടുത്തരുതെന്ന നിലപാടാണ് രേണുകയ്ക്ക്. തീരുമാനങ്ങൾ കൈക്കൊള്ളുന്നതിന് ഏറെ സമയം എടുക്കുകയുമില്ല.

“റോഡ് ക്രോസ് ചെയ്യാൻ ഇത്രയും പാട് ലോകത്ത് ഒരിടത്തുമില്ല.” രേണുക അമർഷം കൊണ്ടു.

വാഹനങ്ങൾ കടന്നുപോയ്ക്കൊണ്ടിരുന്നത് ആശ്വാസകരമായാണ് എനിക്ക് അനുഭവപ്പെട്ടത്. അത്രയും സാവകാശം കിട്ടുമല്ലോ എന്ന ചിന്തയായിരുന്നു മനസ്സിൽ. വാഹനങ്ങളുടെ നിര ഒരിക്കലും അവസാനിക്കരുതെ എന്ന് ഞാൻ പ്രാർഥിച്ചു. മുഴുവൻ വാഹനങ്ങളോടും എനിക്ക് അത്യധികമായ സ്നേഹം തോന്നി. ഓരോന്നിനെയും ഞാൻ മനസ്സ്

കൊണ്ട് തൊട്ടു.

കാരണമെന്തെന്നല്ലേ? രേണുക സ്വാമിനാഥൻ എന്നെ വിളിച്ചത് ബാറിലേക്കാണ്.

“നിങ്ങൾ മലയാളികളുടെ കാര്യം വിചിത്രം തന്നെ.” എന്റെ അധൈര്യം തിരിച്ചറിഞ്ഞപ്പോൾ രേണുക ഈർഷ്യയോടെ പറഞ്ഞു.

അതെ, നമ്മൾ മലയാളികളുടെ കാര്യം തെല്ല് വിചിത്രമാണ്. തലസ്ഥാനനഗരിയിലെ സാമാന്യം മോടിയുള്ള സർക്കാറിന്റെ ടൂറിസം വികസനകോർപ്പറേഷന് കീഴിലുള്ള ഒരു ബാറിലേക്ക് രണ്ട് വർഷം മുമ്പ് ബാംഗ്ലൂരിൽ നിന്നുള്ള രണ്ട് വിദ്യാർഥിനികൾ കയറിച്ചെന്നു. ചുവന്ന പരവതാനി വിരിച്ച ബാറിന്റെ ഒരു കോണിൽ സ്ഥാനം പിടിച്ച് അവർ ഓരോ ബിയർ ഓർഡർ ചെയ്തു. ചൂടേറിയ പകൽ തണുത്ത ബിയർ പോലെ ഹൃദ്യമായ ഒരു പാനീയം വേറെയെന്തുണ്ട്. വറുത്ത അണ്ടിപരിപ്പ് അതിന്റെയൊപ്പം ചേരുകയാണെങ്കിൽ അത്യുത്തമം! പെൺ കുട്ടികൾ വളരെ ഹൃദയലാഘവത്തോടെ ബിയർ നുണഞ്ഞുതുടങ്ങി. അവർക്ക് ഒട്ടും തിരക്കില്ലായിരുന്നു.

തെല്ലപ്പുറത്തുള്ള ടേബിളിൽ ഒരു ദേശീയപാർട്ടിയുടെ യുവജന വിഭാഗത്തിന്റെ അറിയപ്പെടുന്നൊരു നേതാവ് രണ്ട് സുഹൃത്തുക്കളുമൊത്ത് മദ്യപിക്കുന്നുണ്ടായിരുന്നു. തത്വം പറയുകയാണെങ്കിൽ നേതാവിന് മദ്യപിക്കാൻ പാടുള്ളതല്ല. പക്ഷേ ഇക്കാലത്ത് ആർക്ക് വേണം സാർ തത്വങ്ങൾ. നേതാവ് മൂന്നാമത്തെ ലാർജും തീർത്തു.

പിന്നെ ഞാനുൾപ്പടെയുള്ള സാക്ഷികൾ കാണുന്നത് അയാൾ ചിരപരിചിതനെപോലെ പെൺകുട്ടികളുടെ അടുത്തേക്ക് നീങ്ങുന്നതാണ്.

അതുകഴിഞ്ഞുള്ള കാഴ്ച അയാൾ ഉദാരവൽകൃതമായ ചിരിയോടെ ഒരു പെൺകുട്ടിയെ കടന്നുപിടിക്കുന്നതാണ്.

അടുത്ത ദൃശ്യമാകട്ടെ പെൺകുട്ടിയുടെ സുന്ദരമായ വലതു കൈത്തലം അയാളുടെ ഇടതുകവിളിൽ ആഞ്ഞു പതിക്കുന്നതാണ്. അതത്രയും എന്റെ ഓർമയിലേക്ക് വന്നു. ബിയർ പതഞ്ഞുപൊങ്ങുന്നത് പോലെ പെൺകുട്ടികളുടെ അമർഷം, ശകാരവർഷം. ശബ്ദഘോഷം.

“ഏയ്, എന്താ ആലോചിക്കുന്നത്.?” രേണുക ചോദിച്ചു.

ഒരു നാടകസംഘത്തിലെ മൂന്ന് പ്രവർത്തകരുമൊന്നിച്ച് ബാറിലേക്ക് പോയ കോഴിക്കോട്ട്കാരിയായ യുവനടിയുടെ അപ്രസന്നമായ അനുഭവം കൂടി എന്റെ ഓർമയിൽ ഉണ്ടായിരുന്നു.

“വേണ്ട, ഒരൊഴിവും എനിക്ക് കേൾക്കേണ്ട.” രേണുക എന്നെ പറയാൻ അനുവദിച്ചില്ല. സ്ത്രീകൾക്ക് പ്രവേശനമില്ലെന്ന് കേരളത്തിലെ

ഒരു ബാറിന് മുന്നിലും എഴുതിവെച്ചിട്ടില്ലെന്നത് നേര് തന്നെ. എന്നിട്ടും സ്ത്രീകളാരും ബാറിൽ കയറിച്ചെല്ലാറില്ല. അത് കേരളീയ വനിതകളൊക്കെയും മദ്യപാനം ആരോഗ്യത്തിന് ഹാനികരമാണെന്ന നിയമപ്രകാരമുള്ള മുന്നറിയിപ്പിൽ മനസ്സർപ്പിച്ചതുകൊണ്ടാണോ? അങ്ങനെ കരുതാൻ നിവൃത്തിയില്ല. ഗുരുദത്തിന്റെ പ്രശസ്തമായ 'സാഹിബ് ബീവി ഔർ ഗുലാമിൽ' മീനാകുമാരി അതിപ്രഗൽഭമായ രീതിയിൽ അവതരിപ്പിച്ച കഥാപാത്രത്തെ അനുസ്മരിപ്പിക്കുന്ന നിരവധി സ്ത്രീകളുണ്ട്. ആ കഥാപാത്രത്തെ തീവ്രമായ മദ്യാസക്തിയിലേക്ക് നയിച്ചത് ഭർത്താവാണ്. പല മലയാളിഭർത്താക്കന്മാരും അനുഷ്ഠിച്ചിട്ടുണ്ട്, അതേ കർമം. ഭർത്തൃഹിതത്തിന് വഴങ്ങി മദ്യം രുചിച്ചുതുടങ്ങി. ഒടുവിൽ പൂർണമായും അതിന് കീഴ്പ്പെട്ട് തകർന്ന കുലീനയായ ഒരു വീട്ടമ്മയെ എനിക്കറിയാം. ഭർത്തൃപ്രേരണകൂടാതെ തന്നെ മദ്യപാനം ശീലിച്ചവരുണ്ട്. കേരളത്തിന് വെളിയിൽ നിന്ന് ഒരു ഉദാഹരണം കൈക്കൊള്ളുകയാണെങ്കിൽ മനീഷ കൊയ്‌രാള വിവാഹിതയല്ലല്ലോ. ഈയിടെ പത്രപ്രവർത്തകനായ ഒരു സുഹൃത്ത് എഴുതിയതനുസരിച്ച് മനീഷ ഒരു ഷൂട്ടിംഗിൽ പങ്കെടുക്കാനായി കൊച്ചിയിൽ വിമാനം ഇറങ്ങിയത് അടിച്ച് ഫിറ്റായി കാലുകൾ നിലത്തുറക്കാത്ത നിലയിലായിരുന്നു. ഈയൊരു കാര്യത്തിലെങ്കിലും മനീഷയുടെ ഒപ്പം നിൽക്കാനുള്ള യോഗ്യത നമ്മുടെ ചില നടികളും നേടിയെടുത്തിട്ടുണ്ടെന്നാണ് കേൾവി. പക്ഷേ തങ്ങളുടെ യോഗ്യതാ പത്രങ്ങളായി അവരാരും ബാറുകളിൽ കയറിച്ചെല്ലുകയില്ല.

"എന്ത് പറയുന്നു?" രേണുകയുടെ ശബ്ദം പിന്നെയും പരിസരബോധം ഉളവാക്കി. നിരത്തിൽ വാഹനങ്ങളുടെ ഒഴുക്ക് മുറിഞ്ഞിട്ടുണ്ട്. തെല്ലകലെയായി നീലനിറമാർന്ന ബോർഡിൽ വെളുത്ത മൂന്നക്ഷരങ്ങൾ തിളങ്ങുന്നു.

എന്താണ് പറയേണ്ടതെന്നറിയാതെ, ഒട്ട് വിവശനായി, രേണുകയുടെ മുഖത്തേക്ക് നോക്കുമ്പോൾ വൈൻ ഗ്ലാസ്സുകൾ പരസ്പരം കൂട്ടിമുട്ടിച്ച് പാനോപചാരം ചെയ്യുന്ന പുരുഷശബ്ദങ്ങൾ എന്റെ കാതുകളിൽ മുഴങ്ങി. ചിയേഴ്സ്, ചിയേഴ്സ്.

എത്തിചേരാനുള്ള ഇടം

ആയിടെ പണി തീർന്ന വീട്ടിൽ ഒരു അച്ഛനും മകനും ഇരിക്കുകയാണ്. മകന് നാലര വയസ്സ്. കണ്ണും കാതും ഉറച്ചുവരുന്നതേയുള്ളു. വീടുണ്ടാക്കാൻ അച്ഛൻ സഹിച്ച ക്ലേശങ്ങളൊന്നും അവന് അറിഞ്ഞുകൂട.

വീട് മധ്യവർഗക്കാരനായ അച്ഛന് ഒരു തീവ്രസ്വപ്നമായിരുന്നു. ഒരു പാട്കാലം അയാൾ അത് നെഞ്ചിലേററി നടന്നു. ഭാര്യയുമായും ഉറ്റ സുഹൃത്തുക്കളുമായും പലവട്ടം ചർച്ച ചെയ്തു. പരമ്പരാഗതമായ വാസ്തുവിദ്യയെ സംബന്ധിച്ച പുസ്തകങ്ങൾ തേടിപ്പിടിച്ചു വായിച്ചു. അതൊടൊപ്പം തന്നെ ആധുനിക ഭവനനിർമാണ ശൈലികൾ വിവരിക്കുന്ന വർണപ്പകിട്ടാർന്ന ആംഗലപ്രസിദ്ധീകരണങ്ങളും വാങ്ങിക്കൂട്ടി. പുതുതായി പണികഴിപ്പിക്കപ്പെട്ട ഭവനങ്ങൾ പലതും സന്ദർശിച്ചു. അവയുടെ ന്യൂനതകൾ കണ്ടെത്തി.

തന്റെ വീട് അനന്യമാകണമെന്നായിരുന്നു അയാളുടെ ആഗ്രഹം. അതുകൊണ്ട് തന്നെ മുമ്പ് കണ്ട വീടുകളൊക്കെയും അയാൾ ഓർമയിൽ നിന്ന് എടുത്ത് മാറ്റി.

മനസ്സ് പാടെ ശൂന്യമാക്കിക്കൊണ്ട് അയാൾ ഒരു വീടിനെ കുറിച്ചുള്ള ധ്യാനത്തിൽ മുഴുകി.

വീടിന് അയാൾ ഒരു നിർവചനം നൽകിയിരുന്നു. "വീട് പുറപ്പെട്ടുപോകാനുള്ള ഇടമല്ല, എത്തിച്ചേരാനുള്ള ഇടമാണ്," ഭാര്യയ്ക്ക് അതങ്ങ് ഇഷ്ടമായി.

എത്രയും വേഗം വീടിന്റെ പ്ലാൻ തയ്യാറാക്കി ഒരു ലോണിന് അപേക്ഷിക്കണമെന്ന് സുഹൃത്തുക്കളുടെ ഉപദേശം അയാൾ ചെവിക്കൊണ്ടു. വിവിധ ബാങ്കുകളുടെയും ഭവനനിർമാണ വായ്പകൾ അനുവദിക്കുന്ന മറ്റ് സ്ഥാപനങ്ങളുടെയും ലോൺ വ്യവസ്ഥകൾ അയാൾ സൂക്ഷ്മമായി പരിശോധിച്ചു. ആർകിടെക്റ്റിനെ ചെന്ന്കണ്ടത് ലോൺ ഏത് സ്ഥാപനത്തിൽ നിന്ന് സ്വീകരിക്കണമെന്ന തീരുമാനം കൈക്കൊ

ണ്ടതിന് ശേഷമാണ്. വീട് ഒരു സങ്കല്പമല്ലെന്നും ഒരു പ്രായോഗിക പദ്ധതിയാണെന്നും ആർകിടെക്ട് അയാളോട് പറഞ്ഞു."ശരിയാണ്" അയാൾ സർവാത്മനാ അതംഗീകരിച്ചു.

ആർകിടെക്റ്റ് വീടിന്റെ രൂപകല്പന നടത്തിയതോടെ താനൊരു മാരത്തോൺ ഓട്ടത്തിൽ ചേർന്ന് കഴിഞ്ഞതായി അയാൾക്ക് അനുഭവപ്പെട്ടു. അശാന്തമായ ഓട്ടമായിരുന്നു അത്. ആർകിടെക്റ്റ് അതിസമർഥനാണെന്നു വരികിലും കുറ്റിയടിക്കാൻ മൂത്താശാരി തന്നെ വേണ്ടേ. അയാൾ മൂത്താശാരിയെ കാണാനോടി. മൂത്താശാരി വൃദ്ധനാണ്. കാഴ്ചയ്ക്ക് ഒരല്പം മങ്ങലുണ്ട്. അത്രയും കുഴപ്പമേയുള്ളു. കണക്കുകൾ കണിശം. ആർകിടെക്റ്റ് തയ്യാറാക്കിയ പ്ലാൻ അതേപടി അംഗീകരിക്കില്ല. താൻ നിർദേശിക്കുന്ന ഭേദഗതികൾ ആർകിടെക്റ്റ് അംഗീകരിക്കുന്നുവെങ്കിൽ മാത്രമേ അയാൾ കുറ്റിയടിക്കാൻ എത്തുകയുള്ളു.

ഒരു സംഘർഷം ഉടലെടുക്കുകയാണ്. മാരത്തോൺ ഓട്ടക്കാരൻ എന്ത് ചെയ്യും? പാരമ്പര്യ വിജ്ഞാനവും ആധുനിക ശാസ്ത്രവും തമ്മിലുള്ള സംഘർഷം അയാൾ ആഗ്രഹിക്കുന്നില്ല. അയാളുടെ അജണ്ടയിലുള്ളത് ഒരു വീടാണ്. അതുമാത്രം.

അയാൾ കല്ലിനും പൂഴിക്കുമായി ഓടുന്നു. മേസ്ത്രിയെയും കൈപ്പണിക്കാരനെയും കാണാനായി ഓടുന്നു. അങ്ങാടിയിലേക്ക് ഓടുന്നു.

നിർഭാഗ്യവശാൽ അയാൾക്ക് ഒരല്പം രക്തസമ്മർദമുണ്ട്. സിമന്റ് വില നാൾ തോറും വർധിക്കുകയാണ്. അതിനനുസൃതമായി രക്തസമ്മർദവും ഏറുന്നു. ലോകസഭയിലും നിയമസഭയിലും അവതരിപ്പിക്കാനിരുന്ന ബജ്റ്റുകൾ നിർമാണമേഖലയെ എങ്ങനെയാണ് ബാധിക്കുകയെന്ന ആശങ്കയിൽ ഉറക്കം നഷ്ടപ്പെടുന്നു. ഭാര്യ മുൻകൈ എടുക്കുന്നുവെങ്കിലും അയാളുടെ ശരീരം അനുകൂലമായി പ്രതികരിക്കുന്നില്ല. ഭാര്യയുടെ ലാളനകൾ വിഫലമാകുന്നു. വീട് എന്നൊരു ചിന്ത മാത്രമേ അയാളുടെ ഉള്ളിലുള്ളു. അയാൾക്കിപ്പോൾ വേണ്ടത് ചുംബനമോ ആശ്ലേഷമോ അല്ല. അതൊക്കെ പിന്നെയും ആകാമല്ലോ. ആദ്യം വീടുണ്ടാകട്ടെ.

മൂത്താശാരി ആദ്യത്തെ കുറ്റി നാട്ടിയതുമുതൽ പെയിന്റിംഗ് ജോലിക്കാരൻ അവസാനമായി തന്റെ ബ്രഷ് ചലിപ്പിക്കുന്നത് വരെ അയാൾ വിവരാണാതീതമായ ഒരു ഉദ്വേഗത്തിലായിരുന്നു. പതുക്കെ അതടങ്ങി. വീടിന്റെ പാല് കാച്ചൽ ചടങ്ങ് കഴിഞ്ഞു. മാർബിൾ പതിച്ച നിലം തിളങ്ങുന്നു. ചായം പൂശിയ ചുവരുകൾ, ചിത്രവേല ചെയ്ത് തൂണുകൾ, കമാനങ്ങൾ, കൈവരികൾ അവയിലെല്ലാം സൗന്ദര്യം തുടിക്കുന്നു. അച്ഛനും മകനും സിറ്റൗട്ടിൽ ഇരിക്കുന്നു.

മകന് തന്നോടെന്തോ ചോദിക്കാനുണ്ടെന്ന് അച്ഛന് തോന്നുന്നു.

"എന്താണ്.?" അയാൾ അവനെ വാത്സല്യപൂർവം ചേർത്ത് പിടിക്കുന്നു. കുട്ടികൾ ദീർഘദർശനം ചെയ്യുമെന്ന കവിവാക്യം അയാൾ ഓർമിക്കുന്നില്ല. മകന്റെ ചോദ്യത്തിനായി അയാൾ ചെവിയോർക്കുന്നു.

"ഞാനും അച്ഛനുമൊക്കെ മരിച്ചുകഴിഞ്ഞാൽ ഈ വീട്ടിൽ ആരാണ് താമസിക്കുക.?" അവൻ ചോദിക്കുന്നു.

അതിഥികളായ് പൂമ്പാറ്റകൾ

ഒരു വീടാകുമ്പോൾ പലരും വിരുന്ന് വരും. സാധാരണവും അതു കൊണ്ട് തന്നെ ഏറെക്കുറെ വിരസവുമായ ഗൃഹാന്തരീക്ഷം ഒന്നുണർന്ന് ഉന്മേഷം വരിക്കുന്നത് വേണ്ടപ്പെട്ട ആരെങ്കിലും വിരുന്നിനെത്തുമ്പോ ഴാണ്. അതിഥി ഒരു പൂമ്പാറ്റയാണെങ്കിലോ ?

നിശ്ശബ്ദമായി ഏതെങ്കിലും ജാലകപ്പഴുതിലൂടെയാവും അത് കടന്നുവരിക. മുൻവാതിൽ തുറന്ന്കിടക്കുകയാണെങ്കിൽതന്നെ അത് വേറെ വഴി കണ്ടുപിടിക്കുമെന്നുറപ്പാണ്. കാവൽ നായയുടെ കണ്ണിൽ പെടാതെ, വാതിൽ മണി സ്പർശിക്കാതെ, കതകിൽ മുട്ടിവിളിക്കാതെ, വളർത്തുപൂച്ചയുടെ ശ്രദ്ധയാകർഷിക്കാതെ അത് വീടിനുള്ളിലേക്ക് വരുന്നു.

നിങ്ങൾ അതിന്റെ സാന്നിധ്യം ആദ്യമൊന്നും അറിയുന്നില്ല. കാരണം, ഒരു പൂമ്പാറ്റയെ വിരുന്നുകാരനോ, വിരുന്നുകാരിയോ ആയി നിങ്ങൾ പ്രതീക്ഷിക്കുന്നില്ല തന്നെ. നിങ്ങൾ ടി.വി കാണുകയാവാം. മക്കളെ ഗൃഹപാഠങ്ങളിൽ സഹായിക്കുകയാവാം. കണ്ണടച്ച് സംഗീതം ശ്രവിക്കുകയാവാം. പകൽക്കിനാവുകളിൽ അഭിരമിക്കുകയാവാം. ഇണയെ ആശ്ലേഷിക്കുകയാവാം.

അങ്ങനെ ഒരു മുഹൂർത്തത്തിൽ ഒരു പൂമ്പാറ്റ സ്വീകരിക്കപ്പെടാത്ത അതിഥിയായി വീടിനുള്ളിലെത്തുന്നു. ഇളം ചായം പൂശിയ ചുവരുകൾ ക്കിടയിൽ ഒട്ടു നേരം തത്തിക്കളിച്ച് ഒടുവിലത് ഉയരെ ഒരിടത്ത് സ്ഥാനം പിടിക്കുന്നു. വർണച്ചിറകുകൾ ചേർത്ത് വെച്ച് ധ്യാനത്തിലെന്നോണം അതവിടെ നിലകൊള്ളുന്നു. സ്പർശിനികൾ പോലും അനങ്ങുന്നില്ല. അതിനെ സംബന്ധിച്ച് കാലവും നിശ്ചലം.

പക്ഷേ, ആരെങ്കിലും അധികം വൈകാതെ അതിന് നേർക്ക് ദൃഷ്ടി ഉയർത്തുമെന്നുറപ്പാണ്. വല്ല കുട്ടികളുമാണ് അതിനെ കണ്ടെത്തുന്ന തെങ്കിൽ വിസ്മയപൂർവം വിളിച്ചുപറയും.

"ഒരു പൂമ്പാറ്റ... ഒരു പൂമ്പാറ്റ... "

പഴമക്കാരുടെ സങ്കല്പം അത് ദൈവത്തിൽ നിന്നുള്ള ശുഭകരമായ ഒരു സന്ദേശമാണത്രെ. പൂമ്പാറ്റയെ കണ്ടെത്തുന്നത് അവരാണെന്നു വരികിൽ അവർക്ക് പിന്നെ ആഹ്ലാദനിമിഷങ്ങൾ.

ഏറെ കാത്തിരിക്കേണ്ടതില്ല. വീട്ടിൽ ഒരു കുഞ്ഞ് പിറക്കാൻ പോകുന്നു. ദൈവത്തിന് സ്തുതി! ദൈവത്തിനും സന്ദേശമറിയിക്കാനയച്ച ലാവണ്യമിയന്ന പൂമ്പാറ്റയ്ക്കും സ്തുതി!

കരിങ്കടൽ പ്രദേശത്ത് ഈ വിശ്വാസം നിലനിൽക്കുന്നുണ്ടോ എന്നറിയില്ല. അവിടെ ഇസ്താൻബൂളിലെ ട്രാബസോണിൽ താമസിക്കുന്ന നിഹാത്, മുസൈൻ കുർത് എന്നീ ദമ്പതികൾക്ക് മുപ്പത്തിനാല് വർഷത്തെ സുദീർഘദാമ്പത്യത്തിൽ പിറന്നത് ഇരുപത്തിയഞ്ച് കുട്ടികളാണ്.

നിഹാതിന് ഇപ്പോൾ അമ്പത് വയസ്സ്. അയാൾ പറയുന്നു. "വിവാഹം കഴിക്കുമ്പോൾ ഞങ്ങൾ വെറും കുട്ടികളായിരുന്നു. ഇന്ന് ഞങ്ങൾക്കറിയാവുന്ന കാര്യങ്ങൾ അന്നറിയാമായിരുന്നുവെങ്കിൽ ഇത്രയും മക്കൾ ഉണ്ടാകുമായിരുന്നില്ല."

അമ്മയായ മുസൈൻ കുർതിന് എന്ത് പറയാനുണ്ടെന്ന് കൂടി കേൾക്കുക."കുട്ടികളുടെ അച്ഛനാവാൻ എളുപ്പമാണ്. അവരെ വളർത്തി കൊണ്ടുവരാനാണ് പ്രയാസം. "

കുട്ടികളെ വാത്സല്യപൂർവം വളർത്തിയെടുക്കുന്നതിൽ പൂമ്പാറ്റകൾക്ക് പങ്കില്ല. നിഹാതിന്റെയും മുസൈൻ കുർത്തിന്റെയും അനുഗൃഹീതമായ കിടപ്പുമുറിയിലേക്ക് ഇരുപത്തിയഞ്ച് തവണ അവ കടന്നുചെന്നിരിക്കണം. ദൈവത്തിന്റെ സന്ദേശം അറിയിക്കുന്നതോടെ അവരുടെ ജോലി തീർന്നു.

ഈ സങ്കല്പത്തിന് കാലപ്പഴക്കമുണ്ട് ഏറെ. എങ്കിലുമത് കാലഹരണപ്പെടാതെ തുടരുന്നുവെന്ന് ഈയിടെ എനിക്ക് അനുഭവവേദ്യമായി. സന്ദർഭം ഒരു സൗഹൃദസന്ദർശനത്തിന്റേത്. വാതിൽ തുറക്കാനെത്തിയ സുഹൃത്തിന്റെ കൈയ്യിൽ നീണ്ട ഒരു ചൂൽ കണ്ട് ഞാനമ്പരന്നു. അയാളൊന്ന് പരുങ്ങി.. ചൂലിൽ കയറിയിരുന്ന് ആകാശത്തിലൂടെ യഥേഷ്ടം സഞ്ചരിക്കുന്ന പഴങ്കഥകളിലെ ദുർമന്ത്രവാദിനികൾ പെട്ടെന്ന് എന്റെ മനസ്സിൽ തെളിഞ്ഞു. എനിക്ക് ആശങ്കയായി.

"നശിച്ചൊരു പൂമ്പാറ്റ കയറിവന്നിരിക്കുന്നു. എന്ത് ചെയ്തിട്ടും അത് പോകുന്നില്ല."സുഹൃത്ത് തെല്ല് രൂക്ഷമായി എന്നെ നോക്കി.

"അതിനെക്കൊണ്ട് ഇയാൾക്ക് ഉപദ്രവമൊന്നുമില്ലല്ലോ. ചുമ്മാ

വിട്ടേക്കണം സാറേ. അതങ്ങ് താനേ പോയ്ക്കോളും." ഞാനയാളെ സമാശ്വസിപ്പിക്കാൻ ശ്രമിച്ചു.

പക്ഷേ, അയാൾ വഴങ്ങിയില്ല.'തനിക്കിത് പറയാം. നാണം കെടുന്നത് ഞാനാ." അയാൾ കടുത്ത നീരസം ഭാവിച്ചുകൊണ്ട് പറഞ്ഞു.

എന്റെ ആശ്ചര്യത്തിന് അതിരുണ്ടായിരുന്നില്ല. ഒരു പൂമ്പാറ്റ ഹേതുവായി ഒരാൾ അപമാനിതനാവുകയോ?

മക്കളായി അയാൾക്ക് രണ്ട് പേരാണ്. ഒരാണും ഒരു പെണ്ണും. രണ്ടാമത്തെ പ്രസവഘട്ടത്തിൽ ഭാര്യയുടെ ആരോഗ്യനില വേണ്ടത്ര തൃപ്തികരമല്ലെന്നതിനാൽ പ്രസവം നിർത്താനുള്ള ശസ്ത്രക്രിയ പിന്നീടാവാമെന്ന് തീരുമാനിച്ചു. അതപകടമായി ഒരു വർഷം കഴിയുംമുമ്പ് ഭാര്യ മൂന്നാമതും ഗർഭിണിയായി.

രണ്ടുകുട്ടികളിൽ കൂടുതൽ വേണ്ടെന്ന ദൃഢതീരുമാനം ഇരുവരും മധുവിധുകാലത്ത് തന്നെ കൈക്കൊണ്ടിരുന്നു. ആയതിനാൽ ഉറ്റബന്ധുക്കളെപ്പോലും വിവരമറിയിക്കാതെ അയാൾ ഭാര്യയെ ഒരു സ്വകാര്യ നേഴ്സിംഗ്ഹോമിൽ പ്രവേശിപ്പിച്ചു. അതീവഗോപ്യമായി ഗർഭച്ഛിദ്രം നടത്തി വളരെ പരിമിതമായ വിശ്രമത്തിന് ശേഷം അന്ന് തന്നെ വീട്ടിൽ തിരിച്ചെത്തി.

വന്ധ്യംകരണ ശസ്ത്രക്രിയ അപ്പോഴും നടത്താനായില്ല. രണ്ടുമാസത്തെ പരിപൂർണവിശ്രമം അപ്പോഴത്തെ സാഹചര്യത്തിൽ അചിന്ത്യമായിരുന്നു. സുരക്ഷാകാലത്തിൽ വിശ്വാസമർപ്പിച്ച് ദാമ്പത്യ ബന്ധം തുടരുന്നതിനിടയിൽ അതാ, പിന്നെയും അപായ സൂചന. എന്റെ സുഹൃത്ത് പാടെ തളർന്നുപോയി.

കുടുംബചരിത്രത്തിലെ അജ്ഞാതമായ ഏടുകൾ അയാൾ എന്നെ തുറന്നുകാട്ടുകയായിരുന്നു. അയാളുടെ ഭാര്യ രണ്ട് തവണ ഗർഭച്ഛിദ്രത്തിന് വിധേയയാണെന്നറിഞ്ഞ്, നേര് പറയട്ടെ, എന്റെ മനസ്സ് പതറി. ഗർഭച്ഛിദ്രം പോലെ ഒരു സ്ത്രീയെ ദുഃഖിപ്പിക്കുന്നതായി മറ്റെന്തുണ്ട്.?

"ഇതിന് മുമ്പ് ഓരോ തവണയും പൂമ്പാറ്റ വീട്ടിൽ വന്നിട്ടുള്ളതുകൊണ്ടാണ് എനിക്ക് പേടി."സുഹൃത്ത് നിസ്സഹായനായി പറഞ്ഞു.

അയാളുടെ ഭയത്തിൽ പങ്കുപറ്റാൻ ഭാര്യയില്ല വീട്ടിൽ. മക്കളുമൊത്ത് അനുജത്തിയുടെ കുഞ്ഞിനെ കാണാൻ പോയിരിക്കയാണ്. ഏത് നിമിഷവും തിരിച്ചെത്താം. പൂമ്പാറ്റയാണെങ്കിൽ ഒഴിഞ്ഞുപോകുന്നുമില്ല.

അയൽപക്കത്ത് പാർക്കുന്നത് വിവാഹം കഴിച്ച് പന്ത്രണ്ട് വർഷമായിട്ടും കുട്ടികളുണ്ടാകാത്ത ഒരു ലാബ്ടെക്നീഷ്യനും ഭാര്യയുമാണ്. ചെയ്യാത്ത ചികിത്സയില്ല. കഴിക്കാത്ത മരുന്നില്ല. പ്രാർഥിക്കാത്ത ദൈവ

ങ്ങളില്ല.

"ഇതിന്" എന്റെ സുഹൃത്ത് ചുവരിലെ ഘടികാരത്തിനടുത്തായി പറ്റിനിൽക്കുന്ന പൂമ്പാറ്റയുടെ നേർക്ക് കൈചൂണ്ടിക്കൊണ്ട് വ്യാകുലതയോടെ ചോദിച്ചു."ആ വീട്ടിലേക്ക് പോയാലെന്താ ?"

"സന്ദേശം പക്ഷേ ഇവിടേക്കാണല്ലോ." ഞാൻ പറഞ്ഞു.

പലതരം പ്രണയങ്ങൾ

ഒരു ചെന്നൈ സന്ധ്യ. കോടമ്പാക്കത്ത് പ്രസാദ് സ്റ്റുഡിയോയുടെ സമീപത്തുള്ള ടെലഫോൺ ബൂത്തിൽ നിന്ന് വിദൂരമായ എറണാകുള ത്തുള്ള കാമുകിക്ക് എന്റെയൊരു സുഹൃത്ത് ഫോൺ ചെയ്യുന്നു,

അവന്റെ കയ്യിൽ നൂറുരൂപയുണ്ട്. ഫോൺ ചെയ്ത് കഴിഞ്ഞാൽ അവനെനിക്ക് പായയും വെള്ളയപ്പവും വാങ്ങിത്തരും.

ചെന്നൈയുടെ ഒരു സ്പെഷ്യാലിറ്റിയാണ് പായ. എല്ലോടുകൂടിയ ആട്ടിറച്ചികൊണ്ട് തയ്യാറാക്കുന്ന പരമരസികൻ കറി. അതും വെള്ളയ പ്പവും നല്ല ചേർച്ചയാണ്.

ടെലിഫോൺ ബൂത്തിലെ സീൻ അവസാനിക്കുന്നത് ഞാൻ സങ്കല്പിച്ചു. സുഹൃത്ത് ഫോൺചെയ്ത് തീരുന്നു. ഞങ്ങൾ രണ്ട്പേരും പായയ്ക്ക് പ്രസിദ്ധമായ ഒരു റസ്റ്റോറന്റിലേക്ക് കുതിക്കുന്നു. കട്ട്. അടുത്ത സീൻ റസ്റ്റോറന്റിലാണ്. ആദ്യഷോട്ടിൽ ഒരു പരിചാരകൻ ആവി പറക്കുന്ന പായയും വെള്ളയപ്പവും മേശപ്പുറത്ത് നിരത്തുന്നു. ഞങ്ങൾ ഭക്ഷിച്ചുതുടങ്ങുന്നു. എന്റെ മുന്നിലെ പായയുടെ പ്ലേറ്റ് ശൂന്യമാകുന്നു. പരിചാരകനെ വിളിച്ച് ഞാൻ ഒരു പ്ലേറ്റ് കൂടി ഓർഡർ ചെയ്യുന്നു.

ടെലഫോൺ സംഭാഷണങ്ങളുടെ സ്വകാര്യത സംരക്ഷിക്കുന്ന കണ്ണാടിച്ചുവരുകളുള്ള ചെറിയ മുറിയുടെ നേർക്ക് തിരിഞ്ഞുനോക്കാൻ എന്നെ പ്രേരിപ്പിച്ചത് അക്ഷമയാണ്. ഞാൻ കാണുമ്പോൾ സുഹൃത്ത് റിസീവർ കാതോട് ചേർത്തുപിടിച്ച് ഒരു നിർവൃതിയിലെന്നോണം നിൽ പാണ്. ഒരക്ഷരം ഉരിയാടുന്നില്ല. ഇടയ്ക്കൊരു നെടുവീർപ്പ്. വീണ്ടും മൗനം. അൽപം കഴിയുമ്പോൾ മുഖത്ത് ശൃംഗാരത്തിന്റെ തിരനോട്ടം. പതിഞ്ഞ ചിരി. മൂളൽ, എന്തോ മന്ത്രിക്കൽ, പരിഭവം പറച്ചിൽ, ചുംബന മുദ്ര.

ഇൻഡിക്കേറ്ററിൽ ചുവന്ന അക്കങ്ങൾ മാറിമാറിവന്നു. എന്റെ പൊന്നു ചങ്ങാതി അത് ഗൗനിച്ചതേയില്ല. വെളിയിൽ നിന്ന്

ഇൻഡിക്കേറ്ററിന് നേർക്ക് ഞാൻ കയ്യും കലാശവും കാട്ടിയതും അവൻ ശ്രദ്ധിച്ചില്ല. പായ രണ്ടാമത്തെ പ്ലെയ്റ്റ് ഓർഡർ ചെയ്യുന്നത് പോകട്ടെ, ആദ്യത്തെ പ്ലെയ്റ്റിന്റെ കാര്യം തന്നെ പരുങ്ങലിലായി. വെറും ഒരു വെള്ളയപ്പം. ഇല്ല, അടുത്തൊരു നിമിഷത്തിൽ ഇൻഡിക്കേറ്റർ ആ സാധ്യതയും നിരാകരിച്ചു. എന്റെ കണ്ണുകൾ മങ്ങി. സംഭാഷണം തുടരുകതന്നെയായിരുന്നു. പിന്നീടെപ്പോഴോ കണ്ണാടിവാതിൽ തുറക്കപ്പെട്ടു. സുഹൃത്ത് ദീനഭാവത്തോടെ മുന്നിൽ. കാശ് തികയില്ല. ഒരു മുപ്പതുരൂപ. പ്ലീസ് !

സ്ഥലകാലങ്ങളും പോക്കറ്റും മറന്ന് ഫോണിലൂടെ ദീർഘനേരം മാധുര്യമാർന്ന നിസ്സാരകാര്യങ്ങൾ പറയുകയെന്നത് പ്രണയത്തിന്റെ ഒരു രീതി മാത്രമാണ്. ഒന്നും സംസാരിക്കാതെയുള്ള പ്രണയങ്ങളുമുണ്ട്.

ജയറാമും പാർവതിയും പ്രണയത്തിലാണെന്ന് നമ്മുടെ ഒരു പ്രമുഖ സംവിധായകൻ മനസ്സിലാക്കിയതെങ്ങനെയെന്നോ?

രണ്ടുപേരും ഒരുമിച്ചഭിനയിക്കുന്ന ഒരു ചിത്രം. ജയറാം രാവിലെ സെറ്റിലെത്തുന്നു,. എല്ലാവരോടും ഗുഡ്മോണിംഗ് പറയുന്നു,. പക്ഷേ ഒരാളോട് മാത്രം പറയുന്നില്ല.

അത് പാർവതിയാണ്.

ജയറാം പാർവതി ഇരിക്കുന്ന ഭാഗത്തേക്ക് നോക്കുക പോലും ചെയ്യുന്നില്ല.

അടുത്ത ദിവസങ്ങളിലും ഇതേ സീൻ ആവർത്തിക്കുന്നു. ശുദ്ധഗതിക്കാരനായ സംവിധായകൻ ആദ്യമൊന്ന് അന്ധാളിച്ചെങ്കിലും കുറെ ആലോചിച്ചപ്പോൾ കാര്യം പിടികിട്ടി.

ജയറാമിൽ നിന്ന് ഉപദേശങ്ങളും നിർദേശങ്ങളും നിർലോഭം സ്വീകരിച്ചിരുന്നെങ്കിലും ദിലീപ് അവലംബിച്ചത് വ്യത്യസ്തമായൊരു രീതിയാണ്. ദിലീപിന് പ്രണയം സംഘർഷഭരിതമായിരുന്നു. ജയറാ മിനും പാർവതിക്കും പ്രണയകാലത്ത് ഒരുമിച്ചഭിനയിക്കാൻ ഒട്ടേറെ അവസരങ്ങൾ ലഭിച്ചു. എന്നാൽ ദിലീപിന്റെയും മഞ്ജുവിന്റെയും കാര്യത്തിൽ അതുണ്ടായില്ല. പ്രണയം തുടങ്ങിയപ്പോഴേക്കും ഇരുവരും വേർപിരിഞ്ഞ നിലയിലായി. തുണയ്ക്ക് ടെലഫോൺ വകുപ്പ് പോലുമില്ല.

ദൈവം മൊബൈൽ ഫോണിന്റെ രൂപത്തിൽ പ്രത്യക്ഷപ്പെട്ടത് അക്കാലത്തായിരുന്നു. അങ്ങനെ സംഭവിച്ചില്ലായിരുന്നുവെങ്കിൽ സ്വാഭാവികമായും ദിലീപ് മൊബൈൽ ഫോൺ കണ്ടുപിടിച്ചേനെ.

ഈ പ്രണയത്തിന്റെ ഉദ്വേഗജനകമായ ക്ലൈമാക്സിൽ ബിജു മേനോനും റോളുണ്ടായിരുന്നു. ദിലീപും ബിജുവും അടുത്ത സ്നേഹിതരാണ്. ബിജുവിന് പാഠങ്ങൾ പറഞ്ഞു കൊടുക്കാവുന്നതേയുള്ളു.

മാധ്യമ ശ്രദ്ധ പിടിച്ചുപറ്റിയതായിരുന്നു മനോജ്. കെ ജയന്റെയും

ഉർവശിയുടെയും പ്രണയവിവാഹം. പ്രണയത്തിന്റെ അരങ്ങിൽ ആളൊഴിയുന്നില്ല. നായകനും നായികയും മാറിക്കൊണ്ടിരിക്കുന്നുവെന്ന് മാത്രം.

അതിനിടയിൽ പഴയ പ്രണയകഥകളിലെ നായകന്മാരെയും നായികമാരെയും ആരെങ്കിലും അന്വേഷിക്കാറുണ്ടോ? അവരുടെ പ്രണയത്തിന് എന്ത് സംഭവിച്ചുവെന്ന്? "പോയ മധുവിധുകാലത്തിനേക്കാളുമിന്ന് പ്രിയമുണ്ടെനിക്ക് നിന്നോടെടോ" എന്ന ആറ്റൂർ രവിവർമയുടെ വരികൾ എത്ര നായകന്മാർക്ക് സ്വന്തം നായികമാരോട് വർഷങ്ങൾക്ക് ശേഷം പാടാൻ കഴിയും.?

ഇറ്റാലിയൻ ചലച്ചിത്രകാരനായ മൈക്കലാഞ്ചലോ അൻടോണിയോണിയുടെ ഒരു ചിത്രത്തിൽ ഇങ്ങനെയൊരു ദൃശ്യമുണ്ട്. നായികയായ ലിദിയ ബാഗിൽ നിന്ന് ഒരു കത്ത് പുറത്തെടുക്കുന്നു. ഇന്ന് രാവിലെ ഞാൻ ഉറക്കമുണരുമ്പോൾ നീ ഉറങ്ങുകയായിരുന്നു വെന്ന് തുടങ്ങുന്ന കത്ത്. അവൾ വായിക്കുന്നു. അവളുടെ ഭർത്താവായ ഗിയോവന്നി അരികെ കേട്ടിരിപ്പുണ്ട്. പ്രണയത്തിന്റെ തീവ്രമായ വൈകാരികതയാണ് കത്തിലാകെ. ഓരോ വാക്കിലും മധുരം, ആർദ്രത.

ലിദിയ വികാരതരളിതയായി കത്ത് വായിച്ചുനിർത്തിയപ്പോൾ അതാരാണ് അയച്ചതെന്ന് ഗിയോവന്നി ചോദിക്കുന്നു.

ഒരു നിശ്ശബ്ദത. പിന്നെ ഗിയോവന്നിയെ ഉറ്റുനോക്കിക്കൊണ്ട് ലിദിയ പറയുന്നു.

"നിങ്ങൾ " ആ വാക്കുകളത്രയും അയാൾ മറന്നുകഴിഞ്ഞിരുന്നു.

ടെലികോം വകുപ്പിന്റെ സേവനം പരമാവധി പ്രയോജനപ്പെടുത്തിയ പഴയ സുഹൃത്തിനെ ഈയിടെ തിരുവനന്തപുരത്ത് വെച്ച് വീണ്ടും കാണാനിടയായി. കാമുകിയെ വിവാഹത്തിലൂടെ സ്വന്തമാക്കിയിട്ട് രണ്ടുവർഷത്തിലധികമായി. ആൾ എറണാകുളത്തു തന്നെ. സന്ധ്യ.

"ഫോൺ ചെയ്യണ്ടേ?" ഞാൻ ചോദിച്ചു.

"ഓ പിന്നെ!" ചുമലുകൾ ചുളുക്കിക്കാട്ടി അവൻ പറഞ്ഞു:

"നമുക്ക് പോയി വല്ലതും കഴിക്കാം.."

മനുഷ്യരില്ലാത്ത നാട്

റാഷോമോണിലൂടെ വിഖ്യാതനായ റിയുനോസുകെ അകുതഗാവ യുടെ 'കാപ്പ' ജാപ്പനീസ് നിരൂപകരെ തികഞ്ഞ സന്ദിഗ്ധതയിൽ അക പ്പെടുത്തിയ നോവലാണ്. ചിലരത് കുട്ടികൾക്കുള്ള ഒരു കഥയായി വായിച്ചു. മറ്റു ചിലർ നിശിതമായ സാമൂഹ്യവിമർശനമാണതെന്ന് വില യിരുത്തി. ഇനിയും ചിലരാകട്ടെ അത് സോഷ്യലിസ്റ്റ് റിയലിസത്തിന്റെ സമർഥമായ പ്രയോഗമായി ചൂണ്ടിക്കാട്ടി. മനുഷ്യജീവിതത്തോടുള്ള അകുതഗാവയുടെ വിരക്തിബോധത്തിന്റെ ആകെത്തുകയാണ് 'കാപ്പ' യിൽ താൻ ദർശിക്കുന്നതെന്ന് പറഞ്ഞ യോഷിദാതൈജി മാത്രമാണ് തന്റെ കൃതിയുടെ യഥാർഥ സത്ത തിരിച്ചറിഞ്ഞതെന്ന് അകുത ഗാവ കരുതി. തൈജിക്ക് അകുതഗാവ കൃതജ്ഞതാപൂർവം എഴുതിയ കത്തിൽ ഇങ്ങനെ കുറിച്ചിട്ടുണ്ട്.

"പല കാര്യങ്ങളോടുമുള്ള കടുത്ത വെറുപ്പിൽ നിന്നാണ് ആ കൃതി പിറന്നത്. പ്രത്യേകിച്ചും എന്നോട് തന്നെയുള്ള വെറുപ്പിൽ നിന്ന്."

അതേ വർഷം (1927) ഏപ്രിലിൽ എഴുതിയ ഒരു കുറിപ്പിൽ തന്റെ ജീവിതത്തെ വിവരണാതീതമായ ഒരു പീഡനമെന്ന് വിശേഷിപ്പിച്ച അകുതഗാവ ചോദിച്ചു.

"ഞാൻ ഉറങ്ങിക്കിടക്കുമ്പോൾ നിശ്ശബ്ദമായി എന്റെ കഴുത്ത് ഞെരിക്കാൻ ആരുമില്ലേ?"

ജൂലൈ 24ന് അകുതഗാവ ആത്മഹത്യ ചെയ്തു. വയസ്സ് മുപ്പത്തി യഞ്ച്. അകിരാ കുറോസാവ തന്റെ ചിത്രത്തിലൂടെ അകുതഗാവയെ ലോകമെങ്ങും പ്രശസ്തനാക്കുന്നത് പിന്നെയും രണ്ട് ദശകക്കാലം കഴി ഞ്ഞാണ്. പക്ഷേ, ജാപ്പനീസ് സാഹിത്യത്തിൽ അതിന് മുന്നെ തന്നെ അകുതഗാവയെന്ന പേര് സർവാദരണീയമായി ത്തീർന്നിരുന്നു.

അഞ്ച് കഥാസമാഹാരങ്ങൾക്ക് ശേഷമാണ് അകുതഗാവ നോവ ലെഴുതാൻ തുനിഞ്ഞത്. അതിന് മുന്നെ കാപ്പയുടെ നിരവധി രേഖാചിത്ര

ങ്ങൾ വരച്ചിരുന്നു. ജാപ്പനീസ് നാടോടിക്കഥകളിലെ ചെതുമ്പലുകളുള്ള ഒരു സാങ്കല്പികജീവിയാണ് കാപ്പ. ചെറിയൊരു കുട്ടിയുടേത് പോലുള്ള മുഖം. കൂർത്ത കൊക്ക്, ശിരസ്സിന്റെ മുകളിൽ സോസർപോലൊരു ഭാഗമുണ്ട്. പുഴകളിലാണ് ജീവിതം. കരയിലും കഴിയാം. മൃഗങ്ങളെയും മുൻ കരുതലില്ലാത്ത കുട്ടികളെയും വലിച്ചുകൊണ്ടുപോയി വെള്ളത്തിൽ മുക്കിക്കൊല്ലുകയെന്നതാണ് ഇഷ്ടവിനോദം. കാപ്പ വരുന്നെന്ന് പറഞ്ഞ് ജപ്പാനിലെ അമ്മമാർ കുഞ്ഞുങ്ങളെ പേടിപ്പിക്കാറുണ്ട്.

വളരെ വേഗത്തിൽ എഴുതുകയെന്നതായിരുന്നു അകുതഗാവയുടെ ശീലം. നോവൽ രണ്ടാഴ്ചയ്ക്കകം എഴുതിത്തീർന്നു.

ജപ്പാനിലെ ഭ്രാന്താശുപത്രികളിലൊന്നിൽ കഴിയുന്ന ഇരുപത്തിമൂന്നാം നമ്പർ രോഗി പറഞ്ഞുകേൾപ്പിക്കുന്ന അനുഭവമെന്ന നിലയ്ക്കാണ് നോവൽ രൂപപ്പെടുത്തിയിരിക്കുന്നത്. അയാൾക്ക് മുപ്പത് വയസ്സായി. പക്ഷേ അതിലും ചെറുപ്പമാണ് കാഴ്ചയിൽ. ഭ്രാന്ത് കാരണമാവാം അത്. ആരെയെങ്കിലും കേൾവിക്കാരനായി ലഭിച്ചാലുടൻ അയാൾ തന്റെ കഥ പറയും. പറഞ്ഞു തീർന്നാലോ.? ചാടിയെഴുന്നേറ്റ് ആക്രോശിക്കും. "കടന്നുപോ പന്നീ, തന്തയ്ക്ക് പിറക്കാത്തവനേ. എന്നെ തനിച്ച് വിട്ട് ഇറങ്ങിപ്പോ ഇവിടന്ന്"

മൂന്ന് കൊല്ലം മുമ്പ് അസാധാരണമായ ഒരു വേനൽക്കാലദിവസം അസൂസാ നദിക്കരയിലൂടെ ഹൊഡാക്കാ പർവതം ലക്ഷ്യമാക്കി നീങ്ങുമ്പോൾ ഒരു കാപ്പയെ നേരിൽ കാണാനിടയായതു മുതൽക്കാണ് ഇരുപത്തിമൂന്നാം നമ്പർ രോഗിയുടെ വിചിത്രമായ അനുഭവ പരമ്പരയുടെ തുടക്കം. തന്നിൽ നിന്ന് ഓടിയകലാൻ ശ്രമിച്ച കാപ്പയെ അയാൾ പിന്തുടർന്ന് പിടികൂടാൻ നോക്കുന്നു. പക്ഷേ അതിനിടയിൽ അഗാധവും ഇരുണ്ടതുമായൊരു ഗർത്തത്തിലേക്ക് അയാൾ നിപതിക്കുന്നു. അതോടെ പ്രജ്ഞനശിച്ചുപോകുന്നു. ബോധം വീണ്ടുകിട്ടുമ്പോൾ അയാൾ ഒരു പറ്റം കാപ്പകളുടെ മധ്യത്തിലാണ് ഒരെണ്ണം മൂക്കുകണ്ണട ധരിച്ച് കൈയ്യി ലൊരു സ്റ്റെതസ്കോപ്പുമായി അയാളുടെ നെഞ്ചിടിപ്പ് പരിശോധിക്കുകയായിരുന്നു. അല്പം കഴിയുമ്പോൾ അയാളെ സ്ട്രെച്ചറിലേറ്റി കാപ്പകൾ നടന്നുനീങ്ങുന്നു. താൻ കാപ്പാലാന്റിലാണെന്ന് അയാൾ തിരിച്ചറിയുന്നു. അവിടെ മനുഷ്യരില്ല. വിനിമയം കാപ്പനീസ് ഭാഷയിലാണ്. ആചാരങ്ങളും, നിയമങ്ങളും അതിവിചിത്രം. ഉദാഹരണത്തിന് ഒരു കുഞ്ഞിന്റെ പിറവി അതിന്റെ ഹിതമനുസരിച്ച് മാത്രമാണ്. ജനനമുഹൂർത്തമടുക്കുമ്പോൾ പിതാവ് മാതാവിന്റെ ജനനേന്ദ്രിയത്തിൽ മുഖം ചേർത്ത് ഉറക്കെ വിളിച്ചു ചോദിക്കും. "ഈ ലോകത്തേക്ക് വരാൻ നിനക്കിഷ്ടമാണോ? മറുപടി തരുന്നതിന് മുമ്പ് നല്ലതുപോലെ ആലോചിക്കുക"

താൻ വരാനിഷ്ടപ്പെടുന്നില്ലെന്ന് ഗർഭസ്ഥശിശു പറയുകയാണെങ്കിൽ വയറ്റാട്ടി മാതൃജനനേന്ദ്രിയത്തിലൂടെ തടിച്ചൊരു ഗ്ലാസ്പൈപ്പ് കടത്തി ഗർഭപാത്രത്തിലേക്ക് ഒരു ദ്രാവകം പകരും. അല്പസമയത്തിനകം വയർ കാറ്റൊഴിഞ്ഞ ബലൂൺപോലെയാകും.

കാപ്പാലാന്റ് ഭൂപടത്തിൽ കാണില്ലെങ്കിലും അത് ജപ്പാന്റെ സമീപത്തെവിടെയോ ആണ്. ചില കാപ്പകൾ മോശപ്പെട്ട ഉദാഹരണമായി ജപ്പാനെ ചൂണ്ടിക്കാട്ടുന്ന സന്ദർഭങ്ങൾ നോവലിലുണ്ട്. ജപ്പാനിലുള്ളത്രയും കർശനമല്ല കാപ്പാലാന്റിലെ സെൻസർഷിപ്പ് നിയമങ്ങൾ എന്ന പരാമർശം ഒരു ഭാഗത്ത് കാണാം. ഇരുപത്തിമൂന്നാം നമ്പർ രോഗി ഗൃഹാതുരത്വം മൂലം കാപ്പാലാന്റിൽ നിന്നും പുറത്ത് കടന്ന് ടോക്കിയോയിൽ തിരിച്ചെത്തുന്നുവെങ്കിലും അതയാളെ ഒട്ടും തന്നെ സന്തോഷിപ്പിക്കുന്നില്ല. അയാൾ സദാ കാപ്പാലാന്റിനെ കുറിച്ചോർക്കുന്നു, സുഹൃത്തുക്കളുമായി സംസാരിക്കുമ്പോൾ അറിയാതെ കാപ്പനീസ് പദങ്ങൾ നാവിലേക്ക് വരികയെന്നത് അയാൾക്കൊരു പതിവായിത്തീരുന്നു. മനുഷ്യരുമായി താരതമ്യപ്പെടുത്തുമ്പോൾ കാപ്പകൾ ശരിക്കും വെടിപ്പുറ്റ ഒരു വംശമാണെന്ന് സുചിന്തിതമായ വിലയിരുത്തലോടെ കാപ്പാലാന്റിലേക്ക് മടങ്ങിപ്പോകാൻ ഉദ്യമിക്കുമ്പോഴാണ് ഒരു പോലീസ്കാരൻ അയാളെ അറസ്റ്റ് ചെയ്തതും മാനസികരോഗാശുപത്രിയിൽ പ്രവേശിപ്പിച്ചതും. പിന്നീട് ഏതോ രഹസ്യമാർഗത്തിലൂടെ കാപ്പകൾ രോഗിയെ കാണാനായി ആശുപത്രിയിലെത്തുന്നു. അവർ കൊണ്ടുവരുന്ന സമ്മാനങ്ങൾ അയാൾ മാത്രമേ കാണുന്നുള്ളു. കാപ്പാലാന്റിലെ ടോക് എന്ന കവിയുടെ സമാഹൃതകൃതികളുടെ ഒരു വോള്യമെന്ന് പറഞ്ഞുകൊണ്ട് അയാൾ കൈയ്യിലെടുക്കുന്നത് കീറിപ്പറിഞ്ഞ ഒരു ടെലഫോൺ ഡയരക്ടറിയാണ്.

കാപ്പാലാന്റിൽ വെച്ച് പരിചയപ്പെട്ട പെപ് എന്ന ന്യായാധിപനെ കുറിച്ച് പറഞ്ഞുകൊണ്ടാണ് രോഗി തന്റെ ദീർഘവിവരണം അവസാനിപ്പിക്കുന്നത്. ജോലി നഷ്ടപ്പെട്ടശേഷം സമനില തെറ്റിയ പെപ് കാപ്പാലാന്റിലെ ഒരു ഭ്രാന്താശുപത്രിയിൽ ചികിത്സയിലാണെന്നറിഞ്ഞ അയാൾക്ക് സുഹൃത്തിനെ സന്ദർശിക്കണമെന്നുണ്ട്. പക്ഷേ തന്റെ ഡോക്ടർ സമ്മതിച്ചിട്ട് വേണ്ടേ.

അകുതഗാവ 'കാപ്പ'യുടെ രചന നിർവഹിച്ചത് തീവ്രമായ ആകുലതകൾക്കിടയിലാണെന്ന് വരികിലും അദ്ദേഹത്തിന്റെ ഭാവന കഥകളിലെന്നപോലെ ഇവിടെയും തീക്ഷ്ണമാണ്. പഴങ്കഥകളിലും പ്രേതങ്ങളിലും ആത്മാക്കളിലും അതിരറ്റ താല്പര്യം പുലർത്തിയിരുന്ന അകുതഗാവയുടെ ആന്തരികലോകം ഈ കൃതിയിലൂടെ അനാവൃതമാവുന്നു.

ഇതാ, ആധ്യാത്മിക പ്രഭാഷകൻ തയ്യാർ...

ഈച്ചരവാര്യരുടെ മകൻ രാജനെ കക്കയം പോലീസ് ക്യാമ്പിൽ വെച്ച് ഉരുട്ടിക്കൊന്ന കേസിലെ ഒന്നാം പ്രതിയായ പുലിക്കോടൻ നാരായണന്റെ ആധ്യാത്മിക പ്രഭാഷണം കേൾക്കാനുള്ള ഭാഗ്യം എനിക്ക് ഇതേവരെ സിദ്ധിച്ചിട്ടില്ല. കുറെ നാൾമുമ്പ് വിളയാങ്കോടെന്ന പ്രദേശത്തുള്ള ശിവക്ഷേത്രത്തിൽ ഉത്സവത്തിന്റെ ഭാഗമായി പുലിക്കോടന്റെ ആധ്യാത്മിക പ്രഭാഷണമുണ്ടെന്ന് കേട്ട് ഞാൻ അത്രമേൽ കാത്തിരുന്ന അവസരം കൈവന്നതായി സന്തോഷിച്ചെങ്കിലും അത് നിറവേറുകയുണ്ടായില്ല. കാരണം ആ ദേശക്കാരിൽ ഒരു പ്രബലവിഭാഗം ശക്തമായി എതിർപ്പ് പ്രകടിപ്പിച്ചതിനെ തുടർന്ന് ക്ഷേത്രഭാരവാഹികൾക്ക് പരിപാടി ഉപേക്ഷിക്കേണ്ടിവന്നു. അടിയന്തരാവസ്ഥയുടെ നാളുകളിൽ പുലിക്കോടൻ നാരായണൻ നടത്തിയ നരനായാട്ടിന്റെ ഓർമകൾ ഉണർത്തിക്കൊണ്ടായിരുന്നു.എതിർപ്പ്. അന്നവിടെ മാർക്സിസ്റ്റ് കമ്യൂണിസ്റ്റ് പാർട്ടിയുടെ പ്രാദേശിക നേതാക്കളായ പയ്യരട്ട രാമൻ, പി.വി അപ്പക്കുട്ടി എന്നിവരെയും മറ്റനേകം പ്രവർത്തകരെയും പുലിക്കോടൻ നിർദയം തല്ലിച്ചതക്കുകയുണ്ടായി. ആരുമത് മറന്നിട്ടില്ല.

പഴയ രക്തക്കറകൾ അവശേഷിപ്പിക്കുന്ന സ്ഥലങ്ങളിൽ, ക്രൂരമർദനം സഹിക്കേണ്ടിവന്നവരുടെ നിലവിളികളും അമർത്തിപ്പിടിച്ച കരച്ചിലും ഇപ്പോഴും തങ്ങിനിൽക്കുന്ന ഇടങ്ങളിൽ ഒരു ആധ്യാത്മിക പ്രഭാഷകൻ എന്ന നിലയിൽ പുലിക്കോടൻ നാരായണന് ശോഭിക്കാനായെന്ന് വരില്ല. അൽഷിമേഴ്സ് ഒരു സാംക്രമികരോഗമാവുകയും ജനത ഒന്നടങ്കം അതിന് കീഴ്പ്പെടുകയും ചെയ്യുന്നതുവരെയങ്കിലും പുലിക്കോടൻ കാത്തിരിക്കണം.

നമ്മൾ കേട്ടിട്ടുള്ളത് പുലികളുടെ ദേഹത്തുള്ള വരകൾ കാലാ

ന്തരേ മായുകയില്ലെന്നാണ്. പുണ്യസ്ഥലങ്ങൾ സന്ദർശിച്ചും ആത്മീയാചാര്യന്മാരെ വണങ്ങിയും ഇതിഹാസപുരാണങ്ങൾ വായിച്ചും തന്റെ മനസ്സ് ചിദാനന്ദം സാക്ഷാത്കരിച്ചതായി പറയുന്ന പുലിക്കോടൻ മുഷ്ടി ചുരുട്ടുകയും രോഷം കൊള്ളുകയും ചെയ്യുന്നതായി മലയാള മനോരമ (ഞായറാഴ്ച,10 ജൂൺ 2001) ഫോട്ടോ സഹിതം സാക്ഷ്യപ്പെടുത്തുന്നു. സാർ. ഇപ്പോഴും മുഷ്ടിചുരുട്ടുകയോ? പഴയ ശീലങ്ങൾ മാറ്റിയിട്ടില്ലേ.? ഒരു ആധ്യാത്മിക പ്രഭാഷകന്റെ ചിത്തം ഈ വിധം കലുഷമാകാമോ ?

ഏല്പിച്ച ജോലി ആത്മാർഥമായി ചെയ്തുകൊടുത്തതാണോ തന്റെ കുറ്റമെന്ന് പുലിക്കോടൻ മലയാളമനോരമ പ്രസിദ്ധീകരിച്ച അഭിമുഖ സംഭാഷണത്തിൽ ചോദിക്കുന്നുണ്ട്. എന്ത് തരം ജോലിയാണ് താൻ ആത്മാർഥമായി ചെയ്തുകൊടുത്തതെന്ന് പുലിക്കോടൻ വിശദീകരിക്കുന്നില്ല. പക്ഷേ നാട്ടിൽ പലരും അതോർമിക്കുന്നുണ്ട്. ഭ്രാന്ത് പിടിച്ച ഒരു പിശാചിനെപ്പോലെ കൊടും ഭീകരത പരത്തിക്കൊണ്ട് പുലിക്കോടൻ മദിച്ചുനടന്ന കാലം വളരെ വിദൂരമല്ലല്ലോ. അക്കാലത്ത് ടൗണിലെ പോലീസ് സ്റ്റേഷനിൽ നിന്ന് രാപ്പകൽ ഭേദമെന്യേ കേൾക്കാറുണ്ടായിരുന്ന ദീനമായ ആക്രന്ദനങ്ങൾ ഇപ്പോഴും കാതുകളിൽ മുഴുങ്ങുന്നതുപോലെ തോന്നുന്നു. അകത്ത് മകൻ ഭേദ്യം ചെയ്യപ്പെടുമ്പോൾ വരാന്തയിൽ നിസ്സഹായനായിനിന്ന് കരഞ്ഞ ഒരു വൃദ്ധനെ ഞാനോർക്കുന്നു. അടിവസ്ത്രം മാത്രം ഉടലിലുള്ള ഭർത്താവിനെ വരാന്തയിലൂടെ നടത്തിക്കൊണ്ടുപോകുമ്പോൾ മതിലിനരികെ തേങ്ങിക്കൊണ്ടുനിന്ന സ്ത്രീയുടെ മുഖവും എന്റെ ഓർമയിലുണ്ട്. അടിയന്തിരാവസ്ഥയുടെ കാലമായിരുന്നു. പുലിക്കോടൻ അന്ന് ചെയ്തിരുന്നത് നീതി നടപ്പാക്കുകയല്ല തന്റെ കാടൻ നിയമങ്ങൾ സർവരുടെ മേലും അടിച്ചേല്പിക്കുകയായിരുന്നു. ഫലമോ ?എന്താണ് ചെയ്യരുതാത്തത് എന്ന് ആർക്കും അറിയാൻ പാടില്ലാതെയായി. അടിയന്തിരാവസ്ഥയ്ക്കെതിരെ ഒളിപ്രവർത്തനമോ, പോലീസ് സ്റ്റേഷൻ ആക്രമണമോ ഒന്നും നടത്തേണ്ടതില്ല. വെറുതെ കലുങ്കിന് മുകളിൽ കാറ്റ്കൊള്ളാനായി ഇരുന്നാൽ മതി. പുലിക്കോടൻ അതുവഴി വന്നെങ്കിൽ ഇടിയോ ചവിട്ടോ ഉറപ്പാണ്. സൈക്കിളിൽ രണ്ട് പേർ യാത്രചെയ്തെങ്കിൽ ആ സൈക്കിൾ രണ്ടുപേരും ചേർന്ന് ഉയർത്തിപ്പിടിച്ച് സ്റ്റേഷനിലേക്ക് നടക്കാൻ ആജ്ഞ. സ്റ്റേഷനിൽ എത്തിക്കഴിഞ്ഞാൽ ഏതോ മഹാപാതകത്തിനെന്നപോലെ പീഡനം. മുണ്ട് മടക്കിക്കുത്തി നടന്നതിനും തലേൽ കെട്ടിയതിനും ബീഡി വലിച്ചതിനും ഉറക്കെ ചിരിച്ചതിനുമൊക്കെ ആളുകൾ അന്ന് പീഡിപ്പിക്കപ്പെട്ടിട്ടുണ്ട്. കുറ്റവാളികളെ അമർച്ചചെയ്യുകയായിരുന്നില്ല; നിരപരാധികളായ സിവിലിയന്മാരെ

ഭയപ്പെടുത്തുകയും അകാരണമായി പീഡിപ്പിക്കുകയുമാണ് പുലിക്കോടൻ നാരായണൻ അക്കാലത്ത് ചെയ്തിരുന്നുത്. എന്നിട്ട് ഇപ്പോൾ പറയുന്നത് നൂറുകണക്കിനാളുകളുടെ സങ്കടങ്ങൾക്ക് താൻ പരിഹാരമുണ്ടാക്കിയെന്നാണ്. അന്ന് ആരോടെങ്കിലും താൻ സങ്കടം പരിഹരിക്കാമെന്ന് പുലിക്കോടൻ പറഞ്ഞിരുന്നെങ്കിൽ കിടുകിടെ വിറച്ചുകൊണ്ട് അവർ പറയുമായിരുന്ന മറുപടി "സാറേ ഞങ്ങളത് സഹിച്ചോളാമേ" എന്നതാവാനേ വഴിയുള്ളൂ.

സാർ ആരോടുള്ള പകയായിരുന്നു നിസ്സഹായരും ദുർബലരുമായ സാധാരണക്കാരിൽ അന്ന് തീർത്തത് ?എന്ത് നേടാൻ ?

കോടതി ആരെ കുറ്റവിമുക്തരാക്കിയാലും വർഗീസും രാജനും കേരളത്തിലെ പോലീസിന്റെ കൊടുംക്രൂരതയുടെ വിസ്മൃതമാകാത്ത ഉദാഹരണങ്ങളാണ്. നിരവധിപേർ വേറെയുമുണ്ട്. അവരെല്ലാം വന്ന് ചേരട്ടെ. പോലീസ് ക്യാമ്പുകളിലും സ്റ്റേഷനുകളിലും മൃഗീയമായ പീഡനമുറകൾക്കിരയായി മനസ്സിന്റെ സമനില തെറ്റിയവരും ജീവിതം തകർന്നവരും അശാന്തദൃഷ്ടികളോടെ നമ്മുടെ ചുറ്റിലും അലഞ്ഞുനടപ്പുണ്ട്. അവരും ദുഃഖിതരായ ബന്ധുജനങ്ങളും വന്ന് ചേരട്ടെ. തീരാത്ത ശോകവുമായി നമ്മുടെ മുന്നിലൂടെ ഇടറിനടന്ന ഈച്ചരവാര്യരും കൊല്ലപ്പെട്ട മകനെ കാത്തിരുന്ന് നീറി നീറി മരിച്ച അമ്മയും നീതിക്കായി ദാഹിച്ചവരും ഒരിക്കലും നീതി ലഭിക്കാത്തവരും ഒത്തുചേരട്ടെ. ഇതാ, പുലിക്കോടൻ നാരായണൻ ആധ്യാത്മിക പ്രഭാഷണത്തിന് തയ്യാർ.

ഓർമയിൽ നക്ഷത്രവിളക്കുകൾ

പഴയ നിയമവും, പുതിയ നിയമവും ചേർന്ന പൂർണരൂപത്തിലുള്ള ബൈബിൾ ഞാനാദ്യമായി സ്പർശിക്കുന്നത്, രണ്ട് ദശകത്തിനപ്പുറം, ഉത്തരമലബാറിലെ കുന്നുകൾ ചുഴ്ന്ന് നിൽക്കുന്ന ഒരു കുടിയേറ്റഗ്രാമത്തിൽ വെച്ചാണ്.അതൊരു ഇടവകയായിരുന്നു. ബൈബിളും ഒപ്പമൊരു കുരിശുരൂപവും തന്ന് ഇടവക വികാരി എന്നെ അനുഗ്രഹിച്ചു. അന്നുതൊട്ട് ഞാൻ ബൈബിളിന്റെ വഴിയിലായി.

പ്രസ്തുത ഇടവകയിൽനിന്ന് വളരെ അകലെ കടലിനോടടുത്ത് സ്ഥിതിചെയ്യുന്ന എന്റെ ജന്മഗ്രാമത്തിൽ ക്രിസ്ത്യാനികൾ ആരും തന്നെ ഉണ്ടായിരുന്നില്ല. ക്രിസ്മസ്സും ഈസ്റ്ററും കുരുത്തോലപ്പെരുന്നാളും ദുഃഖവെള്ളിയാഴ്ചയും കുർബാനയും ഞങ്ങൾക്ക് പാടെ അപരിചിതങ്ങളായിരുന്നു. പാറപ്പുറത്തിന്റെയും മുട്ടത്തുവർക്കിയുടെയും മറ്റും രചനകളിൽ നിന്നാണ് ക്രിസ്ത്യൻ പേരുകളും ആചാരങ്ങളും ജീവിതരീതികളും കുറെയൊക്കെ ഞാനറിഞ്ഞത്.

ദേശത്തെ പ്രധാന കലാസമിതി അവതരിപ്പിച്ച സി.എൽ. ജോസിന്റെ ഒരു നാടകവും ഓർമയിലെത്തുന്നു. അതിൽ ക്രിസ്മസ്സും നക്ഷത്രവിളക്കുമുണ്ടായിരുന്നു.

എപ്പോഴോ ഗ്രാമത്തിലേക്ക് സുവിശേഷപ്രവർത്തകർ വന്നുതുടങ്ങി. ബാൻഡിന്റെയും, ഗിറ്റാറിന്റെയും അകമ്പടിയോടെയുള്ള അവരുടെ പാട്ടുകൾ എന്നെ ഏറെ ആകർഷിക്കുകയുണ്ടായി.

ആ സംഘത്തിൽ ചെറിയ കുട്ടികളും ഉൾപ്പെട്ടിരുന്നു. ഒരു പക്ഷേ ക്രിസ്തീയത എന്റെയുള്ളിലേക്ക് കടന്നുവന്നത് അവരുടെ മധുരശബ്ദത്തിലൂടെയാണ്. ദൈവത്തിന്റെ മഹത്വമോർത്ത് അവരെപ്പോലെ തന്നെ ഞാനും അക്കാലത്ത് അതിശയിച്ചുപോയിട്ടുണ്ട്.

യോഹന്നാന്റെ സുവിശേഷമെന്ന ലഘുപുസ്തകം ഗ്രാമചത്വരത്തിൽ വെച്ച് എനിക്ക് സമ്മാനിച്ചത് ആ കുട്ടികളിൽ ഒരുവനാണ്. ഞങ്ങൾ

ഏതാണ്ട് സമപ്രായക്കാരായിരുന്നു.

അവൻ തന്ന പുസ്തകം വളരെ സന്തോഷത്തോടെയാണ് ഞാൻ ഏറ്റ് വാങ്ങിയത്. അത് ഞാൻ എന്റെ പാഠപുസ്തകങ്ങളോടു കൂടെ സൂക്ഷിച്ചു. ഇടയ്ക്ക് വായിക്കുകയും ചെയ്യുമായിരുന്നു.

പക്ഷെ സുവിശേഷത്തിലെ വാക്കുകളുടെ പൊരുൾ ഞാൻ ഗ്രഹിക്കുന്നത് നിരവധി വർഷങ്ങൾക്ക് ശേഷം തുടക്കത്തിൽ സൂചിപ്പിച്ച ഒരു വലിയ മുന്തിരിത്തോട്ടത്തിന്റെ പ്രതീതി ഉളവാക്കിയിരുന്ന മലയോരഗ്രാമത്തിൽ എത്തിയപ്പോഴാണ്.

ഇടവക വികാരി വാത്സല്യപൂർവം തന്ന ബൈബിളിലെ വാക്യമോരോന്നും എന്റെ മനസ്സിൽ പതിച്ചതു വിത്തുകൾ പോലെയാണ്. ആരോ നീട്ടിയെറിഞ്ഞ വിത്തുകൾ.

തുടർന്നുള്ള അനുഭവം വിസ്മയകരമായിരുന്നു. പൂർവപിതാക്കന്മാരും ക്രിസ്തുവും അപ്പോസ്തലന്മാരുമെല്ലാം എനിക്ക് ദൃശ്യമായി. സോളമൻപോലും തന്റെ സർവമഹത്വത്തിലും ഇവയിൽ ഒന്നിനെപ്പോലെ അല്പം അലംകൃതനായിരുന്നില്ലെന്ന് യേശുക്രിസ്തു കൈ ചൂണ്ടിക്കാണിച്ചു കൊണ്ട് പറഞ്ഞ വയലിലെ ലില്ലികൾ ഇളം വെയിലിലും മഞ്ഞിലും നവോന്മേഷത്തോടെ നിലകൊള്ളുന്നതും ജീവജലത്തിന്റെ അരുവികൾ ഒഴുകുന്നതും ഞാൻ കണ്ടു.

മേഘങ്ങളിൽ നിന്ന് പ്രാവുകൾ പറന്നിറങ്ങി.

മുന്തിരിവള്ളികൾ പൂത്തുനിന്നു.

പച്ചപ്പുക്കൾക്കിടയിലെങ്ങോ കേൾക്കാൻ ഇമ്പമുള്ള ഒരു സ്വരമുയർന്നു. വടക്കൻകാറ്റേ ഉണരുക. തെക്കൻകാറ്റേ വരിക, എന്റെ തോട്ടത്തിൽ നിന്നു സുഗന്ധം വീശേണ്ടതിന് അതിന്മേൽ ഊതുക.

പ്രകൃതിയും മനുഷ്യരും പ്രണയവും, മരണവും പ്രതീക്ഷയും ഉയിർപ്പും നിറഞ്ഞ ബൈബിൾ എന്നെ സംബന്ധിച്ചിടത്തോളം അതിശ്രേഷ്ഠമായ ഒരു കൃതിയാണ്. മറ്റൊന്നുമായും അതിനെ താരതമ്യപ്പെടുത്തുക വയ്യ. ബൈബിൾ പോലെ ബൈബിൾ മാത്രം.

അതീവഹൃദ്യമായ ഒരോർമ ഇവിടെ പങ്ക് വെയ്ക്കട്ടെ.

വർഷങ്ങൾക്ക് മുമ്പ് കൊൽക്കത്തയിലെ പുരാതനവും പ്രശസ്തവുമായ സെയിന്റ് പോൾസ് കത്രിഡലിലേക്ക് ഞാനൊരു നാൾ കയറി ചെന്നു. എന്നെ എതിരേറ്റതു പ്രാർഥിക്കുന്ന മനുഷ്യരായിരുന്നില്ല. ഇരിപ്പിടങ്ങൾക്ക് മുന്നിലായി അടച്ചും തുറന്നും വെച്ച ബൈബിളിന്റെ അനേകം പ്രതികളായിരുന്നു.

പള്ളിക്കകമേ വിജനത.

കാറ്റിൽ ബൈബിൾത്താളുകൾ ഇളകുന്ന ശബ്ദം മാത്രം. തണുത്ത

നിലം. ശൈത്യകാലമാണ്.

ഞാൻ അൾത്താരയ്ക്കടുത്തായുള്ള ഒരു ഇരിപ്പിടത്തിൽ ചെന്നിരുന്നു. മുന്നിൽ കണ്ട വിശുദ്ധഗ്രന്ഥമെടുത്തു പതുക്കെ തുറന്നു. അതിന് നൂറ്റാണ്ടുകളുടെ പഴക്കമുണ്ടെന്ന് തോന്നി. ഓരോ താളിലും എത്രയെത്ര വിരൽപ്പാടുകൾ പതിഞ്ഞിരിക്കാമെന്നോർത്തപ്പോൾ മനസ്സ് ആർദ്രമായി. കത്തീഡ്രൽ ഹാളിലെ തികഞ്ഞ നിശബ്ദതയിൽ മാലാഖമാരുടെ സാന്നിദ്ധ്യം എനിക്ക് അനുഭവപ്പെടുകയുണ്ടായി.

'ആയുസ്സിന്റെ പുസ്തകം' എഴുതാനാലോചിക്കുന്നത് വിശുദ്ധിയാർന്ന ആ നിമിഷങ്ങളിലാണ്.

ബൈബിളും എന്റെ നോവലും തമ്മിലുള്ള ബന്ധം ബിബ്ലിക്കൽ എന്ന് വിശേഷിക്കപ്പെടുന്ന ഭാഷയിൽ ഒതുങ്ങിനിൽക്കുന്നതല്ല. നോവലിൽ പ്രതിപാദിച്ചിട്ടുള്ള ജീവിത പരിസരങ്ങൾ പഴയനിയമത്തിലെ പല ഖണ്ഡങ്ങളെയും ഓർമ്മിപ്പിക്കാൻ പോന്നവയാണ്. ഉൽപ്പത്തിയിലെയും പുറപ്പാടിലെയും ഇയ്യോബിന്റ പുസ്തകത്തിലെയും വിലാപങ്ങളിലെയും ഉത്തമഗീതത്തിലെയും ആകുലതകൾ, സന്ദേഹങ്ങൾ, സന്ദിഗ്ധതകൾ, തീവ്രഭാവങ്ങൾ ഇവയെല്ലാം 'ആയുസ്സിന്റെ പുസ്തക'ത്തിന് പ്രേരണകളാവുന്നു.

സെയ്ന്റ് പോൾസ് കത്തീഡ്രൽ സന്ദർശനം കഴിഞ്ഞ് രണ്ട് വർഷത്തോളം സമയമെടുത്തെഴുതിയ 'ആയുസ്സിന്റെ പുസ്തകം' വായനക്കാരിലെത്തുന്നത് എൺപത്തിമൂന്നിലാണ്. പുസ്തകരൂപത്തിൽ പ്രസിദ്ധീകൃതമായത് അടുത്ത വർഷം ഏപ്രിലിൽ.

അക്കാലം മുതൽ അതെക്കുറിച്ച് ഒട്ടേറെ കത്തുകൾ എനിക്ക് കിട്ടിയി ട്ടുണ്ട്. അവയിൽ ഒരു കത്ത് അതിന്റെ വ്യത്യസ്തത നിമിത്തം എന്നെ അത്യന്തം ആകർഷിക്കുകയുണ്ടായി.

അതൊരു കോളേജ് വിദ്യാർഥിനിയുടെതായിരുന്നു. ക്രിസ്ത്യൻ പെൺകുട്ടി. അവളുടെ ബോയ്ഫ്രണ്ട് അവൾക്ക് നൽകിയ ആദ്യത്തെ സമ്മാനം 'ആയുസ്സിന്റെ പുസ്തക'മായിരുന്നുവെന്നും അത് വായിച്ച് വളരെ ഇഷ്ട പ്പെട്ടുവെന്നുമായിരുന്നു കത്തിൽ.

ഒരാൺകുട്ടി പ്രണയോപഹാരമായി ഈ പുസ്തകം പരിഗണിച്ചുവെന്നതറിഞ്ഞപ്പോൾ എന്റെ ഹൃദയം അനേകമനേകം നക്ഷത്രവിളക്കുകൾ തെളിഞ്ഞ ഒരു ക്രിസ്മസ് രാത്രിയിലെന്നപോലെ ആഹ്ലാദഭരിതമായത് ഇപ്പോഴും ഞാനോർക്കുന്നു.

എന്റെ കുമ്പസാരരഹസ്യങ്ങൾ

ഭൂമിയെ നോക്കി; അതിനെ പാഴും ശൂന്യവുമായി കണ്ടു. ആകാശത്തെ നോക്കി. അതിന് പ്രകാശം ഇല്ലായിരുന്നു...

'ആയുസ്സിന്റെ പുസ്തക'ത്തെക്കുറിച്ച് ഓർക്കാൻ തുടങ്ങുമ്പോൾ പെട്ടെന്ന് മനസ്സിലേക്ക് വരുന്നത് ഈ വാക്യങ്ങളാണ്. ഇവ യോഹന്നാനുമായി ബന്ധപ്പെട്ടു നിൽക്കുന്നു. അവൻ ഉടുപ്പുകളിൽ നിന്നും തന്റെ ഉടലിനെ വേർപെടുത്തിയശേഷം ചുവരുചാരി തറയിലെ പൊടിയിൽ ഇരിക്കുകയാണ്. അവന്റെ ഇരിപ്പ് തുടങ്ങിയിട്ട് അനേകം വർഷങ്ങളായി.

എൺപതുകളുടെ തുടക്കത്തിലാണ് 'ആയുസ്സിന്റെ പുസ്തകം' എഴുതാൻ തീരുമാനിച്ചത്. അപ്പോൾ ഏത് വിഭാഗം വായനക്കാരെയാണ് അത് അഭിസംബോധന ചെയ്യുകയെന്ന് ഞാനാലോചിച്ചിട്ടില്ല. എഴുപതുകളുടെ ഉത്തരാർധത്തിൽ എഴുതിയതത്രയും മാർക്സിയൻ സൗന്ദര്യശാസ്ത്രത്തിനനുസൃതവും സോദ്ദേശ്യവുമായ രചനകളായിരുന്നു. എഴുതി മുഴുമിപ്പിച്ചേക്കാവുന്ന പുതിയ കൃതിയിലാകട്ടെ ഒരു സിദ്ധാന്തവും എന്നെ പിന്തുണയ്ക്കാനുണ്ടായിരുന്നില്ല. വ്യത്യസ്തമായ ഒന്നായിരിക്കും അതെന്നും അതു വ്യത്യസ്തമാവുക എന്റെ ജീവിതം കലർന്നുകൊണ്ടാകുമെന്നും ആദ്യമേ എനിക്കറിയാമായിരുന്നു.

ഞാൻ ചിത്രീകരിക്കാൻ ആഗ്രഹിച്ചത് എന്റെ തന്നെ ഏകാന്തതയുടെ അനുഭവമാണ്. സൗഹൃദത്തിനുവേണ്ടിയുള്ള കൗമാരലോകത്തെ വ്യഥിതശ്രമങ്ങൾ, അവയുടെ ദുഃഖകരമായ പരിണതികൾ, സ്നേഹരഹിതമായ കുടുംബാന്തരീക്ഷം, നിസ്സഹായത എന്നിങ്ങനെ പലതും കടുത്ത നീറ്റലായി മനസ്സിൽ കിടന്നിരുന്നു. അവയൊക്കെയാണ് ആവിഷ്കരിക്കേണ്ടതെന്ന് നിശ്ചയിച്ചപ്പോൾ വിശ്വാസപൂർവം പിന്തുടരാവുന്ന ഒരു പൂർവമാതൃക നോവലിൽ എന്റെ മുന്നിലുണ്ടായിരുന്നില്ല. അഥവാ ഉണ്ടായിരുന്നെങ്കിൽ തന്നെ എനിക്കത് പാടെ അപരിചിതമായിരുന്നു.

യോഹന്നാൻ ഭൂമിയെ പിന്നീട് പാഴും ശൂന്യവുമായാണ് കാണുന്ന

തെങ്കിലും അവൻ പിറന്നത് ശൂന്യതയിലല്ല. പ്രമേയത്തോടൊപ്പം വൈവിധ്യമാർന്ന പ്രകൃതിയും ഭാവതീവ്രതയോടെ എന്റെ ഉള്ളിലേക്ക് കടന്നുവന്നിരുന്നു. ഒരു കണക്കിന് അതൊരു അനിവാര്യതയായിരുന്നുവെന്ന് പറയാം. കാരണം തൊട്ടുമുമ്പുള്ള കുറെ വർഷങ്ങൾ ഞാൻ കഴിച്ചുകൂട്ടിയത് മുഖ്യമായും കുടിയേറ്റ ക്രിസ്ത്യാനികൾ പാർക്കുന്ന, കുന്നുകളും, താഴ്വാരങ്ങളും കാടുകളും ഒറ്റയടിപ്പാതകളും പുൽമേടുകളും പാറകളുമൊക്കെയടങ്ങിയ ഭുവിഭാഗങ്ങളിലായിരുന്നു. മഞ്ഞ് അവിസ്മരണീയമായ ഒരനുഭവമായിത്തീർന്നത് അക്കാല ത്താണ്. കുന്നുകളിൽ നിന്ന് മഞ്ഞ് എന്റെ നേർക്ക് ഇറങ്ങിവരുമായി രുന്നു. പ്രഭാതങ്ങളിൽ പാതകൾക്ക് മീതെ മഞ്ഞിൻ പടലങ്ങൾ കാണാം. അവയെ സ്പർശിച്ചറിഞ്ഞുകൊണ്ടുള്ള നടത്തം അതീവ ഹൃദ്യമായിരുന്നു. വിദൂരങ്ങളായ വനസ്ഥലികളിൽ നിന്ന് ഒഴുകിയെത്തുന്ന പുഴകൾ ഒട്ടും നിനച്ചിരിക്കാതെയാവും കലങ്ങുന്നതും നിറഞ്ഞുകവിയുന്നതും. മഴക്കാലത്ത് അവയിലൂടെ വേരറ്റ വൃക്ഷങ്ങളും ചത്തുപോയ മൃഗങ്ങളും ഒഴുകി വരും. ദേഹമാസകലം പുഴുക്കൾ പൊതിഞ്ഞ ഒരു കാട്ടുപന്നിയുടെ വരവ് ഞാൻ പ്രത്യേകമായും ഓർക്കുന്നു. പുഴയിലേക്കിറങ്ങിയ ഒരു കണ്ടൽക്കൊമ്പിൽ തടഞ്ഞുനിന്ന അതിനെ വീണ്ടും ഒഴുക്കിലേക്ക് തള്ളിവിട്ട എന്റെ കൈകളിലാകെ പുഴുക്കളായി.

ഞാൻ പുഴയെ കരയിൽ നോക്കിനിൽക്കുകയല്ല. ശക്തമായ ഒഴുക്കുള്ളപ്പോൾ പോലും അക്കരെയിക്കരെ നീന്താറുണ്ടായിരുന്നു. കുന്നുകളിലൂടെ പല നേരങ്ങളിലും വെറുതെ ഒറ്റയ്ക്ക് അലയുകയെന്നതും എന്റെ ശീലങ്ങളിലൊന്നായിരുന്നു.

അങ്ങനെയെല്ലാം അക്കാലത്ത് പഠിച്ച പ്രകൃതി പാഠങ്ങൾ ആയുസ്സിന്റെ പുസ്തകത്തിലും മറ്റ് കൃതികളിലും വളരെയേറെ ഉപകരിച്ചിട്ടുണ്ട്.

സ്റ്റെന്താളിന്റേതുപോലുള്ള ഓർമകളില്ലാത്തതല്ല ('I have no mem ory at all") എന്റെ മനസ്സ്. അനേകമനേകം ഓർമകൾ... വിട്ടുപോകാത്തവ.

ഒരു സന്ധ്യയ്ക്ക് പുഴയുടെ കരയിലൂടെ ഞാൻ താമസസ്ഥലത്തേക്ക് മടങ്ങിവരികയായിരുന്നു. ഇരുട്ട് വീണുതുടങ്ങിയിട്ടുണ്ട്. ഓടക്കാടുള്ള ഒരു വളവ് തിരിഞ്ഞപ്പോൾ ചെന്നെത്തിയത് പരസ്പരം ഉഗ്രമായി പൊരുതുന്ന രണ്ട് പേരുടെ മുന്നിലാണ്. രണ്ട് പേരെയും നന്നായി അറിയാം. പാലായിൽ നിന്നുള്ള നസ്രാണികൾ.

എന്നെ കണ്ടപാടെ ഇരുവരും പെട്ടെന്നൊരു ധാരണയിൽ എത്തിച്ചേർന്നു. സംഘട്ടനത്തിന് വിരാമമായി. ഒന്നും സംഭവിക്കാത്തതുപോലെ അവർ വഴിയൊഴിഞ്ഞു നിന്നു.

"സാറ് പോയ്ക്കോ. ഇവിടെ നില്ക്കേണ്ട." ഒരാൾ കിതച്ചുകൊണ്ട് പറഞ്ഞു.

ഞാനെന്തോ ചോദിക്കാനോങ്ങി.

രണ്ടാമൻ കൈയുയർത്തി.

"വേണ്ട സാറെ, ഒന്നും പറയേണ്ട. ഞങ്ങൾ അടിച്ചുതന്നെ തീർക്കട്ടെ."

ഞാൻ ഏതാനും ചുവട് നടന്ന് തിരിഞ്ഞുനോക്കുമ്പോഴേക്കും സംഘട്ടനം പുനരാരംഭിച്ചിരുന്നു. രണ്ട് നിഴൽരൂപങ്ങളായി അവരങ്ങനെ പൊരുതി. പോരാട്ടത്തിനിടയിൽ അതുവഴി യാദൃശ്ചികമായി വന്ന എന്നോട് മാന്യതയോടെ പെരുമാറാനുള്ള വിവേകം അവർ കാട്ടിയെന്നത് എന്നെ അതിരറ്റ് സന്തോഷിപ്പിച്ച ഒരു വസ്തുതയാണ്. ഞാനന്ന് പരിചയപ്പെട്ട ക്രൈസ്തവ ഇടവകകളിലെല്ലാം ജീവിതം ഏറ്റക്കുറച്ചിലോടെ സംഘർഷപൂർണമായിരുന്നു. ഏറ്റുമുട്ടലുകൾ അതിസാധാരണമായാണ് പൊതുവെ പരിഗണിക്കപ്പെട്ടിരുന്നത്. പുരുഷന്മാർ മിക്കവരും സദാ കത്തികൾ കരുതാറുണ്ടായിരുന്നു. ഏതാണ്ട് എല്ലാ തർക്കങ്ങളും അവസാനിപ്പിച്ചിരുന്നത് ചോര ചൊരിച്ചിലിലാണ്. ഒരാളുടെ കണ്ണ് അടിയേറ്റ് തെറിച്ച് വീഴുന്നത് ഞാൻ കാണാനിടയായിട്ടുണ്ട്. ആ കണ്ണ് കൺകുഴിയിൽ ചേർത്ത് പിടിച്ച് അയാൾ ചോരയൊഴുക്കിക്കൊണ്ട് എന്റെ മുന്നിൽ നിന്നു. മറ്റേ കണ്ണിൽനിന്നും തീപാറി. ഞാൻ ഭയന്നുപോയി.

വിയർപ്പും ചോരയും കൂടിക്കുഴഞ്ഞ ചെമ്മണ്ണായിരുന്നു അവിടങ്ങളിലൊക്കെയും. കുരുമുളകും ഇഞ്ചിയും ഏലവും കാപ്പിയും മരച്ചീനിയും വിളഞ്ഞത് ആ മണ്ണിലത്രെ. കടും ചായങ്ങളിലുള്ള പ്രകൃതിയിൽ തീക്ഷ്ണ വികാരങ്ങളോടെ കാണപ്പെട്ടവർ എന്നിലുളവാക്കിയ മതിപ്പ് അവാച്യമാണ്. 'ആയുസ്സിന്റെ പുസ്തകം' അത് പ്രകടിപ്പിക്കുന്നുണ്ടെന്നാണ് ഞാൻ വിശ്വസിക്കുന്നത്.

എനിക്ക് ബൈബിളിന്റെ ഒരു പ്രതിയും കൂടെയൊരു കുരിശുരൂപവും സമ്മാനിച്ച വൈദികന് നോവലിന്റെ രചനാപദ്ധതിയിൽ നിർണായകമായ പങ്കാളിത്തമുണ്ട്. ഞങ്ങൾ സുഹൃത്തുക്കളായിരുന്നു. ചതുരംഗം കളിക്കും. ഇടയ്ക്ക് വൈനൊഴിച്ച് തരും. ക്രിസ്തീയതയെ കുറിച്ച് പലതും ഞാൻ ഗ്രഹിച്ചത് അദ്ദേഹവുമായുള്ള സംഭാഷണങ്ങളിലൂടെയാണ്. അതു പക്ഷെ ഒരു നോവലെഴുതുകയെന്ന ഉദ്ദേശ്യം വെച്ചായിരുന്നില്ല. പിന്നെയും എട്ടൊമ്പത്കൊല്ലത്തിന് ശേഷമാണ് 'ആയുസ്സിന്റെ പുസ്തകം' എഴുതുന്നത്. അച്ചനെ പിന്നീടു കണ്ടിട്ടില്ല. അദ്ദേഹം സ്നേഹപൂർവം സമ്മാനിച്ച വിശുദ്ധഗ്രന്ഥം ഇപ്പോഴും ഞാൻ ഭദ്രമായി സൂക്ഷിക്കുന്നു. കുരിശുരൂപം എവിടെയോ കളഞ്ഞുപോയി.

'ആയുസ്സിന്റെ പുസ്തക'ത്തിലെ ഓരോ കഥാപാത്രവും എങ്ങനെ രൂപപ്പെട്ടുവെന്ന് രണ്ട് ദശകത്തിനിപ്പുറം നിന്നുകൊണ്ട് പറയുക എളുപ്പമല്ല. യോഹന്നാൻ, വലിയൊരളവോളം, ഏകാകിയായ ഞാൻ തന്നെയായിരുന്നു. പൗലോയും തോമായും മാത്യുവും യാക്കോബും സാമുവൽ സാറും ലോഹിതാക്ഷനുമൊക്കെ സാങ്കല്പിക കഥാപാത്രങ്ങളാണ്. എങ്കിലും യഥാർഥജീവിതം അവർക്ക് അന്യമല്ല. ആനിയും റാഹേലും മേരിയും ജെസ്സിയും ബ്രിജിത്താമ്മയും ഞാൻ ആരാധനാപൂർവം നോക്കിക്കാണുകയും ഇടപഴകുകയും ചെയ്തിട്ടുള്ള സൗന്ദര്യം തികഞ്ഞ ക്രിസ്ത്യൻ പെൺകുട്ടികളിൽ ആരെങ്കിലുമൊക്കെയാവാം. പൂർണമായും യഥാർഥമെന്ന് പറയാവുന്ന കഥാപാത്രം പോസ്റ്റ്മാൻ പീറ്റർ മാത്രമാണ്. താടിയെല്ലുകൾ സവിശേഷമായൊരു രീതിയിൽ ഇടയ്ക്കിടെ ചലിപ്പിക്കാറുണ്ടായിരുന്ന അയാൾക്ക് പൂച്ചകളോട് പ്രിയമായിരുന്നു. പൂച്ചകളെ കൊല്ലുന്നത് ഒഴുക്ക് വെള്ളത്തിൽ പിടിച്ചുവേണമെന്നും അങ്ങനെയല്ലെങ്കിൽ രോമങ്ങൾ മാംസത്തിൽ അവശേഷിക്കുമെന്നുമുള്ള ഗാഢമായ അറിവ് അയാൾ ഞാനുമായി പങ്ക് വെക്കുകയുണ്ടായി. എനിക്കത് സ്വാഭാവികമായും ഗുണം ചെയ്തില്ല. പൂച്ചകളെ തിന്നുന്നതാണ് തന്റെ ആരോഗ്യരഹസ്യമെന്ന് അയാൾ വിശ്വസിച്ചിരുന്നു. ഒരു കയ്യിൽ പൂച്ചയെ തൂക്കിപ്പിടിച്ച് മറുകയ്യിൽ തപാൽ ഉരുപ്പടികളുമായി വളഞ്ഞ കാലുള്ള കുട ഉടുപ്പിന്റെ കോളറിൽ തൂക്കിയിട്ട് സോത്സാഹം നടന്നു വരാറുണ്ടായിരുന്ന അയാളുടെ രൂപം മറക്കാനാവില്ല. ഒരിത്തിരി കോങ്കണ്ണുമുണ്ടായിരുന്നു അയാൾക്ക്. രസികനായിരുന്നു. പറഞ്ഞുവരുമ്പോൾ കുടിയേറ്റ ക്രിസ്ത്യാനി തന്നെ. പക്ഷേ ശരീരത്തിന്റെ നിറം കണ്ടാൽ ഒരു നീഗ്രോയാണെന്ന് തോന്നും. കരിമ്പൂച്ചകളിൽ നിന്നു പകർന്ന് കിട്ടിയതാവുമെന്ന് ഞാൻ പറയുമായിരുന്നു, തമാശയ്ക്ക്.

എന്റെ സ്ത്രീ കഥാപാത്രങ്ങളിൽ ഞാൻ കാമുകിയെന്നോണം ആർദ്രതയോടെ ഓർമിക്കുന്നത് സാറായെയാണ്. സാറായെപ്പോലെ വേറൊരുവളില്ല. അവൾ നോവലിലേക്ക് കടന്നുവരുന്നത് ഒരു വെളിപാട് പോലെയാണ്. ഞാൻ ഓർമിക്കട്ടെ:

അപ്പോൾ ഒരു വെളിപാട് പോലെ സാറ വന്നു. സാറായുടെ വരവ് വഴിയിലെ കല്ലുകളും വഴിയോരങ്ങളിലെ മരങ്ങളും അറിഞ്ഞു. സാരിത്തലപ്പ് തലയിലൂടെ വലിച്ചിട്ട് സാറാ പതുക്കെ നടന്നു. സാറായുടെ കയ്യിൽ മരുന്നുകളുടെ ഒരു പൊതിയുണ്ടായിരുന്നു. സാറായുടെ ഭർത്താവ് സ്കറിയ വളരെ നാളായി കിടപ്പിലാണ്. സാറാ ദൈവഭയമുള്ളവളാണ്. (ഇരുപത്തിയെട്ടാം ഖണ്ഡം)

യാക്കോബിന്റെ കണ്ണിൽ ഇടവകയിലെ ഏറ്റവും നല്ല സ്ത്രീ

അവളാണ്. അത്രയും ലാവണ്യം ഇടവകയിൽ മറ്റൊരു സ്ത്രീക്കുമില്ല. അവളെ പോലെ ഓമനത്തം ഒരു പെൺകുട്ടിക്കുമില്ല. യാക്കോബ് പള്ളി മേധാവിത്വത്തെ അതിനിശിതമായി വിമർശിക്കുന്നത് സാറായുടെ ദുർ വിധി ചൂണ്ടിക്കാട്ടിയാണ്.

സാറായ്ക്ക് തുല്യമായിട്ട് ആരുള്ളൂ എന്ന ചിന്ത തോമായുടെ ഉള്ളിലും ഉണരുന്നുണ്ട്. ഉറങ്ങിക്കിടക്കുന്ന അവളെ നോക്കി അയാൾ നിരൂപിക്കുന്നു. സാറായും മരിക്കും. ആത്മാവ് ദൈവത്തിന്റെ അടുക്ക ലേക്ക് മടങ്ങിപ്പോകും. പൊടി പണ്ട് ആയിരുന്നതുപോലെ ഭൂമിയിലേക്ക് തിരിച്ച് ചേരും. സാറാ ഒന്നും അവശേഷിക്കില്ല. ഈ സൗന്ദര്യമുള്ള മുഖം, പ്രാവിൻ കണ്ണുകൾ പോലെയുള്ള കണ്ണ്, തേൻകട്ട പൊഴിക്കുന്ന അധരം, കീഴിൽ തേനും പാലുമുള്ള നാവ്, ദന്തഗോപുരം പോലെയുള്ള കഴുത്ത്, ഇരട്ട പിറന്ന രണ്ട് മാൻകുട്ടികൾക്ക് സമമായ സ്തനങ്ങൾ, താമരപ്പൂ ചുറ്റിയിരിക്കുന്ന കോതമ്പു കൂമ്പാരം പോലുള്ള ഉദരം, വട്ടത്തിലുള്ള പാന പാത്രമായ നാഭി, അതിലെ വീഞ്ഞ്.

മരണവും ജീർണ്ണിപ്പുമായി ബന്ധപ്പെടുത്തിയാൽ അവളുടെ സൗന്ദര്യം പതിന്മടങ്ങ് തീക്ഷ്ണമായിത്തീർന്നിരിക്കുന്നു. (നൂറ്റിയേഴാം ഖണ്ഡം)

സാറായെ കേവലമൊരു കഥാപാത്രമായി സങ്കല്പിക്കാനാവാ ത്തത്രയും ആത്മബന്ധം എഴുതിക്കൊണ്ടിരിക്കെ ഞാനനുഭവിച്ചിരുന്നു. തൂവെള്ള വസ്ത്രം ധരിച്ച്, നീലക്കുന്നുകളുടെ പശ്ചാത്തലത്തിൽ ചില പ്പോൾ മഞ്ഞലകളിലൂടെ ഒരു നിഴല്പോലെ നടന്നുപോകുന്ന സാറായെ പിന്നീടും ഞാൻ പലതവണ കണ്ടിട്ടുണ്ട്. സാറായോട് ഏകാകിയും ദുഃഖി തനുമായ യോഹന്നാൻ പ്രകടിപ്പിക്കുന്ന ഉൽക്കടമായ വികാരവായ്പ് എന്റെയുള്ളിൽ ഉണ്ടായതാണ്.

ഹൃദയ പരമാർഥതയോടെ ഇത്രയും കൂടി പറയാം: യോഹന്നാൻ പാപിയാണെന്ന് വരികിൽ അവന്റെ എല്ലാ പാപങ്ങളും എന്റേതു തന്നെ യാണ്.

എല്ലാം കൂടുതൽ കൂടുതൽ മോശമാകുന്ന കാലത്ത്

ഞങ്ങൾ വളരെ ദരിദ്രരാണ് (We are very poor) എന്ന ശീർഷകത്തിൽ ഹുവാൻ റൂൾഫോയുടെ ഒരു കഥയുണ്ട്. ദരിദ്രരും ചൂഷിതരുമായ മനുഷ്യർക്ക്മേൽ മുമ്പൊരിക്കലും പെയ്തിട്ടില്ലാത്ത വിധത്തിൽ ഒരു പെരുമഴ വർഷിക്കുന്നതും അവരുടെ ജീവിതം പിന്നെ നാരകീയമാകുന്നതും അതിതീവ്രമായി ആഖ്യാനം ചെയ്യുന്ന ഈ കഥ തുടങ്ങുന്നതിങ്ങനെയാണ്. "ഇവിടെ എല്ലാം കൂടുതൽ കൂടുതൽ മോശമാവുകയാണ്."

വയനാട് സാക്ഷ്യപ്പെടുത്തുന്നത് മറ്റൊന്നല്ല. മെക്സിക്കോയിലിരുന്ന് റൂൾഫോ എഴുതിയ പല കഥകളുടെയും പശ്ചാത്തലം വയനാടാണെന്ന് തന്നെ ഒരാൾക്ക് തോന്നാം. അത്രയേറെ സാദൃശ്യമുണ്ട് ഇരുഭൂമികകൾക്കും തമ്മിൽ. "എന്നെ കൊല്ലരുതെന്ന് പറയു" എന്ന് റൂൾഫോയുടെ മറ്റൊരു കഥയിലെ ദീനമായി മുറവിളി ഇവിടെയും നാം കേൾക്കുന്നു. പാതയിലൂടെ വാഹനത്തിൽ കടന്നുപോകുമ്പോൾ പെട്ടെന്ന് ഭയന്ന് രക്ഷപ്പെടാനുള്ള വെമ്പലോടെ ഒരു ആദിവാസി വൃദ്ധൻ വഴിയരികിലെ പൊന്തകൾക്ക് പിന്നിൽ മറയുമ്പോൾ, ഏറുമാടത്തിലെ കാവൽക്കാരൻ കാമറയ്ക്ക് നേരെ മുഖം പൊത്തുമ്പോൾ, ചാലിഗദ്ദയിലും തകരപ്പാടിയിലും പുലിതൂക്കിയിലും കൊട്ടക്കുനിയിലും ഊരുകളിലങ്ങിങ്ങ് പതുങ്ങിനിന്ന് പുറം ലോകത്തെ ഭയപ്പാടോടെയും സംശയത്തോടെയും നോക്കുന്ന സ്ത്രീകളെ കാണുമ്പോൾ, ലാത്തിയടിയേറ്റ് നെറ്റികൾ പിളർന്ന ചെറിയ കുട്ടികളെ അഭിമുഖീകരിക്കുമ്പോൾ, ബത്തേരിയിലെ സർക്കാർ ആശുപത്രിയിൽ പോലീസ് കാവലോടെ ചികിത്സയിൽ കഴിയുന്ന പരിക്കേറ്റ വരെ നോക്കുമ്പോൾ, മരണത്തിന്റെ ആവരണത്തിന് കീഴെയുള്ള ഭീതിദമായ നിശ്ശബ്ദത അനുഭവിക്കുമ്പോൾ കാര്യങ്ങൾ ഇവിടെയും കൂടുതൽ കൂടുതൽ മോശമാവുകയാണെന്ന് നമ്മൾ അറിയുന്നു.

മുത്തങ്ങയിലെ ചില സ്ഥലങ്ങൾ അൽപം മുമ്പ് മാത്രം കത്തിയമർന്ന ചിതകളെന്ന് തോന്നിപ്പിക്കും. യൂക്കാലി മരങ്ങൾക്കും ചാഞ്ഞ മുളം കൂട്ടങ്ങൾക്കുമിടിയിലായി പല വലുപ്പത്തിലുള്ള കരിഞ്ഞ വിറകുകൊള്ളികൾ. ചാരം. പൊട്ടിയതും ചളുങ്ങിയതുമായ കുറെ പാത്രങ്ങൾ. വാറ് പൊട്ടിയ ഏതാനും റബ്ബർ ചെരുപ്പുകൾ. കാറിയ വെളിച്ചെണ്ണ അൽപം അവശേഷിക്കുന്ന കുപ്പികൾ. ഉടലുകളിൽ നിന്ന് പറിച്ചെറിയപ്പെട്ട കീറത്തുണികൾ. വനത്തിലെ മണ്ണിൽ അവയിപ്പോഴും ചിതറിക്കിടക്കുകയാണ്. തിരിച്ചറിയാൻ കഴിഞ്ഞെന്ന് വരില്ലെങ്കിലും അവയ്ക്കി ടയിലായി എത്രയോ പേരുടെ രക്തവുമുണ്ട്. പിഞ്ചുകുഞ്ഞുങ്ങളുടേത് മുതൽ പ്രാണൻ വെടിയാറായ വൃദ്ധരുടേതുവരെ. മരങ്ങളും മുളം കൂട്ടങ്ങളും വിറങ്ങലിച്ച നോട്ടവുമായി ചുറ്റിലുമുണ്ട്. രക്തദാഹികളുടെ ഒരു ഉത്സവത്തിന് അവ സാക്ഷികളായിരുന്നു.

“മഴ പെയ്തേക്കും.” കൂടെയുള്ള സ്നേഹിതൻ ആകാശത്തിലേക്ക് കണ്ണോടിച്ചുകൊണ്ട് പറഞ്ഞു.

കറുത്ത് ഇടതൂർന്ന മഴക്കാർ കാടിനുമേൽ താണുതൂങ്ങിക്കിടന്നിരുന്നു. ഞാൻ റൂൾഫോയെ ഓർത്തു. മുമ്പൊരിക്കലും പെയ്തിട്ടില്ലാത്ത മഴ.

തകരപ്പാടിയിലേക്കുള്ള മൺപാതയിലൂടെ പോകുമ്പോഴായിരുന്നു പൊടുന്നനെ മഴ പെയ്തു തുടങ്ങിയത്. ദൂരെ കുന്നുകളും മുളംകൂട്ടങ്ങളും നൊടിയിടയിൽ കനത്തൊരു തിരശ്ശീലക്കപ്പുറത്തായി.

കാർ നിർത്തി ചില്ലുകളിലൂടെ മഴയെ നോക്കിക്കൊണ്ട് ഞങ്ങളിരിക്കെ ഒരു ചെമ്പൻപട്ടി എന്തോ കടിച്ചെടുത്ത് ഇല്ലിക്കാടുകളിൽക്കിടയിൽ നിന്നും വഴി മുറിച്ചുകടന്നു. അതിന്റെ വായിൽ ഒരു അസ്ഥിയായിരുന്നു.

പലരും പലതും പറയുന്നുണ്ട്. ചിലർ രണ്ട് പെൺകുട്ടികളെക്കുറിച്ച് പറയുന്നു. ആദിവാസി പെൺകുട്ടികളാണ്. ഇരുപതിൽ താഴെ പ്രായം. വെടിവെയ്പ് നടന്നതിന്റെ തൊട്ടടുത്ത ദിവസം അവരെ കാണാതായി. ഒരേ കോളനിക്കാർ. പോലീസിൽ നിന്നും സംരക്ഷിക്കാമെന്ന് പറഞ്ഞ് ഒരാൾ അവരെ ഓട്ടോറിക്ഷയിൽ കയറ്റി എങ്ങോട്ടോ കൊണ്ടു പോയതാണ്.

രണ്ട് പെൺകുട്ടികളുടെയും അമ്മമാർ ഗോത്രമഹാസഭയുടെ സമരത്തിലുണ്ടായിരുന്നു. അവരിൽ ഒരു സ്ത്രീ റിമാന്റ് ചെയ്യപ്പെട്ട് ജയിലിലാണ്. രണ്ടാമത്തെ സ്ത്രീക്ക് കൊടിയ മർദനമേറ്റു. എന്നിട്ടും വനത്തിലൂടെ ഓടി അലഞ്ഞുതിരിഞ്ഞ് ഏതുവിധേനയോ കോളനിയിലെത്തി.

അടിവയറ്റിലേറ്റ മർദനത്തിന്റെ ഫലമായി രക്തസ്രാവം മൂലം ക്ലേശി

ക്കുകയാണ്. പോലീസ് പിടിച്ചുകൊണ്ടുപോകുമെന്ന് ഭയന്ന് ചികിത്സ ക്കായി ആശുപത്രിയിലേക്ക് ചെന്നില്ല.

"ഈ ഇട്ടിരിക്കുന്നതല്ലാണ്ട് ഒരു തുണീം ഇല്ല എനിക്ക്. എല്ലാം ആടെ പോയി.."- ആ സ്ത്രീ പറഞ്ഞു.

ആൺതുണ അടുത്തുണ്ട്. അയാളുടെ മുഖത്തും ദൈന്യമാണ്. മകളെ കണ്ടെത്താനായിട്ടില്ല. അതിനായി ഒരു മാർഗവും അയാൾ കാണു ന്നില്ല. പേടിയാണ് ഊരിലാകെ. പോലീസ് ഏത്നിമിഷവും പാഞ്ഞ് വരാം. പെൺകുട്ടികൾ രണ്ട് പേരെയും ഒരാൾ എവിടെയോ സുരക്ഷിതമായി പാർപ്പിച്ചിട്ടുണ്ട്. എല്ലാം സാധാരണനിലയിലായെന്ന് ഉറപ്പായി കഴി ഞ്ഞാൽ അയാൾ അവരെ ഊരിലേക്ക് തിരികെ കൊണ്ടുവരും. അതു വരെ കാത്തിരിക്കുകയല്ലാതെ മറ്റെന്ത് ചെയ്യാൻ. ?

കോളനിയുടെ നടുവിലായി മരത്തണലിൽ കൂനിപ്പിടിച്ചിരിക്കുന്ന നിസ്സഹായമായ ദൈവസാന്നിധ്യം.

"ഇപ്പളും ചോര പോയ്ക്കൊണ്ടിരിക്കയാ. നിക്ക്ന്നില്ല." മുളം തൂണിൽ പിടിച്ചുനിന്ന് ആ സ്ത്രീ കരയുംമട്ടിൽ പറഞ്ഞു.

ഷെയിം ഓൺ യൂ, മി.ബുഷ്

ആയിഷുമ്മ പറഞ്ഞു. "ന്റെ ഒര് മോളെ അയച്ചിരിക്കുന്നത് കണ്ണൂര് ള്ള ഒരാളുടെ കൂടെയാ."

രണ്ടരവയസ്സുള്ള ശാഠ്യക്കാരനായ പേരക്കിടാവുമൊത്ത് പകൽ വണ്ടിക്ക് വർക്കലയിൽ നിന്ന് വരികയാണ് ആയിഷുമ്മ. നേരം വെളുത്ത പ്പോൾ കയറിയതാണ് വണ്ടിയിൽ. തടസ്സമൊന്നുമില്ലെങ്കിൽ ഇരുട്ടുന്നതിന് മുമ്പായി കണ്ണൂരിലെത്തുമെന്നാണ് വർക്കലയിലെ സ്റ്റേഷൻ മാസ്റ്റർ പറ ഞ്ഞത്. വണ്ടിയുടെ സമയത്ത് ആരെങ്കിലും സ്റ്റേഷനിൽ വരും. മോളുടെ കെട്ടിയോൻ കോഴിക്കോട് പണിക്ക് പോയിരിക്കയാണ്. മറ്റാരെങ്കിലും വരും. മോൾക്ക് വരാൻ പറ്റില്ല. ഗർഭിണിയാണ്. ഒരു വയസ്സുള്ള മറ്റൊരു കുട്ടിയും ഉണ്ട്. അതിനെ നോക്കുകയും വേണമല്ലോ. "സർക്കാരാശുപത്രീ യുടെ അട്ത്തായി വരും വീട്. ബസ്സിന് രണ്ടേ അമ്പത് മതി. ഓട്ടോറി ക്ഷക്കാര് പതിനേഴുറുപ്പിക വാങ്ങും. ന്നാലെന്താ. നേരെ വീടിന്റെ മിറ്റത്ത് ഇറക്കിത്തരും."

വണ്ടിയിലുള്ള പേരക്കിടാവ് തന്റെ ശാഠ്യമറിയിച്ചത് നീണ്ട ഉറക്ക ത്തിന് ശേഷമാണ്. ഉറക്കത്തിൽ നിക്കർ നനച്ചു. ഉമ്മൂമ്മ അവനെ എഴു ന്നേല്പിച്ചിരുത്തി. ഒരു തോർത്ത്കൊണ്ട് ഇരിപ്പിടം വൃത്തിയാക്കി. അവൻ പക്ഷെ നനഞ്ഞ നിക്കർ മാറ്റിയിടാൻ ഒരു കാരണവശാലും സമ്മതിക്കുക യില്ല. ഉമ്മൂമ്മ അനുനയിപ്പിച്ച് ഒരു കാൽ നിക്കറിലേക്ക് കടത്തി അടുത്തത് ഇടാൻ തുടങ്ങുമ്പോൾ അവൻ ആദ്യമിട്ട കാൽ പുറത്തെടുക്കും. കുരുന്ന് ലിംഗവും കാട്ടിനിന്ന് അവൻ കരയുകയാണ്. അങ്ങനെ കുറെ നേരം കഴിഞ്ഞു. ഉമ്മൂമ്മ തളർന്നു.

"ന്റെ മോനേ, നീ ഉമ്മൂമ്മാനെ ഇങ്ങനെ കഷ്ടപ്പെടുത്തല്ല. എനിക്ക് സുഖം ഇല്ലാത്തതല്ലേ മോനേ. ആശുപത്രീല് കെടക്കുമ്പോ കാണാൻ വന്നതല്ലേ നീയും, മറന്നോ ?"

ആശുപത്രി സന്ദർശനം ഓർമിച്ചിട്ടോ എന്തോ അവൻ വഴങ്ങി.

ആയിഷുമ്മ അവന്റെ വിയർത്ത ദേഹം ശ്രദ്ധയോടെ തുടച്ചു.

"ഇനി നല്ല മോനായിറ്റ് ഇവിടെ ഇരിക്ക്."

കുട്ടിയെ വാത്സല്യാതിരേകത്തോടെ ഇരിപ്പിടത്തിലിരുത്തിയതിൽ പിന്നീട് ആയിഷുമ്മ എന്റെ നേർക്ക് തിരിഞ്ഞു.

"ഞാൻ തന്നെ വേണം ഇവന്റെ എല്ലാ കാര്യത്തിനും. ഉമ്മാനെ അതായത് ന്റെ മോളെ ഇവൻ ഒട്ടും കൂട്ടാക്കില്ല. അവർ തമ്മില് എപ്പളും അടിയാ. ചോറ് തിന്നിക്കാനും ചായ കുടിപ്പിക്കാനുമൊക്കെ എന്ത് പാടാ ന്നോ. ഫ്രിഡ്ജ് തുറന്ന് തണുത്തവെള്ളം കുടിക്കലാ ഇവന്റെ പണി. ചെറിയൊര്ത്തനുണ്ടല്ലോ. ഓനെം കൂട്ടും. രണ്ടാളും കൂടി ഉമ്മയ്ക്ക് സ്വൈര്യം കൊടുക്കൂല. ഞാൻ കുറെ നാള് ആയുർവേദാശുപത്രിയില് കെടന്നപ്പോ ഓൾക്ക് എന്തൊരു കഷ്ടപ്പാടായിരുന്നെന്നോ. ചെറുപെൺ കുട്ടിയല്ലേ ഓള്."

അതത്രയും ശരിവെക്കുന്നതുപോലുള്ള നേർത്തൊരു ചിരിയോടെ കുട്ടി എന്റെയടുത്തേക്ക് നീങ്ങിയിരുന്ന് പുറംകാഴ്ചകൾ കാണുകയായി.

കുട്ടികൾ മാവിൽ എറിയുന്നതും ആടുകൾ മേയുന്നതും പുഴയുടെ മീതെ പക്ഷികൾ പറക്കുന്നതും അടഞ്ഞ ലെവൽ ക്രോസുകളിൽ വാഹ നങ്ങളുടെ നീണ്ടനിര കാത്തുനിൽക്കുന്നതും അവൻ സാകൂതം നോക്കി ക്കണ്ടു. ഇടയ്ക്ക് ചെറിയ വിരലുകളുള്ള നനുത്ത കൈകൊണ്ട് എന്റെ ദേഹത്ത് തൊട്ട് ചില കാഴ്ചകളിലേക്ക് എന്റെ ശ്രദ്ധ ക്ഷണിച്ചു.

തീവണ്ടി ഗൗരവ പ്രകൃതവുമായി നീങ്ങി പോയ്ക്കൊണ്ടിരുന്നു. വൈകി ഓടുകയാണ് യാത്രക്കാർക്ക് നേരിട്ട അസൗകര്യത്തിൽ റെയി ൽവെ കാര്യാലയം ഖേദമറിയിക്കുന്നുണ്ട് ഓരോ സ്റ്റേഷനിൽ നിൽക്കു മ്പോഴും.

"നോക്ക് മോനേ " ആയിഷുമ്മ എപ്പോഴോ പറഞ്ഞു.

ഞാൻ വെളിയിലെ കാഴ്ചകളിൽ നിന്ന് കണ്ണെടുത്തു. ആയിഷു മ്മയുടെ മുഖം ചിന്താകുലമാണ്.

"ആ ബുഷ് സദ്ദാമിനെ കൊല്ലാൻ നോക്വല്ലേ. എന്തിന് വേണ്ട്യാ അത് ? സദ്ദാമിനെ കൊല്ലാൻ അയാൾക്ക് എന്ത് അധികാരം? സദ്ദാമിന്റെ നാട്, സദ്ദാമിന്റെ എണ്ണ. അവിടെ ബുഷിന് എന്ത് കാര്യാ? വെള്ളിയാഴ്ച നമ്മളെ അവ്ടെ പള്ളിയായ പള്ളികളിലൊക്കെ ജുമാ നമസ്കാരത്തിന് സദ്ദാമിന്റെ ജീവൻ രക്ഷിക്കാൻ അല്ലാഹുവിനോട് പ്രാർഥനേണ്ടാർന്നു."

ആയിഷുമ്മ രക്തവാതം വന്ന് കോടിപ്പോയ കൈവിരലുകൾ കോർത്തുപിടിച്ചു. അവരുടെ വിവശമായ മുഖത്ത് ഇറാഖിന് മേൽ നടക്കുന്ന ആക്രമണത്തിന്റെ ഭയാനക ദൃശ്യങ്ങൾ പ്രതിഫലിക്കും

പോലെ തോന്നി.

"ന്റെ മക്കളും ബന്ധുക്കളുമായിറ്റ് പതിനാറാള്ണ്ട് ഗൾഫില്. അവര് വീട് വെച്ചതും സൗകര്യങ്ങള്ണ്ടാക്കിയതും ഗൾഫ്ന്ന് കിട്ടിയ പണം കൊണ്ടാ. ഇറാഖിന്റെ കാര്യമാലോചിച്ച് അവരൊക്കെ വേവലാതിലാ ഇപ്പോ. പക്ഷെ ബുഷ് വിചാരിച്ചപോലൊന്നും നടക്കൂല്ല. പത്തും പന്ത്രണ്ടും വയസ്സുള്ള പൊന്നുമക്കള് നെഞ്ചും വിരിച്ച് ചാവാൻ തയ്യാറായി നിൽക്കാ. ബുഷിന്റെ ബോംബും മിസൈലും കണ്ട് പേടിക്കുന്ന കുട്ട്യോളല്ല. അത്. ബുഷിന് അവരെ തോല്പിക്കാനാവൂല്ല. അതൊറപ്പാ."

ലോസ് ഏഞ്ചൽസിലെ കൊഡാക് തിയറ്ററിൽ നടന്ന ഓസ്കാർ അവാർഡുദാനച്ചടങ്ങിന്റെ തൽസമയസംപ്രേഷണം അപ്പോൾ ഓർമയിലേക്ക് വന്നു. എഴുപത്തിയഞ്ചാമത് അവാർഡ് ദാന ചടങ്ങ് ശ്രദ്ധേയമായത് മൈക്കേൽ മൂറും അഡ്രിയാൻ ബോഡിയും ക്രിസ് കൂപ്പറും നിക്കോൾ കിഡ്മാനും വേദിയിൽ പ്രകടിപ്പിച്ച യുദ്ധവിരുദ്ധ വികാരം കൊണ്ടാണ്. ഏറെ വികാരധീനനായ മൈക്കേൽ മൂറിന്റെ പ്രകടനം അവിസ്മരണീയമായിരുന്നു.

തികച്ചും പ്രവചനാതീതമായ രീതിയിൽ, ഡോക്യുമെന്ററി വിഭാഗത്തിൽ കൂടെ നോമിനേഷൻ ലഭിച്ചവരെ വേദിയിലേക്ക് വിളിച്ച് അവരുമായുള്ള സൗഭ്രാത്രം പങ്ക് വെച്ചുകൊണ്ട് മൈക്കേൽമൂർ പറഞ്ഞു. "ഞങ്ങൾ ഐക്യദാർഢ്യത്തിലാണ്.കാരണം ഞങ്ങൾ യാഥാർഥ്യങ്ങൾ ഇഷ്ടപ്പെടുന്നു. നാം അവാസ്തവികതയുടെ കാലത്താണ് ജീവിക്കുന്നത്. അങ്ങനെയുണ്ടായ ഒരു പ്രസിഡണ്ടാണ് നമ്മുടേത്. അദ്ദേഹം കെട്ടിച്ചമച്ച കാരണങ്ങൾ കൊണ്ടുള്ള ഒരു യുദ്ധത്തിലേക്ക് നമ്മെ നയിക്കുകയാണ്. പക്ഷെ മി. ബുഷ് ഞങ്ങൾ നിങ്ങളോടൊപ്പമില്ല. ഞങ്ങൾ ഈ യുദ്ധത്തിന് എതിരാണ്."

ഓസ്കാറിന് മുമ്പ് ചലച്ചിത്രമേളകളിൽ ഏറ്റവും പ്രകീർത്തിതമായ കാനിൽ പ്രത്യേക ബഹുമതി നേടിയ മൈക്കേൽ മൂറിന്റെ ചിത്രം (Bowling for Columbine) അമേരിക്കയിലെ ആയുധസംസ്കാരത്തിനെതിരായ ഒരു സോദ്ദേശ്യ ആഖ്യാനമാണ്. ആധികാരികമായ ഒരു കണക്കുപ്രകാരം സമ്മതിദായകനെക്കാളും ടെലിവിഷൻ സെറ്റുകളെക്കാളും തോക്കുകളുള്ള രാഷ്ട്രമാണ് അമേരിക്ക. ഒരു സ്കൂൾ വിദ്യാർഥി തന്റെ സഹപാഠികളെ പ്രകോപനമൊന്നുമില്ലാതെ കൂട്ടക്കൊല ചെയ്ത സംഭവം ആസ്പദമാക്കിയാണ് മൈക്കേൽ മൂർ അമേരിക്കയിലെ വിപത്കരമായ ആയുധസംസ്കാരം അപഗ്രഥിക്കുന്നത്. തീ തുപ്പുന്ന തോക്കുമായി നിൽക്കുന്ന സ്കൂൾ വിദ്യാർഥിയിൽ നിന്ന് മിസൈലുകളുടെയും കാർപ്പെറ്റ്

ബോംബുകളുടെയും തമ്പുരാനായ ജോർജ് ബുഷിലേക്ക് എത്ര ദൂര മെന്ന് മൈക്കേൽ മൂർ ചിത്രീകരിച്ചിട്ടില്ല.

"ബാഗ്ദാദും ബസറയും കത്തിക്കൊണ്ടിരിക്കയല്ലേ മോനേ ഇപ്പോ. എന്ത് മാത്രം കഥകളുണ്ടായ സ്ഥലങ്ങളാ അതൊക്കെ. അവിടെയല്ലേ ബുഷ് ബോംബും മിസൈലും കൊണ്ടുപോയി ഇട്ടോണ്ടിരിക്ക്ന്നത്. ദൈവം പൊറുക്ക്വോ?" ആയിഷുമ്മ വ്യഥിതയായി പറഞ്ഞു.

വണ്ടി കണ്ണൂർ റെയിൽവെ സ്റ്റേഷനിലെത്തുമ്പോൾ ഇരുട്ടി ക്കഴിഞ്ഞിരുന്നു. തൊട്ടുടുത്തായി ഇരുന്നവരോടെല്ലാം യാത്ര പറഞ്ഞ് പേരക്കിടാവിന്റെ കയ്യും പിടിച്ച് ആയിഷുമ്മ പ്ലാറ്റ്ഫോമിലേക്ക് ഇറങ്ങി.

പ്ലാറ്റ്ഫോമിലെ പതിവ് ശബ്ദങ്ങളൊന്നും കേൾക്കാത്തതുപോലെ പേരക്കിടാവിനെ ചേർത്തുപിടിച്ച് ബന്ധുക്കളാരെങ്കിലും വന്നെത്തുന്നതും കാത്ത് ഒരു തൂണിനടുത്തായി ആയിഷുമ്മ നിൽക്കുമ്പോൾ വണ്ടി പിന്നെയും നീങ്ങിത്തുടങ്ങി. വണ്ടിചക്രങ്ങൾക്ക് വേഗമേറി. ആ ദൃശ്യം കണ്ണുകളിൽ നിന്നകലുമ്പോൾ കോഡാക് തിയേറ്ററിലാകെ മുഴങ്ങിയ മൈക്കേൽ മൂറിന്റെ ശബ്ദം വീണ്ടും കേട്ടു.

"ഷെയിം ഓൺ യൂ മി. ബുഷ്."

അപ്പോൾ ഡാഫ്നെ ദു മോറിയറും അവിടെ ഉണ്ടായിരുന്നു

ടർക്കിഷ് എഴുത്തുകാരനായ ഒറാൻ പാമുക്ക് (Orhan Pamuk) തന്റെ "My name is Red" എന്ന നോവലിൽ ഒരിടത്ത് പറയുന്നു: ഒരു പുസ്തകം മണത്തും തൊട്ടും തലോടിയും വായിക്കാൻ കഴിയും.

പുസ്തകച്ചന്തയിൽ നിന്ന് ഞാൻ ചെയ്തുകൊണ്ടിരുന്നത് അതൊക്കെത്തന്നെയായിരുന്നു. ഹാൾ നിറയെ പുസ്തകങ്ങൾ. ഒരു കോണിൽ നിന്നും പതിഞ്ഞ ശബ്ദത്തിൽ ഹിന്ദുസ്ഥാനി സംഗീതം ഉയരുന്നുണ്ടായിരുന്നു. രാവിലെയാണ്. സന്ദർശകരായി ഏറെപ്പേരില്ല. നോബൽ ജേതാവായ ഗാവോസിങ്ജിയാന്റെ 'One Man's Bible' മറിച്ചുനോക്കികൊണ്ട് നില്ക്കെ പളുങ്ക് മണികൾ ചിതറുന്നതുപോലൊരു ശബ്ദം എന്റെ കാതുകളിൽ വന്നു പതിച്ചു.

"ഗുഡ് മോണിംഗ്"

ഏതോ കൊച്ചുപെൺകുട്ടിയുടെ ശബ്ദമാണ് കേട്ടതെന്നു തോന്നി അതിനു നേർക്കു മുഖം തിരിച്ചപ്പോൾ ആശ്ചര്യപ്പെടാതെ കഴിഞ്ഞില്ല. ഞാൻ കണ്ടത് വളരെ പ്രായം ചെന്ന ഒരു സ്ത്രീയെയാണ്.'

"ഗുഡ്മോണിംഗ്" തെളിഞ്ഞൊരു ചിരിയോടെ അവർ ആവർത്തിച്ചു.

ഒറ്റ നോട്ടത്തിൽ തന്നെ അറിയാം. മലയാളിയല്ല. വിദേശിയാണ്. തൂവെള്ള വേഷം. പുരുഷന്മാരുടെത്പോലെ ക്രോപ് ചെയ്ത മുടിയുടെ നിറം അതുമായി ചേരുന്നു. നേരിയ വെള്ളി ഫ്രെയിമുള്ള കണ്ണട ധരിച്ചിട്ടുണ്ട്. ആഭരണങ്ങൾ പേരിന് മാത്രം.

"മോണിംഗ്' ഞാൻ പറഞ്ഞു.

ചില അപരിചിതരെ കാണുന്ന മാത്രയിൽ അവരുടെ പേരുകൾ മന സ്സിൽ തോന്നാറുണ്ട് പലപ്പോഴും. എന്റെ മുന്നിലുള്ള കൃശഗാത്രയായ

പൊക്കം കുറഞ്ഞ, ഒരല്പം കൂനിനിൽക്കുന്ന സ്ത്രീയുടെ പേര് മാർഗരെറ്റ് എന്നായിരിക്കുമെന്ന് ഞാൻ സങ്കല്പിച്ചു. എഴുപതിനുമേൽ പ്രായമുണ്ടാകും അവർക്ക്. പക്ഷേ, വാർധക്യത്തിന്റെ അവശതകൾക്കു പകരം മുഖത്ത് പ്രകടമാകുന്നത് തികഞ്ഞ പ്രസരിപ്പാണ്. കണ്ണുകളിൽ ഒരിത്തിരി കുസൃതി ഓളം വെട്ടുന്നു.

പേരെന്തെന്ന് ഞാൻ ചോദിച്ചില്ല. തല കുലുക്കി ഒരല്പം കൂടി സൗഹൃദം പ്രകടിപ്പിച്ചശേഷം ആ സ്ത്രീ പുസ്തകങ്ങൾക്കിടയിലൂടെ സോത്സാഹം നീങ്ങുകയായി. പുലരിമഞ്ഞും പുതിയ പൂക്കളും ചിത്ര ശലഭങ്ങളുമുള്ള സാമ്യമകന്നോരുദ്യാനത്തിലാണ് അവരെ കാണുന്ന തെന്ന് എനിക്ക് തോന്നി. ഏറെ ഹൃദ്യമായ ഈ കാഴ്ചയിൽ എന്റെ മനസ്സ് ആഹ്ലാദഭരിതമായി. ഒരു അപൂർവാനുഭവം എന്ന് ഞാൻ സ്വയം പറഞ്ഞു.

വീണ്ടും ഞങ്ങൾ കണ്ടുമുട്ടുന്നത് കാഷ് കൗണ്ടറിനടുത്ത് വെച്ചാണ്. ആ സ്ത്രിയുടെകയ്യിൽ നാലഞ്ച് പുസ്തകം ഏതൊക്കെ പുസ് തകങ്ങളാണ് അവർ തിരഞ്ഞെടുത്തതെന്നറിയാനുള്ള കൗതുകത്തോടെ അവയുടെ ശീർഷകങ്ങളിലൂടെ കണ്ണോടിച്ചപ്പോൾ ഒരെണ്ണം എന്റെ സവി ശേഷ ശ്രദ്ധയാകർഷിച്ചു.

അത് ബ്രിട്ടീഷ് എഴുത്തുകാരി ഡാഫ്നെ ദു മോറിയറുടെ റബേക്ക യായിരുന്നു. ഹിച്ച് കോക്കിന്റെ പ്രശസ്തമായ ചിത്രത്തിന് ആധാരമായ കൃതി.

ഡാഫ്നെ ദു മോറിയർ ലോകമെങ്ങും അംഗീകൃതയായത് റബേ ക്കയെ തുടർന്നാണ്. 1938 ൽ പുറത്ത് വന്ന ആ നോവൽ ഇപ്പോഴും താല്പര്യപൂർവം വായിക്കപ്പെടുന്നു,. വിചിത്രവും സങ്കീർണവുമായ പല കഥകൾ പറഞ്ഞ ഡാഫ്നെ ദുമോറിയർ പറയാൻ ബാക്കിവെച്ച കഥകളും നിരവധിയുണ്ടാവാം. മരണം 1989 ലായിരുന്നു.

"ഓ എന്തൊരത്ഭുതം !"ആ സ്ത്രീ പെട്ടെന്ന് പറഞ്ഞു.

അവരെ അത്ഭുതപ്പെടുത്തിയത് മറ്റൊന്നുമല്ല. എന്റെ കയ്യി ലുണ്ടായിരുന്ന ഡാഫ്നെ ദു മോറിയറുടെ തന്നെ 'പക്ഷികളും മറ്റ് കഥ കളും" എന്ന കഥാ സമാഹാരമാണ്. "ഹിച്ച് കോക്ക്" പക്ഷികൾക്കും ചലച്ചിത്രരൂപം നൽകിയിട്ടുണ്ട്. അതദ്ദേഹത്തിന്റെ ഏറ്റവും മികച്ച രചന കളിൽ ഒന്നുമാണ്.

"ഇത് വായിച്ചിട്ടുണ്ടോ?' ഞാൻ ആ സ്ത്രീയോട് ചോദിച്ചു.

"ഉണ്ടെന്നോ. പല തവണ. റബേക്കയും വായിച്ചതു തന്നെ. പക്ഷേ എന്റെ കയ്യിലുണ്ടായിരുന്ന കോപ്പി എവിടെയോ പോയി. അതിന്റെ കവർചിത്രം വേറൊന്നായിരുന്നു." അവർ പറഞ്ഞു. നഷ്ടപ്പെട്ട പുസ്ത

കത്തെ ചൊല്ലിയുള്ള ഗൃഹാതുരത്വം അവരുടെ വാക്കുകളിൽ തിരിച്ചറിയാമായിരുന്നു.

ഞാൻ ഹിച്ച്കോക്കിന്റെ ചിത്രങ്ങളെ കുറിച്ച് സൂചിപ്പിച്ചു. അവർ രണ്ടും കണ്ടിട്ടുണ്ട്. എന്നാൽ അവയെക്കാൾ ഇഷ്ടപ്പെടുന്നത് ഡാഫ്നെ ദു മോറിയറുടെ മൂലരചനകളാണ്.

"എന്ന് വെച്ച് അവ മോശമാമെന്നല്ല, കേട്ടോ". അവർ തിടുക്കത്തിൽ കൂട്ടിച്ചേർത്തു.

കാണാൻ ഇടയായതിലുള്ള അതിരറ്റ സന്തോഷം രേഖപ്പെടുത്തി ഊഷ്മളമായൊരു ഹസ്തദാനത്തിന് ശേഷം റബേക്കയുൾപ്പടെയുള്ള പുസ്തകശേഖരവുമായി പേരറിയാത്ത ആ കുലീനസ്ത്രീ ഹാളിൽ നിന്ന് പുറത്തിറങ്ങി വെയിലിലൂടെ തെല്ല് കൂനി പതുക്കെ നടന്നുനീങ്ങുന്നത് ഒട്ടുവികാരാധീനനായി നോക്കി നിൽക്കുമ്പോൾ ഇനിയും പ്രിയപ്പെട്ട അനേകം പുസ്തകങ്ങൾ വായിക്കാനുള്ള ആയുസ്സ് അവർക്കുണ്ടാകട്ടെയെന്ന പ്രാർഥന എന്റെ ഉള്ളിൽ നിറഞ്ഞു. അപ്പോൾ ഡാഫ്നെ ദു മോറിയറും അവിടെ ഉണ്ടായിരുന്നു.

യേശുവും ഞാനും

അവൻ ജറുസലേമിൽ പ്രവേശിച്ചപ്പോൾ നഗരം മുഴുവൻ ഇളകി വശായി. ആരാണിവൻ എന്ന് ചോദിച്ചു. ജനങ്ങൾ പറഞ്ഞു: ഇവൻ ഗലീലിയിലെ നസറത്തിൽ നിന്നുള്ള പ്രവാചകനായ യേശുവാകുന്നു.(മത്താ21: 10,11)

ജറുസലേമിലേക്കുള്ള ക്രിസ്തുവിന്റെ രാജകീയ പ്രവേശം സുവിശേഷങ്ങളിൽ നിന്ന് വായിച്ചറിയുന്നതിന് എത്രയോ മുമ്പെ ഞാൻ കാണുകയുണ്ടായി. കുട്ടിക്കാലത്താണ് എങ്ങുനിന്നെന്നില്ലാതെ ചില സന്ധ്യകളിൽ ദേശത്തേക്ക് സുവിശേഷപ്രവർത്തകർ വരുമായിരുന്നു. അങ്ങാടികൾക്കിടയിലായുള്ള തുറസ്സായ സ്ഥലത്ത് നിന്ന് അവർ ബാന്റ് മുഴക്കാൻ തുടങ്ങുമ്പോൾ ഞങ്ങൾ കുട്ടികൾ കൗതുകത്തോടെ അങ്ങോട്ടോടും. അവർ വലിയ സ്വരത്തിൽ പറഞ്ഞു കേൾപ്പിച്ച കാര്യങ്ങൾ പലതും എനിക്ക് മനസ്സിലായില്ല. പക്ഷെ അവരുടെ വാക്കുകളിലൂടെ ഒരു രൂപം തെളിഞ്ഞുകിട്ടി. കഴുതക്കുട്ടിയുടെ പുറത്തിരിക്കുന്ന വിനയാന്വിതനായ രാജാവ്.

ആ രാജാവിനെ എതിരേൽക്കാനായി വളരെപ്പേർ തങ്ങളുടെ വസ്ത്രങ്ങൾ വിരിക്കുന്നതും മറ്റ് ചിലർ വൃക്ഷങ്ങളിൽ നിന്ന് ശാഖകൾ മുറിച്ച് വഴിയിൽ നിരത്തുന്നതും ഞാൻ കണ്ടു. വിശുദ്ധഗ്രന്ഥം വായിക്കുന്നത് പിന്നീടെന്നോ ആണ്. അതിന് എത്രയോ വർഷങ്ങൾക്ക് മുമ്പെ ഒരു കഴുതക്കുട്ടിയുടെ പുറത്ത് കയറി ക്രിസ്തു എന്റെ ജീവിതത്തിലേക്ക് വന്നു.

ചിരിക്കുന്ന ക്രിസ്തുവിനെ സുവിശേഷങ്ങൾ അവതരിപ്പിക്കുന്നില്ല. പക്ഷേ ഞാനാദ്യം കാണുമ്പോൾ അവൻ ചിരിക്കുകയായിരുന്നു. ദുഃഖമോ, വിവശതയോ,ക്ഷോഭമോ അവന്റെ മുഖത്തെ തീണ്ടിയിരുന്നില്ല. അവനെയും ചുമന്ന് കഴുതക്കുട്ടി പതുക്കെ നടന്നു. ഏതോ വചനം അങ്ങനെ പൂർത്തിയായി.

പിൽക്കാലത്ത് എന്നെ കഠിനമായി അലട്ടിയ ചോദ്യങ്ങളിലൊന്ന് യഥാർഥജീവിതത്തിൽ യേശുവിനെ കണ്ടെത്തുന്നതിനായി ഏതേതിട ങ്ങളിൽ അന്വേഷിക്കണമെന്നതാണ്. ഭദ്രാസനപ്പള്ളികളിലും വലുതും ചെറുതുമായ അനേകം ദേവാലയങ്ങളും കയറിയിറങ്ങിയപ്പോൾ മാർബി ളിലും കോൺക്രീറ്റിലും മരത്തിലും മറ്റും കാണാനിടയായ രൂപങ്ങളിലേ തെങ്കിലും ചരിത്രത്തിലെ യേശുവിനെ പ്രതിനിധീകരിക്കുന്നതായി എനിക്ക് തോന്നിയില്ല. അൾത്താരകളിലോ രൂപക്കൂടുകളിലോ ദേവാലയ മുഖപ്പുകളിലോ അലങ്കരിച്ച് നിർത്താവുന്ന ഒരു പ്രതിമയല്ല ചരിത്രപുരുഷ നായ യേശു. അവന്റെ പിന്നിൽ ഉണ്ടായിരുന്നത് ചിറകുകളുള്ള മാലാഖ മാരായിരുന്നില്ല. വിശക്കുന്നവരും രോഗികളും, മർദ്ദിതരും പീഡിതരുമായി രുന്നു. ഭീമാകാരങ്ങളായ ദേവാലയങ്ങളും അലംകൃതങ്ങളായ വേദികളും അവനുമായി ഒട്ടും തന്നെ ഇണങ്ങുന്നില്ല. അവൻ അങ്ങേയറ്റം ദരിദ്രനായി രുന്നു. വത്തിക്കാൻ തൊട്ട് ഔദ്യോഗികസഭയുടെ ഏറ്റവും താഴെക്കിടയി ലുള്ള പള്ളിവരെയുള്ള അധികാരശ്രേണികൾ കയ്യാളുന്ന അതിവിപുല മായ സമ്പത്ത് അവന്റെ ദർശനത്തിന് നിരക്കുന്നതല്ല. അവൻ പറ ഞ്ഞല്ലോ. “ രണ്ട് യജമാനന്മാരെ സേവിക്കാൻ ആർക്കും സാധിക്കുകയില്ല. ഒന്നുകിൽ ഒരുവനെ ദ്വേഷിക്കുകയും അപരനെ സ്നേഹിക്കുകയും ചെയ്യും. അല്ലെങ്കിൽ ഒരുവനെ ബഹുമാനിക്കുകയും അപരനെ നിന്ദിക്കു കയും ചെയ്യും. ദൈവത്തെയും മാമോനെയും സേവിക്കാൻ നിങ്ങൾക്ക് സാധിക്കുകയില്ല.” (മത്താ 6,24)

മരുഭൂമിയിലെ പരീക്ഷ അവൻ അതിജീവിച്ചത് തന്റെ ആത്മാവിന്റെ അപാരമായ ശക്തികൊണ്ടാണ്. ലോകത്തിലെ എല്ലാ രാജ്യങ്ങളും അവ യുടെ മഹത്വം ചൂണ്ടിക്കാണിച്ച് തന്നെ നിലത്ത് വീണ് ആരാധിക്കു മെങ്കിൽ അവയെല്ലാം നൽകാമെന്ന് പിശാച് പറഞ്ഞപ്പോൾ അവൻ പിശാചിനോട് ദൂരെ പോകാൻ കല്പിക്കുകയായിരുന്നു. മരുഭൂമിയിൽ നിന്ന് അവൻ നടന്നെത്തിയത് ഏറ്റവും സാധാരണക്കാരായ ആളുകളുടെ നടുവിലേക്കാണ്. അവൻ അവരെ സ്നേഹിച്ചു. അവർ അവനെയും. അവരോട് അവൻ പറഞ്ഞത് തന്നെതന്നെ പരിത്യജിച്ച് സ്വന്തം കുരിശു മെടുത്ത് അനുഗമിക്കാനാണ്.സ്വർണകിരീടങ്ങളും അധികാരചിഹ്നങ്ങളും പട്ടുടുപ്പുകളും ധരിച്ച കർദിനാൾമാരും മെത്രാന്മാരുമൊന്നും അവനെ അനുഗമിക്കുകയില്ല. അധികാരവും സമ്പത്തും നാൾതോറും വർധിപ്പി ക്കുന്നതല്ലാതെ അവരാരും ഒന്നും ത്യജിക്കുന്നില്ല. വേദപുസ്തകത്തിൽ നോക്കി തത്ത ഉരുവിടുന്നതുപോലെ അവർ ഉരുവിടുന്ന വാക്യങ്ങളിൽ സത്യമില്ല. സ്വന്തം ആത്മാവിനെ നഷ്ടപ്പെടുത്തിയ അവർ ലോകം മുഴു

വനും നേടിയിട്ടും ഒരു പ്രയോജനവുമില്ല. യേശുവിനെ ചരിത്രത്തിൽ നിന്നകറ്റി ഒരു ആരാധനാബിംബമാക്കിയത് അവരൊക്കെ ചേർന്നാണ്. പക്ഷേ, അവൻ അവർക്കിടയിൽ ഇല്ല; അവന്റെ ഹൃദ്യമായ വചനങ്ങളും.

'അവൻ ശരീരത്തിൽ സഹിച്ചു' എന്നൊരു കഥ ഞാനെഴുതിയിട്ടുണ്ട്. അടിയേറ്റ് വീണുകിടക്കുന്ന ഒരു മനുഷ്യനുണ്ടതിൽ. കറുത്ത് മെലിഞ്ഞ ശരീരം. കീറിയ ഒരു അടിവസ്ത്രം മാത്രം ഉടലിൽ. തെല്ലു നീണ്ട മുടി. പുറത്തങ്ങിങ്ങ് ചോര. കനത്ത ശബ്ദത്തിൽ ആരോ അവനോട് എഴുന്നേല്ക്കാൻ ആജ്ഞാപിക്കുന്നു. കിതച്ചും ഞരങ്ങിയും അവൻ നിവരുന്നു. ഒരു പുരോഹിതൻ അവന്റെ ദൈന്യം തുളുമ്പുന്ന കണ്ണുകളിലേക്ക് നോക്കുന്നു. അയാൾ ഭയം കൊണ്ട് വിറച്ചുപോകുന്നു. ഇതാരുടെ മുഖമാണ് ? ആരുടെ മുഖമാണ് ? അയാളുടെ ഉള്ളിൽ നിന്ന് ഒരു നിലവിളി ഉയരുന്നു. അയാൾക്ക് കാഴ്ച മങ്ങുന്നതുപോലെ തോന്നുന്നു. ക്രിസ്തു തന്റെ ശിഷ്യന്മാരെ അയച്ചത് മടിശ്ശീലയോ, ഭാണ്ഡമോ, ചെരുപ്പുകളോ ഇല്ലാത്തവരായാണ്. അവനും അങ്ങനെയായിരുന്നു.വയൽപ്പുല്ലുകളെ നോക്കി അവൻ പറഞ്ഞത് സോളമൻ പോലും തന്റെ സർവമഹത്വത്തിലും അവയിൽ ഒന്നിനെപോലെ അലംകൃതനായിരുന്നില്ലെന്നാണ് എന്റെ മറ്റൊരു കഥയിൽ (ചെന്നായ്ക്കളുടെ ഇടയിൽ ചെമ്മരിയാടുകൾ എന്നപോലെ)അവൻ വയൽ പുല്ലുകൾക്കിടയിൽ ഉറങ്ങിയുണരുന്നുണ്ട്. വഴിയിലൂടെ ചാടിച്ചാടി കടന്നുപോകുന്ന ചെറിയ ഒരു പക്ഷിയോട് അവൻ സൗമ്യമായി വിളിച്ചുചോദിക്കുന്നു. "നീ എന്തുകൊണ്ട് പറക്കുന്നില്ല.?" പക്ഷി അവന്റെ ചോദ്യം കേട്ട് വിസ്മയത്തോടെ തിരിഞ്ഞു നോക്കുന്നു. "എനിക്ക് പറക്കാൻ അറിഞ്ഞുകൂടല്ലോ"വ്യാകുലതയോടെ അതു പറയുന്നു. യേശു മണ്ണിൽ നിന്ന് പക്ഷിയെ ഇരുകൈകൊണ്ടും എടുത്തുയർത്തി. ഇടതുകൈത്തലത്തിൽ അതിനെ ഇരുത്തി വലത്കൈത്തലത്താൽ അതിന്റെ ഇരുചിറകുകളിലും കാരുണ്യത്തോടെ തലോടിയ ശേഷം അതിനെ ആകാശത്തിന് നേർക്ക് പിടിച്ച് മൃദുവായി പറയുന്നു. "പറക്കുക:" തൽക്ഷണം പക്ഷി ആഹ്ലാദത്തോടെ പറന്നു പൊങ്ങുന്നു.

'കണ്ണാടിക്കടൽ' എന്ന നോവലിലൊരിടത്ത് ഒരു കഥാപാത്രം ഇങ്ങനെ പറയുന്നതായി ഞാൻ രേഖപ്പെടുത്തിയിട്ടുണ്ട്: "രണ്ടായിരം വർഷം മുമ്പ് അവൻ കേൾപ്പിച്ച സദ് വാർത്ത യാഥാർഥ്യമാവുക തന്നെ ചെയ്യും. ദരിദ്രർ ഭൂമിയുടെ അവകാശികളാവും. ആകാശവും ഭൂമിയും പുതിയതാവും. ഇവിടം നന്മ നിറഞ്ഞതാവും. പീഡകളെച്ചൊല്ലിയും അനീതിയെച്ചൊല്ലിയുമുള്ള കരച്ചിൽ ഇവിടെ കേൾക്കാതാവും. ആളുകൾ സന്തോഷിക്കും. കണ്ണുകൾ കാണുന്നതൊക്കെയും, കാതുകൾ കേൾക്കു

ന്നതൊക്കെയും അവരെ സന്തോഷിപ്പിക്കും. വൃക്ഷങ്ങളിൽ നല്ല ഫലങ്ങൾ മാത്രം കായ്ക്കും. വയലുകൾ നൂറമേനി വിളവ് തരും. കുട്ടികൾ ആരോഗ്യത്തോടെ വളരും.അവർ പച്ചത്തഴപ്പുകൾക്കിടയിൽ ഉല്ലസിക്കും. കാടുകൾ തഴച്ചും പൂത്തും നിൽക്കും. പക്ഷികൾ പാടും. മനുഷ്യർ തമ്മിൽ തമ്മിൽ സഹോദരാ എന്ന് വിളിച്ച് ആശ്ലേഷിക്കും. ജീവിതം നിർമലമാവും."

ഈയൊരു ദൃഢവിശ്വാസത്തിനും പ്രതീക്ഷയ്ക്കും സുവിശേഷങ്ങൾ ഇടനൽകുന്നുണ്ട്. ചരിത്രത്തിലെ ക്രിസ്തു വിപ്ലവകാരിയായിരുന്നു. അവന്റെ വാക്കുകൾ ഇന്നും മുഴങ്ങുന്നുണ്ട്. ബഥാനിയായിൽ കരഞ്ഞതുപോലെ ഭൂമിയിൽ പലേടത്തും അവൻ ഇന്നും കരയുന്നുണ്ട്. ചിലപ്പോൾ തീവ്രവേദനയിൽ അവന്റെ വിയർപ്പ് രക്തത്തുള്ളികളായി നിലത്ത് വീഴുന്നുണ്ട്.

ദില്ലിയിൽ ഒരു രാത്രി

കൊടും ഭീതി സിരകളിലാകെ പടർന്നുകൊണ്ടിരിക്കെ, മഞ്ഞു വീഴുന്ന രാത്രിയിലൂടെ ഭാരമേറിയ കാലുകളും വലിച്ച് വഴിയറിയാതെ, ദിക്കറിയാതെ ഞാൻ നടക്കുകയായിരുന്നു.

എനിക്ക് അച്ഛന്റെ ഒരനുഭവം ഓർമവന്നു. ഞാനന്ന് ചെറിയ കുട്ടിയാണ്. ബാല്യകാലഗൃഹത്തിന് മുന്നിൽ പാഴ്മരങ്ങളും പൊന്തകളും നേരിയ ഒറ്റയടിപ്പാതകളുള്ള ഒരു വിസ്തൃത സ്ഥലം. അതിന്റെ ഒരു കോണിൽ ശ്മശാനമായിരുന്നു. പകൽ നേരങ്ങളിൽ ആടുകളും പശുക്കളും മേഞ്ഞുനടക്കും. പലേടത്തും മുൾപ്പടർപ്പുകളാണ്. മൂർഖൻ, അണലി, ശംഖുവരയൻ തുടങ്ങിയ പാമ്പുകൾ ധാരാളം. എങ്കിലും ഞങ്ങൾ കുട്ടികൾ അവിടെ കളിക്കുമായിരുന്നു. മരങ്ങളിൽ പൊത്തിപ്പിടിച്ച് കയറുകയും ചെയ്യും. ഏറ്റവും ഉയരമുള്ള മരത്തിന്റെ തുഞ്ചത്തു കയറിനിന്നാൽ നാടു മുഴുക്കെ കാണാം. അതുപക്ഷേ എല്ലാവർക്കും പററില്ല. ഞാനെത്തിയിരുന്നത് പകുതി വരെ മാത്രമാണ്. മുകളിൽ നിന്ന് കാരിക്കുട്ടിയോ നാരായണനോ കാഴ്ചകൾ വിളിച്ചറിയിക്കും.

രാത്രിയായാൽ ഞങ്ങളാരും അതുവഴി പോകാറില്ല. വീട്ടിലിരുന്ന് നോക്കുമ്പോൾ കാണുക ഇടമുറിയാത്ത കൂരിരുട്ടാണ്. അച്ഛമ്മയെ വിശ്വസിക്കാമെങ്കിൽ അതിലെങ്ങും പ്രേതങ്ങൾ, പിശാചുക്കൾ അവയ്ക്കിടയിലൂടെയാണ് എല്ലാ രാത്രിയിലും അച്ഛന്റെ വരവ്. ഒരു ചൂട്ട് കറ്റയും വീശിക്കൊണ്ട്. നിരത്തിൽ നിന്ന് നാട്ടുവഴിയിലേക്കിറങ്ങി വെളിമ്പറമ്പ് മുറിച്ച് കടന്ന് വീട്ടിലെത്താൻ ഒരു ചൂട്ടുകറ്റ മതി.

അച്ഛനെ കാത്തിരുന്ന് ഒരു രാത്രി ഞങ്ങൾ തളർന്നുപോയി. നേരം ഒരുപാടായിട്ടും അച്ഛൻ വന്നില്ല. അച്ഛമ്മയുടെ നാമജപം അവസാനമില്ലാതെ നീണ്ടു. വഴിക്കണ്ണുമായി ഞങ്ങളിരുന്നു. ക്ലോക്കും വാച്ചുമൊന്നുമില്ല വീട്ടിൽ. എപ്പോഴോ സമയത്തെക്കുറിച്ചുള്ള ബോധം ഞങ്ങൾക്ക് നഷ്ടപ്പെട്ടിരുന്നു. അപാരമായ ഇരുട്ട് മാത്രമായിരുന്നു മുന്നിൽ. വേർതിരി

ക്കാനാവാതെ ഇരുട്ടും കാലവും കൂടിപ്പിണഞ്ഞുകിടന്നു. ഇടയ്ക്കിടെ അണലികൾ വായതുറന്ന് രാത്രി ദുർഗന്ധപൂരിതമായി.

ഏതോ നിമിഷം പരവശമായ ഒരു ശബ്ദം ഞങ്ങളുടെ കാതുകളിൽ വന്നു പതിച്ചു.

അച്ഛനായിരുന്നു.

അടിമുടി വിയർത്ത്, കിതച്ചുംകൊണ്ട് അച്ഛൻ. അനവധി നാഴികകൾ നടന്നുതീർത്തതിന്റെ ക്ഷീണമുണ്ടായിരുന്നു അച്ഛന്റെ മുഖത്ത്.

ഞങ്ങൾ അമ്പരപ്പോടെ മിഴിച്ചുനോക്കി. "ആരോ എന്റെ കൈപിടിച്ചു. പിന്നെ ഒന്നും ഓർമയില്ല്യ. കയ്യിലെ ചൂട്ട് എവിട്യോ വീഴുകേം ചെയ്തു. നടക്കാൻ തുടങ്ങീട്ട് കുറെയായി. ഓർമവന്നത് ഇപ്പോഴാ" അച്ഛൻ പറഞ്ഞു. ഞങ്ങളത് കേട്ട് ഭയവിഹ്വലരായി. അച്ഛമ്മ മകന്റെ നെററി യിൽ കൈവെച്ച് നോക്കി. പൊള്ളുന്ന ചൂട്.

വർഷങ്ങൾക്കുശേഷം എന്നെയാരോ കൈപിടിച്ച് നടത്തിയത് ഇരുട്ട് കനത്ത വെളിമ്പറമ്പിലൂടെയല്ല. വിജനമായി ദില്ലി നിരത്തുകളിലൂടെയാണ്. നിരയായി നട്ടുപിടിക്കപ്പെട്ട വൃക്ഷങ്ങൾ ഇരുവശത്തും. അവയുടെ സാന്നിദ്ധ്യം ഭീതിജനകമായിരുന്നു. ജടാധാരികളെപ്പോലെ നില കൊള്ളുന്ന അവയുടെ അതിഗാഢമായ കറുപ്പിൽ നിന്ന് ഏത് നിമിഷവും കവർച്ചക്കാരോ, കൊലയാളികളോ മുന്നിലേക്ക് ചാടിയിറങ്ങിയേക്കുമെന്ന് ഞാൻ ഭയന്നു. ഏതോ ചില വാഹനങ്ങൾ ഇടയ്ക്ക് കടന്നുപോയി. അവയുടെ നേർക്കൊന്നും കൈ കാണിക്കാൻ എനിക്ക് ധൈര്യമുണ്ടായില്ല. രാത്രി വളരെ വൈകിയിരുന്നു. ഒരാളെപോലും കണ്ടുകിട്ടിയില്ല എവിടെയും. അസ്ഥികളോളം ചെന്നെത്തുന്ന കൊടുംതണുപ്പിൽ എങ്ങോട്ടിന്നില്ലാതെ ഞാൻ നടന്നു. ദില്ലിയിലെങ്ങും മഞ്ഞ് വീണുകൊണ്ടിരുന്നു. ദില്ലിയുടെ പ്രൗഢിയും പൗരാണികതയും ചരിത്രവും എന്റെ ഓർമയിൽ നിന്നകന്നു. കൊണാട്ട് പ്ലേസും ചെങ്കോട്ടയും കുത്തബ്മീനാറും രാജ്ഘട്ടും രാഷ്ട്രപതിഭവനും പാർലമെന്റ് മന്ദിരവും കേരളാഹൗസും സിരിഫോർട്ടും എന്നെ സംബന്ധിച്ച് തീർത്തും അപ്രസക്തങ്ങളായി. നാഗരികതയുടെ ചിഹ്നങ്ങളൊന്നും എനിക്ക് ദൃഷ്ടീഭവിച്ചില്ല. നിഗൂഢതകൾ പതിയിരിക്കുന്ന ഒരു മഹാവനത്തിലൂടെയെന്നോണം ഞാൻ നീങ്ങിക്കടന്നു. എന്റെ മനസ്സ് തീർത്തും ശൂന്യമായിരുന്നു. ദേഹമാകെ മരവിച്ച് അടുത്ത ഏത് നിമിഷവും മുഖമടച്ച് വിണേക്കുമെന്ന് ഞാൻ നിരൂപിച്ചു.

"കോൻഹേ?"

ഇരുട്ടിലെവിടെയോ നിന്ന് ഒരു പരുക്കൻ ശബ്ദം. എന്റെ കാലുകൾ താനെ നിശ്ചലങ്ങളായി. മൂടൽമഞ്ഞിൽ ഒരിടത്ത് ചെറിയ ഒരു ദീപജ്വാല.

കിടുകിടെ വിറച്ചുകൊണ്ട് ഞാൻ അതിന് നേർക്ക് നടന്നു.

കീറിപ്പറിഞ്ഞ ദരിദ്രമായ ഒരു കൂടാരത്തിന് മുന്നിലായിരുന്നു ഞാൻ. ഒരു കൊച്ചുവിളക്കും നീട്ടിപ്പിടിച്ച് കൂടാരത്തിനുള്ളിൽ സിഖ് വംശജനായ ഒരു വൃദ്ധൻ. ആരാണെന്ന ചോദ്യം അയാൾ ആവർത്തിച്ചു. കനലിൽ ചുട്ടെടുത്ത ഒരു റൊട്ടിയും അല്പം ഉരുഴക്കിഴങ്ങ് കറിയും ചെറിയൊരു സവാളയും ഒരു പച്ചമുളകുമുണ്ടായിരുന്നു അയാളുടെ പക്കൽ അതിഥി സൽക്കാരത്തിന്. പിന്നെ വിളക്കണച്ച് പഞ്ചാബിന്റെ ഒരു പാട്ട് പാടികേൾപ്പിച്ചുകൊണ്ട് അയാൾ എന്റെയൊപ്പം രാത്രിയിലേക്കിറങ്ങി.

എനിക്ക് കയറിച്ചെല്ലേണ്ടിയിരുന്ന കെട്ടിടത്തിന്റെ ചുവട്ടിലോളം അയാൾ വന്നു. ഇനി പോയ്ക്കൊള്ളുമല്ലോ. അല്ലേ എന്ന് ഒരു മന്ദസ്മിതത്തോടെ ആരാഞ്ഞു. അനേകവർഷം ട്രക്കുകളോടിച്ച് തഴമ്പിച്ച ആ വൃദ്ധന്റെ കൈത്തലങ്ങൾ ഞാൻ ചേർത്തുപിടിച്ചു. എന്റെ കണ്ണുകൾ നിറഞ്ഞിരുന്നു.

ദില്ലി ഒരു കുരുതിക്കളമായി മാറിയത് അടുത്ത വർഷമാണ്. ഇന്ദിരാഗാന്ധിയെന്ന വൻമരം വീണതിനെത്തുടർന്ന് ദില്ലിയിൽ അരങ്ങേറിയ വംശഹത്യയ്ക്ക് ഇന്ത്യയുടെ ചരിത്രത്തിൽ സമാനതയില്ല തന്നെ. സ്ത്രീകളും കുട്ടികളുമടക്കം ആയിരക്കണക്കിന് സിഖ് വംശജർ ആ കറുത്ത നാളുകളിൽ മരണത്തിനിരയായി. അവരെ രക്ഷിക്കാൻ ആരുമുണ്ടായിരുന്നില്ല. അധികാരം കൊലയാളികൾക്കായിരുന്നു. ആയുധങ്ങൾ ഉയർത്തിപ്പിടിച്ചുള്ള അവരുടെ ആക്രോശങ്ങൾക്കിടയിൽ, കരിയുന്ന ജഡങ്ങളുടെയും ഒഴുകുന്ന രക്തത്തിന്റെയും സമ്മിശ്രഗന്ധത്തിനിടയിൽ, പരുക്കൻ ശബ്ദത്തിലുള്ളതെങ്കിലും മാധുര്യമേറിയ ഒരു പഞ്ചാബി ഗാനവും വേവിച്ച ഉരളക്കിഴങ്ങിന്റെ ഗന്ധവും രണ്ടു കൈത്തലങ്ങളുടെ സ്പർശവും കൂടെക്കൂടെ എന്റെ മനസ്സിലേക്ക് കടന്നുവന്നിരുന്നതായി ഞാനോർക്കുന്നു.

ഡി.സി. കിഴക്കെമുറിയും ഒരു സ്വർണപ്പണിക്കാരനും

"പ്രിയപ്പെട്ട ബാലകൃഷ്ണന്.

'ആയുസ്സിന്റെ പുസ്തക'ത്തിലെ അതിപ്രധാനമായ ഒരു താൾ മറിക്കുന്ന ഏപ്രിൽ 15 ന് മംഗളം നേരുന്നു.

സ്നേഹത്തോടെ,

ഡി.സി കിഴക്കെമുറി."

13-04-1984 ന് കോട്ടയത്തുനിന്നയച്ച ഈ കത്ത് ഇപ്പോഴുമുണ്ട് എന്റെ കയ്യിൽ. അതിന് ഒരു മാസം മുമ്പ് 2500 രൂപയുടെ ചെക്കിനൊപ്പം കിട്ടിയ മറ്റൊരു കത്ത് എവിടെയോ നഷ്ടപ്പെട്ടുപോയി. അതിന്റെ ഉള്ളടക്കം പക്ഷേ വള്ളിപുള്ളി തെറ്റാതെ മനസ്സിലുണ്ട്. മുഴുവൻ ഓർമകളും മാഞ്ഞുപോകുന്ന നാളുകളിൽ ഏറ്റവും ഒടുവിലായി നഷ്ടപ്പെടുന്ന ഓർമയാവും അത്.

പശ്ചാത്തലത്തിൽ കോട്ടയം കുമളി റോഡ്. മൗനം പൂണ്ട ബസലിക്കകൾ, രൂപക്കൂടുകൾ. അവിടെനിന്നും ആകാശത്തേക്ക് നോക്കിയാൽ മാലാഖമാർ ചിറകുകൾ വീശിക്കൊണ്ട് പറക്കുന്നത് കാണാം. ആകാശത്തെ താങ്ങി നിർത്തുന്നതുപോലെ ഗോപുരങ്ങളുടെ അഗ്രങ്ങൾ. അവയ്ക്ക് കീഴെ കോട്ടയം കുമളി റോഡ് നീണ്ടുകിടക്കുകയാണ്. യൗവനത്തിന്റെ പാത. അതിന്റെ ഓരത്ത് എങ്ങോട്ടാണ് പോകേണ്ടതെന്നറിയാതെ വിവശനായി നിൽക്കുകയായിരുന്നു ഞാൻ. മധ്യാഹ്നത്തോട് അടുത്ത വേള. കുറെ നേരത്തെ സന്നിഗ്ധതയ്ക്ക് ശേഷം ഞാൻ ഇടത്തോട്ട് തിരിഞ്ഞ് പതുക്കെ നടന്നു. ഏതാനും ചുവട് പിന്നിട്ടപ്പോൾ ഞാനൊരു ഉപനിരത്തിലായി. "ശവപ്പെട്ടികൾ വിൽപനയ്ക്ക്" എന്ന ബോർഡ് തൂങ്ങിക്കിടക്കുന്ന കടയ്ക്കരികിലൂടെ നിരത്ത് ഒട്ടും ഔദ്ധത്യം കാട്ടാതെ മുന്നോട്ട് നീങ്ങി. വളവുകൾ, തിരിവുകൾ, തണൽവൃക്ഷങ്ങൾ. ഒരു

വളവ് കഴിഞ്ഞ് ഞാൻ പൊടുന്നനെ നിന്നു. വലതുവശത്ത് തെല്ലുയരത്തിലുള്ള ചെറിയൊരു വീടിന് നേർക്ക് എന്റെ കണ്ണുകൾ. നിമിഷങ്ങൾ കടന്നുപോയ്ക്കൊണ്ടിരുന്നു. ഒരു തീരുമാനം പെട്ടെന്ന് തന്നെ കൈക്കൊള്ളേണ്ടിയിരിക്കുന്നുവെന്ന് എനിക്ക് തോന്നി. ഞാൻ അപ്രകാരം ചെയ്തു. നിരത്തു മുറിച്ചുകടന്ന് ഞാൻ മുകളിലേക്കുള്ള കൽപ്പടവുകൾ കയറി.

പഴക്കം ചെന്ന ആ കൽപ്പടവുകൾ ഇന്നില്ല. അവ കയറിച്ചെന്നാൽ എത്തിച്ചേരാവുന്ന ചെറിയ വീടും ഇന്നില്ല. അതിന്റെ സ്ഥാനത്ത് രണ്ട് ബഹുനിലമന്ദിരങ്ങളാണ്. എന്റെ ഓർമ അവയെ മായ്ച്ചുകളയുന്നു. എളിമയാർന്നൊരു കൊച്ചുവീട് വീണ്ടും ഞാൻ കാണുകയാണ്. അതിന്റെ മുറ്റത്ത് തണൽ വീണുകിടക്കുന്നു. അച്ചുകൂടം ജോലിക്കാരനെന്ന് തോന്നിക്കുന്ന ഒരാളെ മുന്നിൽ കണ്ട് ഞാനയാളോട് വിവരം തിരക്കി. അയാൾ ചെറിയൊരു മുറിയുടെ നേർക്ക് കൈചൂണ്ടി കാണിച്ചു. ഞാൻ അങ്ങോട്ട് നടന്നു. എന്തോ എഴുതുകയായിരുന്നു ഡി.സി. കിഴക്കെമുറി. എഴുതുന്നതിനിടയിൽ അദ്ദേഹം എനിക്കായി മുന്നിലെ കസേര ചൂണ്ടിക്കാട്ടി. ഞാൻ അതിലിരുന്നു. അദ്ദേഹം എഴുത്ത് മുഴുമിപ്പിച്ച് കസേരയിൽ പിറകോട്ട് ചാഞ്ഞ് കൈകൾ വീണ്ടും ശിരസ്സിന് മുകളിലൂടെ ചേർത്ത് പിടിച്ച് മനസ്സിൽ ഒട്ടും ഭാരമില്ലാത്ത ഒരാളെ പോലെ ഹൃദ്യമായ ഒരു ചിരിയോടെ ചോദിച്ചു. “പറയൂ, ഞാനെന്താണ് ചെയ്യേണ്ടത്?”

നേര് പറഞ്ഞാൽ ഞാൻ അന്ധാളിച്ചുപോയി. അദ്ദേഹത്തിന് എന്നെ തെല്ലും പരിചയമില്ല. എങ്കിലും എനിക്കുവേണ്ടി എന്തെങ്കിലുമൊക്കെ ചെയ്യാൻ സന്നദ്ധനാണ്.

പരിചയപ്പെടുത്താൻ മറ്റാരുമില്ലാതിരുന്നതുകൊണ്ട് ഞാനത് സ്വയം നിർവഹിച്ചു. എന്തതിശയം! ഡി.സി സാറിന് എന്നെ അറിയാം. മാതൃഭൂമി ആഴ്ചപ്പതിപ്പിൽ ഖണ്ഡശ: പ്രസിദ്ധീകരിച്ചുകൊണ്ടിരിക്കുന്ന ‘ആയുസ്സിന്റെ പുസ്തകം’ അദ്ദേഹം വായിക്കാറുണ്ട്. എത്ര അധ്യായമായെന്ന് കൃത്യമായും ഓർമ്മിക്കുന്നു. അത് പുസ്തകരൂപത്തിൽ പ്രസിദ്ധീകരിക്കുന്നതിനെക്കുറിച്ചാണ് സംസാരിക്കാനുള്ളതെന്നെ സൂചന ലഭിച്ചതും അദ്ദേഹം പ്രസാദാത്മകതയോടെ പറഞ്ഞു. “അതിനെന്താ?” അത് ഡി.സി ബുക്സ് പ്രസിദ്ധീകരിക്കുമല്ലോ. സീരിയലൈസ് ചെയ്ത് കഴിഞ്ഞ ഉടനെ മാറ്റർ ഇങ്ങോട്ടു തന്നാൽ മാത്രം മതി.”

അതിന് മുമ്പ്, മലയാളത്തിലെ എഴുത്തുകാർ പ്രതീക്ഷയർപ്പിച്ചിരുന്ന മൂന്ന്നാല് പ്രസാധകരെയെങ്കിലും ഞാൻ നേരിട്ട് പോയിക്കണ്ടിരുന്നു. മധ്യാഹ്നത്തോട് അടുത്ത നേരത്ത് കോട്ടയം കുമളി റോഡിലേക്ക് ഞാൻ നടന്നു കയറിയത് ഏറ്റവുമൊടുവിലത്തെ നിരാശപ്പെടുത്തുന്ന

അനുഭവവും കഴിഞ്ഞതിന് ശേഷമായിരുന്നു 'നോവൽ മാതൃഭൂമി ആഴ്ചപ്പതിപ്പിൽ വന്നു കൊണ്ടിരിക്കുകയാണെന്നത് ശരിതന്നെ. പക്ഷേ... നിങ്ങൾ മറ്റ് വല്ലവരെയും ചെന്ന് കാണൂ... ഞങ്ങൾ ലബ്ധപ്രതിഷ്ഠരായ എഴുത്തുകാരുടെ കൃതികൾ മാത്രമെ പ്രസിദ്ധീകരിക്കാറുള്ളു... ഞങ്ങൾക്ക് നോവലുകളിൽ താല്പര്യമില്ല, ചെലവ് നിങ്ങൾ വഹിക്കുകയാണെങ്കിൽ ബാധ്യതയൊന്നുമില്ലാതെ ഞങ്ങൾ അച്ചടിച്ചിറക്കാം... മൂന്ന് വർഷത്തേക്കുള്ള പുസ്തകങ്ങൾ ഷെഡ്യൂൾ ചെയ്തിരിക്കുകയാണ്. അതുകഴിഞ്ഞാണെങ്കിൽ...'

ആ വർഷം ഏപ്രിൽ പതിനഞ്ചിന് വിവാഹം തീരുമാനിക്കപ്പെട്ടപ്പോൾ ഞാൻ ഡി.സി സാറിനും ഒരു ക്ഷണക്കത്ത് അയക്കുകയുണ്ടായി. അതിനുള്ള പ്രതികരണം എന്റെ ധാരണകളെ തകിടം മറിക്കാൻ പോന്ന വിധത്തിലായിരുന്നു.'ആയുസ്സിന്റെ പുസ്തകം' പ്രസിദ്ധീകരിച്ചിട്ടില്ല. അതിന്റെ പ്രതിഫലത്തുകയിൽ നിന്ന് മുൻകൂറായി രണ്ടായിരത്തി അഞ്ഞൂറു രൂപയുടെ ചെക്ക്. കൂടെയുള്ള കത്തിൽ ഈ നിർദ്ദേശം. "ഇത് കല്ല്യാണത്തിന് താലി വാങ്ങാനായി ഉപയോഗിക്കുക."

കത്ത് നഷ്ടപ്പെട്ടിരുന്നുവെങ്കിലും അതിലെ വാക്യങ്ങളോരോന്നും എന്റെ ഓർമയിലുണ്ട്. അത് വായിച്ചതിനുശേഷമുള്ള (തികച്ചും സ്വാഭാവികമായ) വികാരാധിക്യവും ഞാനോർമിക്കുന്നു. ബാങ്കിൽ ചെന്ന് ചെക്ക് മാറിക്കഴിഞ്ഞപ്പോൾ മറ്റൊന്നും ആലോചിക്കാനുണ്ടായിരുന്നില്ല. അങ്ങാടികൾ താണ്ടി നേരെ സ്വർണപ്പണിക്കാരന്റെ അടുത്തേക്ക്.

തിരശ്ശീലയില്ലാത്ത അരങ്ങ്

ജന്മദേശത്ത്* എന്റെ ചെറുപ്പത്തിൽ ഒരു പാട് മരങ്ങളുണ്ടാ യിരുന്നു. ഏറ്റവും വിദൂരമായ ഓർമ്മതന്നെ ഒരു മരവുമായി ബന്ധപ്പെട്ടതാണ്. താഴെ മിഴിച്ചുനിൽക്കുന്ന ഗ്രഹിണിദീനക്കാരന് മരുന്നുണ്ടാക്കാനായി ചോണനുറുമ്പുകളുടെ കൂടെടുക്കാൻ ശരീരമാകെ വെണ്ണീറ് തേച്ച് നാടൻ പണിക്കാരാരോ വീടിന്റെ കിഴക്കുവശത്തായുള്ള കൂറ്റൻ ഒളോർ മാവി ലേക്ക് കയറിപോകുന്നു.

പടർന്ന് പന്തലിച്ച പലതരം മാവുകൾ പേരാലുകൾ, അരയാലുകൾ, ഇലഞ്ഞികൾ, പുളി, ഒണ്ടമ്പുളി, പറങ്കിമാവുകൾ എന്നിങ്ങനെ അക്കാല ത്തുണ്ടായിരുന്ന മരങ്ങളിൽ അവശേഷിക്കുന്നത് ഒന്നോ രണ്ടോ മാത്രം. ഈഴച്ചെമ്പകങ്ങളും അനവധിയുണ്ടായിരുന്നു. ഗുളികന്റെ ആവാസകേന്ദ്ര ങ്ങളാണവ. നട്ടുച്ചനേരത്ത് ചെമ്പകത്തിൽ കയറിയാൽ ഗുളികൻ തള്ളി യിട്ടത് തന്നെ. ഞങ്ങൾ കുട്ടികൾക്ക് പേടി ഗുളികനെ മാത്രമായിരുന്നു. അതിനാൽ ഉച്ചസമയങ്ങളിൽ ഞങ്ങൾ ചെമ്പകമരങ്ങളെ പാടെ ഒഴി വാക്കി.

നാട്ടുവഴിയുടെ ഓരങ്ങളിലങ്ങിങ്ങ് മരങ്ങൾ നട്ടുപിടിപ്പിക്കാൻ യത്നിച്ചിരുന്ന ഒരു വൃദ്ധൻ എന്റെ ഓർമയിലുണ്ട്.അയാൾ എവിടുത്തു കാരനാണെന്നറിയില്ല. മെലിഞ്ഞ ശരീരമായിരുന്നു. നരച്ച മുടിയും നീണ്ട താടിയും ഇടയ്ക്ക് എപ്പോഴൊക്കെയോ വരും. ആരോടുമൊന്നും സംസാരി ക്കില്ല. താൻ നട്ട മരങ്ങൾക്ക് വെള്ളം നനച്ച് കൃതാർഥനായി നടന്നു പോകും. ഒരു തൈ ഉണങ്ങിക്കണ്ടാൽ അടുത്തവരവിൽ മറ്റൊന്ന് നടും. പിന്നെ എപ്പോഴോ അയാൾ വരാതായി

നാട്ടുവഴി ടാറിട്ട റോഡായി മാറിയത് വളരെക്കാലം കഴിഞ്ഞാണ്. ഉന്തുവണ്ടികളുടെയും കാളവണ്ടികളുടെയും പാതയായിരുന്നു അന്നത്. ചാക്കുകൾ അട്ടിവെച്ച ഉന്തുവണ്ടികൾ വലിച്ചുനീങ്ങാൻ ക്ലേശിക്കുന്ന

---

*അന്നൂർ - പയ്യന്നൂരിന് അല്പം വടക്കു മാറി സ്ഥിതി ചെയ്യുന്നു

വണ്ടിക്കാർ ഞങ്ങൾ കുട്ടികളോട് പറയും.

"ഒന്ന് സഹായിക്കിൻ മക്കളെ, മടക്കത്തിന് കയറ്റാം ഇതില്"

ഉന്തുവണ്ടികൾ മടങ്ങിവരുന്നതും കാത്ത് ഞങ്ങൾ നില്ക്കും. വണ്ടിക്കാർ വാക്ക് തെറ്റിക്കില്ല. ദേശത്തിന്റെ തെക്കെ അതിർത്തിവരെ സൗജന്യ സവാരി. ഉരുളൻ കല്ലുകൾക്ക് മുകളിലൂടെയാണെങ്കിലും അത് ഞങ്ങൾ ഏറെ ആസ്വദിച്ചിരുന്നു.

ദേശത്തെ കുട്ടുകളുടെയും വഴിപോക്കരുടെയും ദാഹമകറ്റാനായി തലയന്നേരിക്കാവിന്റെ നേരെ മുന്നിൽ നിരത്തുവക്കിലായുള്ള അരയാലിന് ചോട്ടിലെ തണ്ണീർപന്തലിൽ വലിയ മൺകലത്തിൽ മോര് വെള്ളവുമായി കാത്തിരിക്കാറുണ്ടായിരുന്ന ഒരമ്മയെ മറക്കാനാവില്ല. ഉപ്പിലിട്ട മാങ്ങ പിഴിഞ്ഞ് പച്ചമുളകും നാരകത്തിന്റെ ഇലകളും നുറുക്കിയിട്ട മോര് വെള്ളം എത്രവേണമെങ്കിലും അവർ ചിരട്ടത്തവികൊണ്ട് കൈക്കുമ്പിളിലേക്ക് ഒഴിച്ചുതരും. അതിന്റെയൊരു സ്വാദ്!

മറ്റൊരു തണ്ണീർ പന്തൽ കൂടി അന്നൂരിലുണ്ടായിരുന്നു. ഓലപ്പന്തലല്ല. വഴിയമ്പലം പോലെ കെട്ടിയുണ്ടാക്കിയതാണ്. വെള്ളതേയ്ക്കാത്ത ചെങ്കൽച്ചുവരുകൾക്ക് ഉയരം കുറവാണ്. പുറത്ത് ഇരിക്കാനായി തിണ്ണയുണ്ട്. സൗന്ദര്യവും വിശുദ്ധിയുമാർന്ന ആ ചെറിയ കെട്ടിടം നാടിന് എന്നോ നഷ്ടമായി.

പഴയ ഈടുവയ്പുകളിൽ അവശേഷിക്കുന്നത് ചില കുളങ്ങളാണ്. മഴക്കാലങ്ങളിൽ അവ നിറഞ്ഞുകവിയും. ഒരു വീടിനോടും ചേർന്ന് കുളിമുറിയില്ല അന്ന്. കുളി ഒന്നുകിൽ കിണറ്റിൻ കരയിൽ. അല്ലെങ്കിൽ കുളത്തിൽ.

കുളങ്ങൾ കുട്ടികൾക്ക് ഏറെ പ്രിയപ്പെട്ടവയായിരുന്നു. പെണ്ണുങ്ങൾ മിക്കവാറും വരിക സന്ധ്യകളിലാണ്.അവർ കുളിക്കാനിറങ്ങുക ബ്ലൗസ് ധരിച്ചോ മുലക്കച്ചകൾ കെട്ടിയോ അല്ല. ആകെക്കൂടി ചുററിയിരുന്നത് ഒരു ഈരിഴ തോർത്താണ്. പുടവയോ മേൽമുണ്ടോ കുളപ്പടവിൽ മാറ്റി വെയ്ക്കും. അങ്ങനെ സ്നാനം ശരീരലാവണ്യത്തിന്റെ ഒരു തുറന്ന ആഘോഷമായിരുന്നു. ആൺകുട്ടികളെ സംബന്ധിച്ച് അത് ചുവന്ന കോണകങ്ങളുടെ കാലമാണ്. പക്ഷേ കുളക്കരയിലെത്തിയാലുടനെ കോണകങ്ങൾ പോലും പരിത്യജിച്ച് അവർ തികഞ്ഞ നിഷ്കളങ്കത പ്രഖ്യാപിച്ചുപോന്നു. അവരെ വരവേൽക്കാൻ കുളത്തിൽ മുശുവെന്ന കറുത്ത മത്സ്യങ്ങൾ. ചില്ലറ കുസൃതികളൊക്കെ അവ കാട്ടുമായിരുന്നു. പെണ്ണുങ്ങൾ ഇടയ്ക്ക് പറയുന്നത് കേൾക്കാം. "ഇതെന്ത്ന്ന്പ്പാ ഈ മുശു കളിക്കന്ന്?"

കുട്ടികളെ ഉൾക്കൊണ്ടിരുന്ന മറ്റൊരിടം തലയന്നേരിക്കാവാണ്. കാവിൽ പൂമാല ഭഗവതി കുടിയിരിക്കുന്നു. പകൽ നേരങ്ങളിൽ കാവ് വവ്വാലുകൾക്ക് കൂടി അവകാശപ്പെട്ടതാണ്.. കാവിലെ മരങ്ങളിലത്രയും വവ്വാലുകൾ തല കീഴായി തൂങ്ങിക്കിടക്കുന്നു. കുട്ടികൾ മൺ കട്ടകളെറിഞ്ഞ് അവയുടെ പകലുറക്കം പലപ്പോഴും അലോസരപ്പെടുത്താറുണ്ടായിരുന്നു. ഉറക്കം കഴിഞ്ഞ് സന്ധ്യയോടെ അവ കൂട്ടംകൂട്ടമായി ഇരതേടി പോകുന്നത് ഇന്നും ദേശത്തെ ഒരു പതിവ് കാഴ്ച തന്നെ.

തലയന്നേരിക്കാവിൽ മീനമാസത്തിലെ പൂരോത്സവം പ്രധാനമാണ് പെൺകുട്ടികൾ കാവിൽ തന്നെ വ്രതനിഷ്ഠയോടെ താമസിച്ചാണ് പൂവിടുക.

ഉത്സവത്തിന്റെ അവസാനദിവസത്തെ ചടങ്ങായ പൂരംകളി കാണാൻ ദേശത്തുള്ളവരാകെ കാവിൽ ഒന്നിച്ചുകൂടും. കാവിലെ അനുഷ്ഠാനകലയായ പൂരക്കളി ആവേശകരമായ അനുഭവമായിരുന്നു. കാവിൽ നിന്നുള്ള വെളിച്ചപ്പാടന്മാർ വലിയ വാൾ വിറപ്പിച്ചും അരമണികൾ ചിലമ്പുകൾ മുഴക്കിയും അനുഗ്രഹം വർഷിച്ചുകൊണ്ടും വീടുവീടാനന്തരം കയറിയിറങ്ങും. വലിയ വെളിച്ചപ്പാടിന്റെ കനം മുറ്റിയ ശബ്ദം ഇപ്പോഴും കാതുകളിൽ മുഴങ്ങുന്നു. 'ഗുണം വരണം!ഗുണം വരണം!'

പോയകാലത്തിലേക്ക് ചെവിയോർക്കെ വേറെ ചില പ്രസാദാത്മക ശബ്ദങ്ങൾ ഉയർന്നുകേൾക്കുന്നത് അന്നൂർ യു.പി സ്കൂൾ എന്ന് പേരായി അന്ന് ദേശത്തുണ്ടായിരുന്ന ഒറ്റ വിദ്യാലയത്തിൽ നിന്നാണ്. ഏറെക്കാലം ഹെഡ്മാസ്റ്ററുടെ ചുമതല വഹിച്ചിരുന്ന പ്രഗൽഭനായ അധ്യാപകൻ കൂടിയായ കാനാകുഞ്ഞിരാമൻ മാസ്റ്റർ കഴുത്തിലൂടെ ശുഭ്രമായ വേഷ്ടി ചുറ്റിനിന്ന് പല്ലുകൾ പോയതുമൂലം തെല്ല് അസ്പഷ്ടമായ രീതിയിൽ ഇംഗ്ലീഷ് പഠിപ്പിക്കുന്നു.

ഗ്രേസി ടീച്ചറും സരോജിനി ടീച്ചറും കുട്ടികളോടായി പാടുന്നു. അവരുടെ പാട്ടുകൾ കുട്ടികൾ ഏകസ്വരത്തിൽ ഏറ്റുപാടുന്നു. ക്രാഫ്റ്റ് അധ്യാപകനായ കുഞ്ഞിരാമൻ മാസ്റ്റർ അത്യന്തം നാടകീയത കലർത്തി ബ്രാംസ്റ്റോക്കറുടെ 'ഡ്രാക്കുള' കുട്ടികളെ പറഞ്ഞുകേൾപ്പിക്കുന്നു. മലയാളം പണ്ഡിറ്റ് ഒരു വള്ളത്തോൾ കവിത നീട്ടി ആലപിക്കുന്നു. ഏറ്റവും വെടിപ്പുള്ള വസ്ത്രം ധരിച്ചെത്തുമായിരുന്ന കോമൻ ഇടയ്ക്കിടെ മണി മുഴക്കുന്നു...

വിദ്യാലയത്തിനും തപാലാപ്പീസിനും പുറമെ ദേശത്തുണ്ടായിരുന്ന സ്ഥാപനം സഞ്ജയൻ സ്മാരക ഗ്രന്ഥാലയമാണ്. എന്റെ ജീവിതത്തിലെ ഏറ്റവും നിർണായകമായ ഘടകം ഈ ഗ്രന്ഥാലയമാണെ

ന്നതിൽ ഒരു സംശയവുമില്ല. ഞാനവിടെ ഒരു കൂട്ടുകാരന്റെയൊപ്പം വളരെ സങ്കോചത്തോടെ കയറിച്ചെന്ന് ഒരംഗമായത് ആറാംക്ലാസ്സിലായിരുന്നപ്പോഴാണ്.

അമ്പരിപ്പിക്കുന്ന അറിവുകളുടെ ഒരു ബൃഹത് പ്രപഞ്ചമാണ് ഗ്രന്ഥശേഖരമുള്ള ചെറിയമുറിയിൽ ഞാൻ കണ്ടെത്തിയത്.'ജീവിതം ജീവിതം' എന്ന ആരവം ഓരോ പുസ്തകത്തിന്റെയും താളുകളിൽ നിന്ന് അനുസ്യൂതമായി ഉയർന്നുകൊണ്ടിരിക്കുന്നു. മലയാളത്തിൽ അന്നോളമെഴുതപ്പെട്ട മികച്ച കൃതികളത്രയും അവിടെയുണ്ടായിരുന്നു. ചില ദിവസങ്ങളിൽ വായനശാലയിൽ തന്നെയിരുന്ന് രണ്ട് മൂന്ന് പുസ്തകങ്ങൾ ഞാൻ വായിച്ചുതീർത്തിട്ടുണ്ട്.

വാർഷികഗ്രാന്റ് കിട്ടി പുതിയ പുസ്തകങ്ങൾ കണ്ണൂരിൽ നിന്ന് വാങ്ങിക്കൊണ്ട് വരുന്ന ദിവസം ഒരു ഉത്സവം പോലെയായിരുന്നു എനിക്ക്. ഓരോ പുസ്തകവും എന്നെ എന്ത് മാത്രം കൊതിപ്പിച്ചുവെന്ന് വിവരിക്കാനാവില്ല.

അനേകം ഊടുവഴികളിലൂടെയും വനരഥ്യകളിലൂടെയും ജലപ്രവാഹങ്ങളിലൂടെയും ഗിരിനിരകളിലൂടെയും മേഘമാർഗങ്ങളിലൂടെയും അവ എന്നെ കൊണ്ടുപോയി.

നീണ്ട, പച്ചനിറത്തിലുള്ള ഒരു വാഹനം കൂടിയുണ്ട് ഓർമയിൽ. അത് ചലിക്കുന്ന ഗ്രന്ഥശാലയാണ്. ഒന്നോ രണ്ടോ മാസം കൂടുമ്പോഴാണ് ദേശത്തെത്തുക. അതിൽ നിന്ന് സഞ്ജയൻ സ്മാരക ഗ്രന്ഥാലയത്തിലേക്ക് ഓരോ തവണയും പുസ്തകങ്ങൾ തിരഞ്ഞെടുക്കാൻ ഞാനും കൂടാറുണ്ടായിരുന്നു.സ്വയം മതിപ്പ് തോന്നിയിരുന്ന സവിശേഷ സന്ദർഭങ്ങളായിരുന്നു അവ.

ദേശത്തിന്റെ പൂർവചരിത്രത്തിൽ ദേശീയപ്രസ്ഥാനവും സ്വാതന്ത്ര്യസമരവുമൊക്കെയുണ്ട്. പക്ഷേ അതിനൊന്നും ഞാൻ സാക്ഷിയല്ല. കേട്ടറിവേയുള്ളു. എന്റെ വിസ്മയകരമായ അനുഭവങ്ങൾ ദേശത്ത് അവതരിപ്പിക്കപ്പെട്ട നാടകങ്ങളായിരുന്നു. ദേശവാസികൾ നാടകമെന്ന കലാരൂപത്തോട് കാണിച്ചിട്ടുള്ള ആഭിമുഖ്യം അന്യദേശക്കാരെ അമ്പരിപ്പിക്കാൻ പോന്ന വിധത്തിൽ അതിതീവ്രമായിരുന്നു.

കുട്ടിക്കാലത്ത് ഞാൻ ചുറ്റിലും കാണുന്നവരൊക്കെയും നടന്മാരാണ്. ദേശത്തിന്റെ തയ്യൽക്കാരനും തപാൽശിപായിയും രാഷ്ട്രീയപ്രവർത്തകരും വക്കീൽ ഗുമസ്തന്മാരും കർഷകരും ഹോട്ടൽ തൊഴിലാളികളും പാചകവിദഗ്ദ്ധരും അധ്യാപകരും എന്നുവേണ്ട, നാടകങ്ങളിൽ അഭിനയിക്കുകയോ നാടകസംരംഭങ്ങളിൽ സജീവമായി ഭാഗഭാക്കാവു

കയും ചെയ്യാത്ത ആരും ദേശത്തുണ്ടായിരുന്നില്ലെന്ന് തന്നെ പറയാം. രവിവർമ കലാനിലയത്തിന്റെ വാർഷികാഘോഷത്തിന്റെ ഭാഗമായി സി.എൻ. ശ്രീകണ്ഠൻ നായരുടെ 'കാഞ്ചനസീത' അവതരിപ്പിക്കപ്പെട്ട പ്പോൾ ദേശമാകെ ഒരു ഉത്സവലഹരിയിലായിരുന്നു. ആളുകൾ ശരിക്കും അതു കൊണ്ടാടി. അതേക്കുറിച്ചുള്ള ചർച്ചകളാവട്ടെ, അനേകദിവസങ്ങൾ നീണ്ടുനിന്നു.

ദേശത്ത് ക്രിസ്ത്യൻ കുടുംബങ്ങൾ ഉണ്ടായിരുന്നില്ലെങ്കിലും ക്രൈസ്തവ ജീവിതപശ്ചാത്തലത്തിലുള്ള ചില നാടകങ്ങൾ ഞങ്ങളുടെ മൈതാനിയിൽ അരങ്ങേറുകയുണ്ടായി. അവ അന്നൊരു ചെറിയ കുട്ടി യായ എന്നിൽ ചെലുത്തിയ സ്വാധീനം എത്രമേൽ അഗാധമാണെന്ന് ഞാൻ തിരിച്ചറിഞ്ഞത് ഏറെക്കാലം കഴിഞ്ഞാണ്.

മനസ്സിൽ പതിഞ്ഞുകിടക്കുന്ന കാഴ്ചകൾ ഇനിയുമുണ്ട്. വിഷ്ണു മൂർത്തി, പണയക്കാട്ട് ഭഗവതി, ഗുളികൻ, ഊർപ്പഴച്ചി, വേട്ടയ്ക്കൊരുമകൻ ചാമുണ്ഡി, കുട്ടിച്ചാത്തൻ, പൊട്ടൻ,കതിവന്നൂർ വീരൻ,മുത്തപ്പൻ, കുറത്തി, കാലിച്ചാൻ എന്നിങ്ങനെ പലപല തെയ്യങ്ങൾ.

കർക്കിടകത്തിൽ വീടുതോറും പാടിയാടുന്ന കർക്കടോത്തിയും ആടിവേടനും. ചിങ്ങത്തിൽ ഉത്രാടം, തിരുവോണം നാളുകളിലായി ഓണ വില്ലേന്തിയും മണി കിലുക്കിയും വരുന്ന ഓണത്താർ. അരയിൽ ഗോ മുഖം കെട്ടി പനിയന്മാരുടെ അകമ്പടിയോടെ വരാറുള്ള കോതാമൂരി. ഈ ആരാധനാമൂർത്തികളെല്ലാം ദേശത്തുള്ളവരോട് പറയാറുണ്ടായിരു ന്നത് ഇതാണ് : "വാഴ്ക, വാഴ്ക... വാഴ്ക, വാഴ്ക..."

ഇവിടെ നിന്ന് ചുറ്റും കണ്ണോടിക്കുമ്പോൾ എനിക്ക് തോന്നും ഒരു വലിയ അരങ്ങിലാണെന്ന്. തെയ്യങ്ങളും മനുഷ്യരും പറവകളുമൊക്കെ ച്ചേർന്ന മഹാനാടകം തുടർന്നുകൊണ്ടേയിരിക്കുന്നു...

കോമാളികൾ ആയിരിക്കുന്നതിന്റെ പ്രാധാന്യം

"ഒരു നാടകശാലയ്ക്ക് തീ പിടിക്കുന്നു. അരങ്ങിന്റെ മുന്നറ്റത്തേക്ക് പാഞ്ഞുചെന്ന് കോമാളി ഇക്കാര്യം പ്രേക്ഷകരെ അറിയിക്കുന്നു. അവരത് ഒരു തമാശയായെടുത്ത് കയ്യടിക്കുന്നു. അപ്പോൾ കോമാളി യഥാർഥ മായും തീയുണ്ടെന്ന് വിളിച്ചുപറയുന്നു. ആളുകൾ അലറിച്ചിരിച്ചുകൊണ്ട് കൂടുതൽ ഉച്ചത്തിൽ കരഘോഷം മുഴക്കുന്നു. എല്ലാം തമാശയായെടുക്കു കയും ചിരി ഇഷ്ടപ്പെടുകയും ചെയ്യുന്ന ആളുകളുടെ കരഘോഷത്തിനിട യിൽ ലോകം അവസാനിക്കുമെന്നതിന് ഒരു സംശയവുമില്ല."

ഡാനിഷ് തത്വചിന്തകനും ദൈവശാസ്ത്ര പണ്ഡിതനുമായ കീർ ക്കെഗാർഡ് (1813-1855) എഴുതിയ ഈ ഖണ്ഡിക ചൈനീസ് സാഹി ത്യത്തിലെ അതികായനായ ലൂഷുൻ (Lu Hsun)ഒരു ലേഖനത്തിൽ കൗതുകപൂർവം ഉദ്ധരിച്ച് ചേർത്തിട്ടുണ്ട്. ജീവിതത്തെകുറിച്ച് വിഷാദമഗ്ന മായ കാഴ്ചപ്പാട് വെച്ചുപുലർത്തുകയും ഓരോ രചനയിലൂടെയും ധാർമികരോഷം പ്രക്ഷേപിക്കുകയും ചെയ്ത വ്യക്തിയായിരുന്നിട്ടും കീർക്കെഗാർഡ് അതീവരസകരമായ ചില കാര്യങ്ങൾ കൂടി പറയുന്നു വെന്ന നിരീക്ഷണത്തിന് ഉപോദ്ബലകമായാണ് ലൂഷുൻ ഇപ്രകാരം ചെയ്തിട്ടുള്ളത്. തുടർന്ന് അദ്ദേഹം തന്റെ കാലത്തെ കോമാളികളുടെ പൊതുവ്യവഹാരരീതികൾ സൂക്ഷ്മമായി അപഗ്രഥിക്കുകയും കീർക്കെ ഗാർഡിന്റേതിൽ നിന്ന് വ്യത്യസ്തമല്ലാത്ത നിഗമനത്തിൽ എത്തിച്ചേരു കയും ചെയ്യുന്നു.

തീ പിടിച്ച നാടകശാലയിലാണ് നമ്മളും. കാലം കീർക്കെ ഗാർഡി ന്റെയോ, ലൂഷുന്റെയോ അല്ലെന്നേയുള്ളു. അരങ്ങിലുള്ളത് ഒറ്റകോമാളി യുമല്ല. നമ്മൾ കാണുന്ന നാടകത്തിൽ നിറയെ കോമാളികളാണ്. അവർ നമ്മെ ചിരിപ്പിച്ചുകൊണ്ടേയിരിക്കുന്നു. അതിനിടയിൽ നാടകശാലയ്ക്ക് തീ പിടിച്ചത് നാം അറിയുന്നേയില്ല. നമുക്ക് ചിരി ഇഷ്ടമാണ്. നമ്മെ

ചിരിപ്പിക്കുന്നവരെ നാം ശുദ്ധഗതിക്കാരെന്ന് പ്രശംസിക്കും. മുതിർന്ന നേതാക്കളെന്നും സാംസ്കാരികനായകരെന്നും പൗരപ്രമുഖരെന്നും വിളിച്ച് ആദരിക്കും. നമ്മെ ചിരിപ്പിക്കുന്നതിന് അവരോട് നമുക്കുള്ള കടപ്പാട് അളവറ്റതാണ്.

തീയാളുന്ന നാടകശാലയിൽ നമ്മൾ ഹൃദയലാഘവത്തോടെ ഇരിക്കുന്നു. നാടകം തുടരുകയാണ്.

2

തടിച്ചുകൊഴുത്ത കൈവിരലുകളിൽ ഭാഗ്യരത്നങ്ങളണിഞ്ഞ, സ്വർണം കെട്ടിച്ച രുദ്രാക്ഷമാലയും നിരവധി പവന്റെ സ്വർണച്ചെയിനുകളും ധരിച്ച ഈ കഥാപാത്രത്തിന്റെ ധാരണ താൻ നായകനാണെന്നത്രെ. അയാളുടെ സിൽക് വസ്ത്രം പളപളെ മിന്നുന്നു. ഒരു നായകന് വേണ്ടുന്ന യോഗ്യതകളത്രയും തന്നിൽ ഒത്തിണങ്ങിയിട്ടുണ്ടെന്നതിന്റെ സംതൃപ്തി അയാളുടെ കണ്ണുകളിലും ചീർത്ത കവിളുകളിലും മലർന്ന ചുണ്ടു കളിലും കളിയാടുന്നു.

മൂന്ന് സ്വകാര്യ ചാനലുകളുടെ പ്രതിനിധികൾ അയാളുടെ മുന്നിൽ. അയാൾ അലംകൃതമായ തന്റെ സ്വീകരണമുറിയിലിരുന്ന് അവരോട് സംസാരിക്കുകയാണ്.

“താങ്കൾ കവിതയെഴുതുമോ ?” ഒരു പ്രതിനിധി ചോദിക്കുന്നു.

“കവിതയോ ? ഛെ,ഛെ എനിക്ക് അതിനൊന്നും സമയമില്ല.” അയാൾ കവിതയെഴുതുന്നവരോടുള്ള പുച്ഛം അല്പംപോലും മറച്ചുപിടിക്കാതെ പറയുന്നു.

“താങ്കളുടെ ഒരു മുൻഗാമി കവിതയെഴുതുമായിരുന്നു.”

“എന്നിട്ട് എന്റെയത്രയും പോപ്പുലറായിരുന്നോ അങ്ങേര് ?”

മാധ്യമ പ്രതിനിധികൾ അന്യോന്യം നോക്കുന്നു.

“കാശിന് കൊള്ളാത്ത ചില കവിതകളെഴുതിയെന്നത് ശരിതന്നെ. പക്ഷേ സമുദായസ്നേഹിയായിരുന്നില്ല. ബിസിനസ്സും അറിഞ്ഞുകൂടാ. കവിതയും ചൊല്ലി നടന്നാൽ കാശുണ്ടാകുമോ? കാശില്ലെങ്കിൽ ആളുകൾ ബഹുമാനിക്കുമോ?”

“താങ്കൾ ഉൾപ്പെടുന്ന സമുദായത്തിൽ ഇന്നേവരെ ജീവിച്ചിട്ടുള്ള ഏറ്റവും പ്രധാനവ്യക്തി ആരാണ്?”

“സംശയമെന്ത്? ഞാൻ തന്നെ.” അയാൾ സെറ്റിയിൽ പിറകോട്ട് ചാരിയിരുന്ന് തെളിഞ്ഞ് ചിരിക്കുന്നു. ലോകത്തിലെ ഏറ്റവും സന്തുഷ്ടനായ വ്യക്തി ആരെന്ന ചോദ്യത്തിനുള്ള മറുപടിയും മറ്റൊന്നായിരിക്കില്ലെന്ന് ചിരിക്കിടയിൽ അയാൾ കൂട്ടിച്ചേർക്കുന്നു. നാടകശാലയിൽ

എവിടെയോ തീയാളുന്നത് നമ്മൾ അറിയുന്നില്ല.

3

ചാരനിറത്തിലുള്ള സഫാരി സൂട്ടുമണിഞ്ഞ് വിമാനമിറങ്ങിവരുന്ന ഈ ബഹുമാന്യവ്യക്തിയുടെ മുഖം നമ്മൾ ഇതിന് മുമ്പുള്ള ചില രംഗങ്ങളിൽ കണ്ടിട്ടുള്ളതാണ്. വേഷം ഇതായിരുന്നില്ലെന്ന് മാത്രം. കൈകൾ തെറുത്തുകയററിയ വെള്ള ജുബ്ബയും മുണ്ടുമായിരുന്നു പഴയ വേഷം. ഒരു തൊഴിലാളി നേതാവ്. സമരനായകൻ. ഈ രംഗത്തിൽ വിദേശത്തുപോയി വിദഗ്ദ്ധ ചികിത്സ കഴിഞ്ഞ് വരികയാണ്. വിമാനത്താവളത്തിൽ പലരും കാത്തുനില്പുണ്ട്. ചിലരുടെ കൈകളിൽ രക്തച്ചുവപ്പാർന്ന ഹാരങ്ങൾ.

രംഗഭൂമിയുടെ ഒരു കോണിൽ ഗായസംഘമെന്നോണം രോഗികളാണ്. ചിലർ ശ്വാസം മുട്ടലോടെ പിടയുന്നു. ചിലർ നിർത്താതെ നെഞ്ച് നുറുങ്ങുന്നതുപോലെ ചുമയ്ക്കുന്നു. ചിലർ പഴുത്ത വ്രണങ്ങളുടെ നോവിൽ നീറുന്നു. ചിലരുടെ ഉണങ്ങാത്ത മുറിവുകളിൽ നിന്ന് രക്തം സ്രവിക്കുന്നു.

“ലാൽ സലാം! ലാൽസലാം !” അരങ്ങിൽ പ്രത്യക്ഷപ്പെട്ട നേതൃരൂപത്തെ നോക്കി ഇടറിയ ശബ്ദത്തിൽ അവർ വിളിച്ചുപറയുന്നു. നേതൃരൂപം നിശ്ശബ്ദമായിരിക്കാൻ അവരോട് ആംഗ്യം കാട്ടുന്നു.

അവർ അതനുസരിക്കുന്നു. അവരെ നിശ്ശബ്ദത വലയം ചെയ്യുന്നു.

“എന്നെ കണ്ടാൽ ഇപ്പോൾ എന്ത് പ്രായം തോന്നും?”

അയാൾ അനുയായികളിൽ ഒരാളോടായി ചോദിക്കുന്നു.

“ഒരു...”

“ങ്ഹൂം. പറഞ്ഞോളൂ.”

അയാൾ മതിപ്പ് കലർന്നൊരു ഭാവത്തിൽ കാത്തുനിൽക്കുന്നു.

അനുയായികൾ ഒട്ടൊരു ഉദ്വേഗത്തോടെ അയാളെ വീക്ഷിക്കുന്നു.

“ഒരെഴുപത്'

“എന്ത് ?”

നേതാവ് ക്ഷോഭത്തോടെ തിരിഞ്ഞുനോക്കുന്നു.

“അല്ല, അറുപത് ”

അനുയായി പെട്ടെന്നുതന്നെ തന്റെ അബദ്ധം മനസ്സിലാക്കി സ്വയം തെറ്റ് തിരുത്തുന്നു. തെറ്റുകൾ ചെയ്യുന്നതല്ല അവ തിരുത്തുന്നതാണ് ഒരുറച്ച രാഷ്ട്രീയ പ്രവർത്തകന്റെ മുഖ്യധർമമെന്ന് അയാൾക്കറിയാം. ആദ്യമേ പഠിച്ച പാഠമാണത്.

“അറുപതോ?” നേതാവ് പക്ഷെ തെളിയുന്നില്ല.

"അമ്പത്തഞ്ച്"

"എന്തിനാടോ ഇത്രയും ലുബ്ധ്. അമ്പതെന്ന് പറ"

"അമ്പത്"

അനുയായി നേതാവിന്റെ ശ്രദ്ധയിൽ പെടാതെ ആശ്വാസപൂർവം ഒരു നെടുവീർപ്പിടുന്നത് നമ്മൾ കാണുന്നു. നേതാവ് കയ്യിലുള്ള പുഷ്പഹാരം മണത്തുനോക്കുകയാണ്. പ്ലാസ്റ്റിക്ക് പൂക്കൾക്ക് പോലും സുഗന്ധമുള്ള കാലം.

"അങ്ങയുടെ ആരോഗ്യം വർധിച്ചതിലും, പ്രായം ഇത്രകണ്ട് കുറഞ്ഞതിലും ഈ മാലോകർക്കെല്ലാം എന്തൊരു സന്തോഷമാണെന്ന് വർണിക്കുക വയ്യ." അനുയായികളിലൊരാൾ കൈകൾ നീട്ടി. പ്രേക്ഷകരെയൊന്നടങ്കം ഉൾക്കൊള്ളുന്ന വിധത്തിൽ വീശിക്കാണിച്ച് തുടരുന്നു. "ഇവർ മുഴുവനും അങ്ങ് തിരിച്ചുവരുന്നതും കാത്ത് അക്ഷമരായി ഇരിക്കുകയായിരുന്നു."

നേതാവ് ആത്മസംതൃപ്തിയോടെ പ്രേക്ഷകരുടെ നേർക്ക് കൈ വീശുന്നു.

ഒരു മാധ്യമപ്രതിനിധി പ്രത്യക്ഷപ്പെടുന്നു.

"ഇവിടെ നിരവധി സർക്കാർ ആശുപത്രികളുള്ളപ്പോൾ അങ്ങു ചികിത്സക്കായി വിദേശത്തേക്ക് പോയതെന്തിനാണ് ?"

"ഇവിടുത്തെ സർക്കാർ ആശുപത്രികൾക്ക് പന്താടാനുള്ളതല്ല എന്റെ ജീവൻ." നേതാവ് പ്രതിവചിക്കുന്നു. അരങ്ങിലൂടെ ഒരു രാജാവിന്റെ മട്ടിൽ അങ്ങോട്ടുമിങ്ങോട്ടും നടന്നുകൊണ്ട് അയാൾ അടുത്ത സംഭാഷണശകലം വീണ്ടും വീണ്ടും ഉരുവിടുന്നു.

"എന്റെ ജീവൻ വിലപ്പെട്ടതാണ്. എന്റെ ജീവൻ വിലപ്പെട്ടതാണ്. എന്റെ..."

അരങ്ങിലെ വെളിച്ചം മായുന്നു. പ്രേക്ഷകർക്കിടയിൽ ചിരി പടരുകയാണ്. നാടകശാലയാകെ ഇളികിമറിയുംവിധത്തിലുള്ള ചിരി. അതിനിടയിൽ വെളിച്ചം കുറെശ്ശെ കുറെശ്ശെ തെളിഞ്ഞുവരികയായി,

4

ഇപ്പോൾ സ്വന്തം മകളെ വാത്സല്യപൂർവം ചുമലിലിരുത്തി അരങ്ങിന്റെ മധ്യത്തിൽ നിൽക്കുന്ന ഒരച്ഛനെ നമ്മൾ കണ്ടുതുടങ്ങുന്നു.

മകൾ ഒരു പാവയെ പോലെ സുന്ദരി. അച്ഛന്റെ ചുമലിൽ സ്വസ്ഥമായിരുന്ന് സ്വാദുററ മുന്തിരി തിന്നുകയാണ്. മുന്തിരിയുടെ കുരു ഇടയ്ക്കിടെ പ്രേക്ഷകരുടെ നേർക്ക് നീട്ടിത്തുപ്പുന്നു.

അച്ഛൻ പ്രസന്നനാണ്. ഭാരമേറ്റുന്നതിൽ ഒട്ടും ക്ലേശമനുഭവിക്കുന്നില്ലെന്ന് മുഖം വിളിച്ചോതുന്നു.

മറ്റൊരു കഥാപാത്രം കൂടി അരങ്ങിലെത്തുകയാണ്. വള്ളി നിക്കറിട്ട ഒരു ചുരുൾമുടിക്കാരൻ. പഴയ സൈക്കിൾ ടയർ ഉരുട്ടിക്കൊണ്ടാണ് വരവ്. ഉള്ള പല്ലുകൾ അത്രയും വെളിയിൽ കാണാം. അവൻ തികഞ്ഞ ആമോദത്തിലാണ്. സൈക്കിൾ ടയർ ചലിപ്പിച്ചുകൊണ്ട് അച്ഛനെ വലംവെക്കുന്നതിനിടയിൽ പ്രേക്ഷകരെ അഭിവാദ്യം ചെയ്യണമെന്ന രംഗപാഠത്തിലെ സൂചന അവന് ഓർമയുണ്ട്.

അതാ. കുഴൽവിളി.ഒരു കുറിയ മനുഷ്യനെ കുഴൽ വിളിയുമായി ചിലർ എഴുന്നെള്ളിക്കുകയാണ്. മകളെ ചുമലിലിരുത്തി നിൽക്കുന്ന മുതിർന്ന മനുഷ്യൻ അങ്ങോട്ട് ഇടംകണ്ണിട്ട്നോക്കിയശേഷം പ്രേക്ഷകരോടായി കണ്ണിറുക്കിക്കാട്ടുകയും വെളുക്കെ ചിരിക്കുകയും ചെയ്യുന്നു.

നവാഗത കഥാപാത്രം അയാളുടെ പിറകിൽ ചെന്നുനിന്ന് പരിഹസിച്ചുകൊണ്ട് ഇത്തിരി അശ്ലീലം കലർന്ന ഒരാംഗ്യം കാട്ടുന്നു. അയാൾ അതറിയുന്നില്ല. പ്രേക്ഷകരായ നമുക്ക് ഇതുചിരിക്കാനുള്ള ഏറ്റവും ഉചിതമായി സന്ദർഭമാണ്. നവാഗതൻ പിന്നീട് മുന്നോട്ട് നീങ്ങിയെത്തി മുതിർന്ന മനുഷ്യന്റെ കാൽ തൊട്ട് വണങ്ങുന്നു. ചുമലിലിരിക്കുന്ന പെൺകുട്ടിയെ കൊഞ്ചിക്കുന്നു. അതു കഴിഞ്ഞ് സൈക്കിൾ ടയറുമായി വട്ടം ചുറ്റുന്ന പയ്യനോടെന്തോ പറയുന്നു. ആകപ്പാടെ അരങ്ങിൽ സൗഹൃദാന്തരീക്ഷം. സംഭാഷണമില്ല. ചേഷ്ടകൾ മാത്രം.

അരങ്ങ് കലുഷിതമാകുന്നത് പ്രേക്ഷകർ നിനിച്ചിരിക്കാതെയാണ്. സൈക്കിൾ ടയർ ഉരുട്ടിക്കളിക്കുന്ന പയ്യൻ നവാഗത കഥാപാത്രത്തെ നോക്കി കൊഞ്ഞനം കുത്തുന്നു. നവാഗതൻ തിരിച്ചും. ഇരുവരും തമ്മിലുള്ള പോര് അനുനിമിഷം മൂർച്ഛിക്കുന്നു. പ്രേക്ഷകർ കരഘോഷം മുഴക്കുന്നു. അതിനിടയിൽ പെട്ടെന്ന് രംഗസ്വഭാവം മാറുന്നത് അവരെ അമ്പരിപ്പിച്ചുകൊണ്ടാണ്. പയ്യനും നവാഗതനും പരസ്പരം ആശ്ലേഷിക്കുന്നു. പെൺകുട്ടി നവാഗതനെ നോക്കി അങ്കിൾ എന്ന് ഇമ്പമുള്ള സ്വരത്തിൽ നീട്ടി വിളിക്കുന്നു. അതു നാടകശാലക്കുള്ളിലാകെ മുഴങ്ങുന്നു. പ്രേക്ഷകർ പിന്നെയും കയ്യടിക്കുന്നു. ചിലർ അത്യാവേശത്തോടെ ഇരിപ്പിടങ്ങളിൽ നിന്ന് എഴുന്നേറ്റ് അരങ്ങിന് നേർക്ക് ചുംബനങ്ങൾ എറിഞ്ഞുകൊടുക്കുന്നു. ചുംബനങ്ങൾ പറപറക്കുമ്പോൾ പയ്യന്റെ സൈക്കിൾ ടയർ നവാഗതൻ ഉരുട്ടിത്തുടങ്ങുന്നു. പയ്യൻ ആമോദപൂർവം പിന്നാലെ.

മകളുമായി അച്ഛൻ കമിഴ്ന്നടിച്ച് വീഴുന്ന കാഴ്ച കാണേണ്ടിവരുമെന്ന് നമ്മളാരും കരുതിയതല്ല. കുഴൽ വിളിയുടെ അകമ്പടിയോടെ വന്ന കഥാപാത്രം അയാളെ നിലത്തുതള്ളിയിട്ട് ഒരു പരിഹാസചേഷ്ടയോടെ അരങ്ങിൽ നിന്ന് പിൻവാങ്ങുന്നു. പയ്യൻ നെഞ്ചത്തടിച്ച് അലമുറയിടുന്നു. ശോകം സർവ്വത്ര ശോകം. പ്രേക്ഷകരായ നമ്മളോ ചിരിക്കുകയാണ്.

നമുക്ക് ചിരി ഇഷ്ടമത്രെ.

5

“ഞാൻ സത്യങ്ങൾക്ക് സാക്ഷി പറയാൻ വന്നവനാണ്. അതെ, ഒരു കവി.” അരങ്ങിലേക്ക് വന്ന് ഒരാൾ നമ്മളോട് വിളിച്ചുപറയുന്നു.

നമ്മൾ കവിയെ നോക്കിക്കാണുന്നു. സാമാന്യം നന്നായി മദ്യപിച്ചിട്ടുണ്ട്. മുടി പാറിപ്പറന്നു കിടക്കുന്നു. വേഷം വെടിപ്പുറ്റതല്ല. മുഖത്ത് പ്രകടമാകുന്ന ഭാവം എന്താണ് സൂചിപ്പിക്കുന്നതെന്നറിയാതെ നമ്മൾ കുഴങ്ങുമ്പോൾ കവി ഇടിമുഴക്കം പോലെ ഒരു കവിത ആലപിച്ചുതുടങ്ങുന്നു.

ചിലമ്പിച്ച ശബ്ദമാണ്. ശിഥില വാങ്മയമാണ്. പക്ഷേ നമ്മൾ ദത്തശ്രദ്ധരായി കേട്ടിരിക്കുന്നു. നാടകശാലക്കകമേ പ്രോത്സാഹനശബ്ദങ്ങളുയരുന്നു.

കവിത അവസാനിപ്പിച്ച് കവി എന്തോ പറയാനൊരുങ്ങുന്നു. ഏവരും കാതോർക്കുന്നു.

“ഇലക്ഷൻ അടുത്തിരിക്കയല്ലേ. നിങ്ങളൊക്കെ...മുന്നണിയെ വോട്ടു നൽകി വിജയിപ്പിക്കണം.” കവിയുടെ അരുളപ്പാട് നാടകശാലയിലാകെ ചിരി പടർത്തി. ചിരിക്കിടയിൽ ഒട്ടും ജാള്യതകൂടാതെ സോല്ലാസം കൈയുയുർത്തി വീശിക്കൊണ്ട് കവി ഇടറിയിടറി നിഷ്ക്രമിക്കുന്നു.

പിന്നെ അരങ്ങിന്റെ ശൂന്യതയിലൊരിടത്ത് മാത്രമായി വെളിച്ചത്തിന്റെ ഒരു ധാര. ഇരുകൈകളിലും പുസ്തകവുമായി നിൽക്കുന്ന ഒരു പ്രശസ്ത എഴുത്തുകാരന്റെ മേലാണ് വെളിച്ചം വന്നുവീഴുന്നത്. അയാൾ നിൽക്കുന്നത് നാലഞ്ച് ബൃഹത്ഗ്രന്ഥങ്ങൾക്ക് മുകളിലായാണ്.

“നിങ്ങൾക്കറിയാവുന്നതുപോലെ കഴിഞ്ഞ കുറെ സംവത്സരങ്ങൾ ഞാൻ സാഹിത്യപ്രവർത്തനങ്ങളിൽ മുഴുകിയിരിക്കുകയായിരുന്നു. കുറെ കൃതികൾ ഞാനെഴുതി. പല പുരസ്കാരങ്ങളും എന്നെത്തേടി വന്നു. ഈയിടെയായി എനിക്ക് താല്പര്യം രാഷ്ട്രീയ മേഖലയിൽ പ്രവർത്തിക്കാനാണ്. ഒരു നിയമസഭാമണ്ഡലത്തെ പ്രതിനിധീകരിക്കണമെന്ന് ഞാൻ അത്യധികം ആഗ്രഹിക്കുന്നു. എഴുതുന്നതിനെക്കാൾ പ്രധാനം അങ്ങനെയൊരു സ്ഥാനം നേടിയെടുക്കുകയാണെന്ന് ഞാൻ ആത്മാർഥമായും വിശ്വസിക്കുന്നു. എവിടെ വേണമെങ്കിലും മത്സരിക്കാൻ ഞാൻ തയ്യാറാണ്. ഏതുപാർട്ടിയുടെയോ മുന്നണിയുടെയോ ബാനറിലും. വലതുപക്ഷമായാലും ഇടതുപക്ഷമായാലും പ്രശ്നമില്ല. മതമൗലികവാദത്തിനും മതനിരപേക്ഷതയക്കും ഞാൻ ഒരേ പരിഗണന കൽപ്പിക്കുന്നു. ഫാഷിസമെന്നും ജനാധിപത്യമെന്നുമുള്ള ചേരിതിരിവുകൾ

വെറും മിഥ്യാഭ്രമങ്ങൾ." അയാൾ തന്റെ കീഴ്ചുണ്ട് നാവ് നീട്ടി തുടക്കുന്നു. കണ്ണടക്കുള്ളിൽ കണ്ണുകൾ തിളങ്ങുന്നു.

"ഞാൻ വിജയിക്കട്ടെ." അയാൾ കൈകളിലെ പുസ്തകങ്ങൾ നിലത്തിട്ട് മുഷ്ടി ചുരുട്ടി അലറുന്നു.

അണിയറയിൽ നിന്നും കൈമണികൾ മുഴങ്ങുന്ന ശബ്ദം കാതുകളിൽ പതിക്കുമ്പോൾ ഇനിയെന്താണ് അരങ്ങിൽ സംഭവിക്കാൻ പോകുന്നതെന്ന് നമ്മൾ ഉത്ക്കണ്ഠപ്പെടുന്നു.

ആടിയും പാടിയും കൈമണികൾ കൊട്ടി താളം പിടിച്ചും നപുംസകങ്ങൾ വരികയാണ്. വെളിച്ചത്തിന്റെ അനർഗള പ്രവാഹത്തിൽ പാടെ നഗ്നനാക്കപ്പെട്ടതുപോലെ നിൽക്കുന്ന എഴുത്തുകാരനു ചുറ്റുമായി അവർ സഹർഷം ചുവട് വെക്കുന്നു. ഇടക്കിടെ വായ്ത്താരികൾ. ചുവട് വെച്ചുകൊണ്ട് എഴുത്തുകാരനെ ഒരു വലയത്തിനുള്ളിലാക്കി ഹിജഡകൾ നീങ്ങിപ്പോകവെ പ്രേക്ഷകരായ നാം ഒരിക്കൽ കൂടി കൈയടിക്കുന്നു.

6

ഈയക്കടലാസ് പൊതിഞ്ഞ കാർഡ് ബോർഡ് വാളുകളുമായി അരങ്ങിലേക്ക് ചാടിവീണ ഈ യോദ്ധാക്കൾ ആരാണ്? വാളുകൾ വീശുന്നതിനിടയിൽ അവർ പരസ്പരം ചൊരിയുന്ന ഭർത്സനങ്ങളിൽ നിന്ന് എന്തെങ്കിലും നിഗമനത്തിലെത്താൻ നമുക്ക് സാധിക്കുമോ? ഉവ്വുവ്വ്. അവർ സമാന്തര ചലച്ചിത്രസംവിധായകരാണ്. ശുദ്ധവും കലാമേന്മയുള്ളതുമായ സിനിമയുടെ വക്താക്കൾ. ഒരാൾ പറയുന്നത് അപരന് സിനിമയുടെ വ്യാകരണമറിയില്ലെന്നാണ്. അയാൾക്ക് വ്യാകരണം പോകട്ടെ, സിനിമയുടെ ആദ്യാക്ഷരം പോലും അറിയില്ലെന്ന് ബി. രോഷാകുലനായി തിരിച്ചടിക്കുന്നു. അതിന് എ.യുടെ പ്രതികരണം ഒരു തെറിയാണ്. അതിനെ കൂടുതൽ ധ്വനിസാന്ദ്രമായ മറ്റൊരു തെറികൊണ്ട് ബി പ്രതിരോധിക്കുന്നു.

ഇനി കുറച്ചുനേരം വാൾപയറ്റാണ്. വാളുകൾ ഒരിക്കലും കൂട്ടിത്തൊടുന്നില്ല. ആക്രോശങ്ങളും ശകാരങ്ങളും തുടരുന്നു.

മറ്റുചിലർ കൂടി അരങ്ങിലെത്തുന്നു. രണ്ടുചേരികളായി നിലയുറപ്പിച്ച് അവരും കലഹിക്കുന്നു.

അതിന്റെ മധ്യത്തിലേക്ക് നായകന്റെ ഭാവത്തിൽ കടന്നുവന്ന പൊക്കം കുറഞ്ഞ മുക്കുകണ്ണാടി ധരിച്ച ഒരാളെ രണ്ടുപേർ തൂക്കിയെടുത്ത് അരങ്ങിൽ നിന്ന് നീട്ടിയെറിയുന്നു.

ഒരു പതനത്തിന്റെ മുഴക്കം. ഹതാശമായ നിലവിളി.

നമ്മൾ ചിരിക്കുക തന്നെയാണ്. നമുക്ക് വാഗ്വാദങ്ങളും കലഹ

ങ്ങളും പദവികളിൽ നിന്നുള്ള നിഷ്കാസനങ്ങളും പരസ്പരമുള്ള ചെളി വാരിയേറും ഇഷ്ടമാണ്. അതത്രയും അരങ്ങിനെ സജീവമാക്കുന്ന ഘടക ങ്ങളാണെന്ന് നാം വിശ്വസിക്കുന്നു.

അകലേക്ക് നീട്ടിയെറിയപ്പെട്ട കുള്ളൻ മൂക്കു കണ്ണാടി നഷ്ടപ്പെട്ട നിലയിൽ വീണ്ടും അരങ്ങിലെത്താനായി തത്രപ്പെടുകയാണ്. അയാൾ കരയുകയും മൂക്ക് പിഴിയുകയും ചെയ്യുന്നുണ്ട്. ഒരു ചലച്ചിത്രസംവിധായ കൻ പാഞ്ഞുചെന്ന് അയാളെ ഒരിക്കൽ കൂടി തൊഴിച്ചകറ്റുന്നു. അയാ ൾക്ക് സിനിമയുമായി പുലബന്ധമെങ്കിലുമുണ്ടോ എന്ന് കയർക്കുന്നു. അയാൾക്ക് സ്ഥാനം ലഭിക്കണമെങ്കിൽ കോമാളികളുടെ ഒരു അക്കാദമി സ്ഥാപിക്കപ്പെടുകയല്ലാതെ മറ്റുവഴിയില്ലെന്ന് ഉദീരണം ചെയ്യുന്നു.

നമ്മൾ അതുകേട്ട് വിസ്മയഭരിതരാകുന്നു. ഒരു സമുന്നത ആശയം തികച്ചും യാദൃച്ഛികമായി നമുക്ക് വീണുകിട്ടിയിരിക്കുകയാണ്.

നാടകശാലയിൽ പല ശബ്ദങ്ങളുയരുന്നു.

"കോമാളികളുടെ ഒരു അക്കാദമി."

"എത്ര ഉദാത്തമായ ചിന്ത!"

"ഇങ്ങനെയൊരു നിർദേശം മുമ്പെ ഉന്നയിക്കപ്പെടേണ്ടതായിരുന്നു.

"ശരിയാണ്"

"ഇപ്പോഴും വൈകിയിട്ടില്ല."

"തീർച്ചയായും"

"എല്ലാ പാർട്ടികളിലും ഗ്രൂപ്പുകളിലും പ്രവർത്തന മേഖലകളി ലുമായി ചിതറിക്കിടക്കുന്ന നമ്മുടെ പ്രിയപ്പെട്ട കോമാളികളെ ഒന്നിച്ചണി നിരത്തുകയെന്ന മഹത്തായ ലക്ഷ്യമായിരിക്കണം അക്കാദമിക്ക്."

"എല്ലാ കോമാളികളുടെയും സർവതോന്മുഖമായ വികാസം അതുവഴി സാധിക്കപ്പെടണം.'

"കോമാളികൾ ആയിരിക്കുകയെന്നത് പ്രധാനപ്പെട്ട ഒരു കാര്യ മാണ്.

"കോമാളികൾക്ക് നഷ്ടപ്പെടാൻ ഒന്നുമില്ല."

"നേടാനോ, പലതുമുണ്ട്."

എഞ്ചിൻപണി കഴിഞ്ഞ കപ്യാര്

എനിക്ക് കപ്യാരെ ഒന്ന് കാണണമായിരുന്നു. ആളിനെ അറിഞ്ഞുകൂടാ. മുമ്പ് കണ്ടിട്ടില്ല. വറുഗീസ് അച്ചൻ പറഞ്ഞതാണ്. കപ്യാരെ കണ്ടാൽ കാര്യം നടക്കും. ആദ്യം ചെന്നുകണ്ട സിസ്റ്റർ, അവരുടെ പേരെന്തെന്നറിയില്ല, പറഞ്ഞത് വറുഗീസ് അച്ചനെ കണ്ടാൽ മതിയാകുമെന്നാണ്. എന്നാൽ വറുഗീസ് അച്ചന് മനസ്ഥിതി ഉണ്ടെങ്കിലും എന്നെ സഹായിക്കാനായില്ല.

രൂപത ആസ്ഥാനത്തുനിന്നിറങ്ങുമ്പോൾ മഴ ചാറാൻ തുടങ്ങി. ജൂൺ മാസമാണ്. ആകാശമേഘങ്ങൾക്ക് ഏത് നേരവും ഭൂമിയിലേക്ക് മഴ പെയ്യിക്കാം. ഇതിപ്പോൾ വെറും ചാറ്റൽ മഴയാണ്. കുടയില്ലെങ്കിൽ പോലും നടക്കാവുന്നതേ ഉള്ളൂ.

നേരെ മുന്നിൽ ഒരു പള്ളിയാണ്. പക്ഷേ എനിക്ക് കാണേണ്ട കപ്യാര് അവിടെയല്ല. തെല്ലകലെയുള്ള മറ്റൊരു പള്ളിയിലാണ്. നടന്നെത്താവുന്ന ദൂരംമാത്രം. പള്ളിയുടെ പടവുകൾ കയറി ഗേറ്റ് കടന്ന് ഞാൻ നിരത്തിലെത്തി. പരിശുദ്ധാത്മാവിന്റെ പ്രസാദവരം പോലെ മഴ. ഹല്ലേലുയ്യ. ഞാൻ നടന്നു

വിശുദ്ധ കുർബാനയോ, വിവാഹമോ മരണാനന്തരശുശ്രൂഷയോ ഒന്നുമില്ലാതെ നെറുകയിൽ വലിയ കുരിശുമായി പഴമയുടെ സൗന്ദര്യമുള്ള പള്ളി മഴയേറ്റുകൊണ്ട് നിശ്ശബ്ദമായി നിൽക്കുകയായിരുന്നു ഞാനെത്തുമ്പോൾ. പുറത്താരുമില്ല. മുൻവാതിലുകൾ അടഞ്ഞുകിടക്കുകയാണ്. എന്നാൽ പാർശ്വവാതിലുകളിലൊന്ന് തുറന്ന നിലയിൽ കാണപ്പെട്ടു. ഞാൻ അതുവഴി അകത്തുകയറി നോക്കി. മന്ദിരത്തിന്റെ നിശ്ശബ്ദത കുറെക്കൂടി ഗഹനമായതുപോലെ തോന്നി. സംഗീതോപകരണങ്ങളുടെയോ, അവയുടെ അകമ്പടിയോടെ പാടുന്ന അനേകം വിശ്വാസികളുടെയോ, വിശുദ്ധഗ്രന്ഥത്തിൽ നിന്ന് ഉറക്കെ വായിച്ചുകേൾപ്പിക്കുന്ന വൈദികന്റെയോ ശബ്ദം ഏതു നിമിഷവും ചുമരുകൾക്കുള്ളിലാകെ

മുഴങ്ങിയേക്കാമെന്ന പ്രതീതിയും ഉളവായി. ബൈബിളിന്റെ പല പ്രതികളും കൊച്ചു പ്രാർഥനാ പുസ്തകങ്ങളും അൾത്താരയ്ക്ക് താഴെ അരികിലായുള്ള നീണ്ട മേശപ്പുറത്ത് കാണാമായിരുന്നു. ശൂന്യങ്ങളായ ഇരിപ്പിടങ്ങൾ, മ്യൂറലുകൾ.

കപ്യാര് എവിടെയാവാമെന്ന ചിന്തയോടെ വെളിയിലിറങ്ങിയപ്പോൾ കിഴക്കുള്ള ഗെയ്റ്റിലൂടെ കറുത്തൊരു സ്ത്രീ, ഏതാണ്ട് അമ്പതിനോടടുത്ത പ്രായം കാണും അവർക്ക്, ഒരു കുടയും ചൂടി ദുരിശപ്പെട്ട് വരുന്നത് കണ്ടു. ഞാൻ മഴയിലൂടെ അവരുടെ നേർക്ക് ചെന്നു.

“കപ്യാര് എവിടെയാ? ”

“വീട്ടിലുണ്ട്”

വീട് എവിടെയെന്ന് തിരക്കിയപ്പോൾ താൻ കാണിച്ചുതരാമെന്ന് സന്മനസ്സോടെ പറഞ്ഞ് ആ സ്ത്രീ തിരിഞ്ഞുനടന്നു. ഗെയിറ്റിനപ്പുറമെത്തി മരങ്ങൾക്കിടയിലൂടെ കൈചൂണ്ടി.

“ ദോ, അവിടെ”

എങ്ങുനിന്നെന്നില്ലാതെ ഒരു പട്ടി കുരച്ചു. വഴി നേർത്തതും വഴുക്കലുള്ളുതുമായിരുന്നു. ഇടതുവശത്ത് താഴ്ചയാണ്. വലതുവശത്ത് കാട് പിടിച്ച് കിടക്കുന്നു. മധ്യാഹനമായിട്ടും അരണ്ട വെളിച്ചമേയുള്ളു. പാമ്പിൻ പത്തികൾ നിവരുന്നുവോ? ഇടക്കിടെ പൊന്തകളിലേക്ക് നോക്കിക്കൊണ്ട് മുന്നോട്ട് പോകവെ ആശങ്കയായി.

പട്ടി കുരച്ചത് ചെറിയൊരു വീടിന്റെ മുറ്റത്ത് നിന്നായിരുന്നു. വൃദ്ധനൊരാൾ അതിനെ അടക്കിനിർത്തി.

“കപ്യാരുണ്ടോ”

“ങ്ഹും ?”

“ഒരു കാര്യമുണ്ടായിരുന്നു.”

“എന്നാ കാര്യം”

അയാളുടെ കണ്ണുകളിലെ ചുഴിഞ്ഞനോട്ടത്തിന് മുന്നിൽ ഞാൻ പരുങ്ങി.

“അല്ല , ഒന്നു കാണാൻ വേണ്ടിയാ.”

“അതിന് കപ്യാര് ഇവിടെയില്ലല്ലോ.”

അയാൾ അകത്തേക്ക് പോകാൻ തുടങ്ങി. എനിക്കയാളെ വിശ്വാസമായില്ല.

“ഉണ്ടെന്ന് അവര് പറഞ്ഞല്ലോ.”

“ആര് ?”

“ഒരു സ്ത്രീ.”

“ആ കറുത്ത സ്ത്രീയോ? അവളങ്ങനെ പലതും പറയും. ആട്ടെ

എന്നതാ കാര്യം.?"

എന്നെ വർഗീസ് അച്ചൻ പറഞ്ഞുവിട്ടതാണെന്നും പള്ളിയിൽ പാടാറുള്ള പഴയൊരു പാട്ട് കപ്യാരെ കൊണ്ട് പാടിച്ച് കേൾക്കുക മാത്രമാണ് വേണ്ടിയിരിക്കുന്നതെന്നും ഞാൻ വിശദീകരിച്ചപ്പോൾ വൃദ്ധൻ പറഞ്ഞു.

"ഞാൻ തന്നെയാ കപ്യാര്. പക്ഷേ ഇപ്പോ ഒന്നിനും വയ്യ. രണ്ട് എഞ്ചിൻ പണി കഴിഞ്ഞതാ"

മഴ അതിനകം കനത്തിരുന്നു.

എഞ്ചിൻപണിയെന്തെന്ന് മനസ്സിലാവാതെ തികഞ്ഞ സന്ദിഗ്ദ്ധതയിൽ ഞാൻ കപ്യാരെ മിഴിച്ചുനോക്കി. അയാൾ പക്ഷെ കൂടുതലായൊന്നും പറഞ്ഞില്ല. നെഞ്ചിൽ കൈചേർക്കുക മാത്രം ചെയ്തു.

വീട്ടുപറമ്പിലും വഴിയോരങ്ങളിലും മരങ്ങൾ ഇരുണ്ടുനിന്നു.

ചരൽമണ്ണ് പാകിയ മൈതാനത്തിനും വിജനമായ കറുത്ത പാതയ്ക്കുമപ്പുറത്തായി മരിച്ചവരുടെ സ്ഥലം. മാർബിളിലും കോൺക്രീറ്റിലുമുള്ള ശവകുടീരങ്ങൾക്ക് മേൽ മഴ തകർത്തു പെയ്യുന്നു.എന്റെ പക്കൽ കുടയില്ല. മഴ തോരാതെ പോകാൻ നിവൃത്തിയില്ല. മഴ നോക്കി നിൽക്കുകയല്ലാതെ മറ്റൊന്നും ചെയ്യാനില്ല.

അങ്ങനെ മഴയിലേക്ക് കണ്ണും നട്ട് ഞാൻ നിശ്ചേഷ്ടനായി നിൽക്കുമ്പോൾ തീർത്തും അപ്രതീക്ഷിതമായി പിറകിൽ ഒരു സ്വരമുയർന്നു. കപ്യാര് പാടാൻ തുടങ്ങി. പഴയ നിയമത്തിലെ ഗോത്രങ്ങളേതിനെയോ പ്രതിനിധീകരിച്ചുകൊണ്ടെന്നപോലെ. നോഹയുടെയോ അബ്രഹാമിന്റെയോ യിസഹാക്കിന്റെയോ യാക്കോബിന്റെയോ ജോസഫിന്റെയോ മോശെയുടെയോ ശബ്ദത്തിലെന്നപോലെ. ദൈവത്തിന്റെ കൂടെ നടക്കുമ്പോഴെന്നപോലെ അയാൾ പാടി. രണ്ട് എഞ്ചിൻപണി* കഴിഞ്ഞതാണെന്ന വസ്തുത അയാൾ ഓർത്തതേയില്ല. പിന്നെ പിന്നെ ഞാനും അതു മറന്നു.

---

* ഹൃദയ ശസ്ത്രക്രിയ

സ്നേഹം ഒരുക്കിയ വിരുന്നുകൾ

ഞാൻ ജനിച്ചു വളർന്ന ദേശത്ത് ക്രൈസ്തവകുടുംബങ്ങൾ ഇല്ലായിരുന്നു. ക്രിസ്ത്യാനികളെ കാണുന്നത് ശോഭ ടാക്കീസിലിരുന്നാണ്. ഭാര്യ,നിണമണിഞ്ഞ കാല്പ്പാടുകൾ ഇണ പ്രാവുകൾ, റബേക്ക, ആദ്യകിരണങ്ങൾ, അൾത്താര, തൊമ്മന്റെ മക്കൾ, അന്വേഷിച്ചു കണ്ടെത്തിയില്ല തുടങ്ങിയ ചിത്രങ്ങളിലെ കഥാപാത്രങ്ങൾ വേഷത്തിലും സംസാരരീതിയിലുമുള്ള വ്യത്യസ്തത കൊണ്ട് എന്നെ വളരെ ആകർഷിക്കുകയുണ്ടായി. "ഓമനക്കയ്യിൽ ഒലീവിലക്കൊമ്പുമായി ഓശാനപ്പെരുന്നാള് വന്നു"വെന്നും മറ്റുമുള്ള പാട്ടുകളുടെ വശ്യതയും തീവ്രമായിരുന്നു.

ശോഭ ടാക്കീസിനെക്കാൾ അടുത്താണ് 'ദേശ'ത്തെ ഗ്രന്ഥാലയം. നന്നെ ചെറുപ്പത്തിൽ തന്നെ അതിൽ അംഗത്വമെടുത്തിരുന്നു. തിടുക്കപ്പെട്ടുള്ള വായനക്കിടയിൽ പാറപ്പുറത്തിന്റെയും മുട്ടത്തുവർക്കിയുടെയും പല കൃതികളിലൂടെ കടന്നുപോയി. അവ ക്രൈസ്തവജീവിതത്തെകുറിച്ച് കുറെക്കൂടി ഉൾക്കാഴ്ച പകരുന്നവയായിരുന്നു. അരങ്ങിൽ ചില നാടകങ്ങളും കണ്ടു. അവയിലെ കഥാപാത്രങ്ങളെല്ലാം ക്രിസ്ത്യാനികളാണ്. ഞങ്ങൾ കാണികളാകട്ടെ വിജാതിയരും. ഓർത്തുനോക്കുമ്പോൾ അതീവരസകരമായിരുന്നു ആ അനുഭവങ്ങൾ. അവ എന്നെ എത്ര ഗാഢമായാണ് സ്വാധീനിച്ചതെന്ന് താൻ തിരിച്ചറിഞ്ഞത് വർഷങ്ങൾക്ക് ശേഷമാണ്.

എഴുപതുകളുടെ തുടക്കം. അധ്യാപകപരിശീലനം കഴിഞ്ഞിറങ്ങിയ എനിക്ക് എംപ്ലോയിമെന്റ് എക്സ്ചേഞ്ച് മുഖേനയുള്ള ആദ്യത്തെ നിയമനം കിട്ടിയത് അപരിചിതമായ കമ്പല്ലൂരിലാണ്. അതെവിടെയെന്ന് അന്വേഷിച്ചപ്പോൾ കിഴക്കൻ മലയോരങ്ങളിലെങ്ങോ ആണെന്ന് മാത്രം മനസ്സിലായി. ബസ്സിറങ്ങേണ്ടത് പാടിയോട്ട്ചാലിൽ. പിന്നെ ചരിവിറങ്ങുന്ന ചരൽപ്പാത. പുഴ

ജൂൺ മാസമാണ്. മഴ പെയ്യുന്നുണ്ട്. മുളംചങ്ങാടത്തിൽ പുഴകടന്ന

പ്പോൾ പിന്നെയും നാട്ടുവഴിയായി. വഴിയോരങ്ങളിൽ ചെറുനാരകങ്ങളും മാതളനാരകങ്ങളും പൊന്തകളും. പാഠശാല ഒരു പാറപ്പരപ്പിന്മേലെയായിരുന്നു. ചുറ്റിലും ഇരുണ്ട കുന്നുകൾ. അവയ്ക്കിടയിലായി മഴയും വെയിലും ഇരുളും വെളിച്ചവും വന്നു നിറയുന്നു. പച്ചപ്പുകൾ തെഴുത്തു നിൽക്കുന്നു.

ക്രൈസ്തവകുടുംബങ്ങളിൽ നിന്നുള്ളവരായിരുന്നു പാഠശാലയിലെ കുട്ടികൾ ഏറെയും. റോസമ്മ ആന്റണി, മരിയ ജോസ്, സെലീനാമ്മ ജോർജ്ജ്, ആഗ്നസ്, ജോഷി, തോമസ്, ടീന ടി. ജോസഫ് ... എന്നെ വിശുദ്ധഗ്രന്ഥത്തിലേക്കും കുർബാനകളിലേക്കും തിരുനാളുകളിലേക്കും ക്രിസ്തുമസിലേക്കും ഈസ്റ്ററിലേക്കും കൈപിടിച്ചുകൊണ്ടുപോയത് അവരാണ്.

വിശുദ്ധഗ്രന്ഥം വായിച്ചുതുടങ്ങുമ്പോൾ ക്രൈസ്തവ സമൂഹമെന്തെന്ന് എനിക്കറിയാമായിരുന്നു.എന്നാൽ വിശുദ്ധ ഗ്രന്ഥത്തിന്റെ വെളിച്ചത്തിൽ ചുറ്റുപാടുമുള്ള ജീവിതത്തെ നോക്കിയപ്പോൾ അത് മുമ്പറിഞ്ഞതിൽ നിന്നും വ്യത്യസ്തമായി എനിക്ക് അനുഭവപ്പെട്ടു. ഇയ്യോബിന്റെ പുസ്തകവും ശലോമോന്റെ ഉത്തമഗീതവും സങ്കീർത്തനങ്ങളും ഞാൻ കാണുന്ന സമൂഹത്തിന്റെ ദൈനംദിനജീവിതവുമായി ബന്ധപ്പെടുത്തി വായിക്കുകയെന്നത് വിസ്മയകരമായ ഒരനുഭവം തന്നെയായിരുന്നു. 'ആയുസ്സിന്റെ പുസ്തകം' പോലുള്ള രചനകൾക്ക് പിന്നിലെ പ്രേരണ മറ്റൊന്നുമല്ല.

കമ്പല്ലൂരിലും മലയോരങ്ങളിലെ മറ്റു ചില കുടിയേറ്റ കേന്ദ്രങ്ങളിലുമായുള്ള നിരവധി ക്രൈസ്തവകുടുംബങ്ങളുമായി അടുത്തിടപഴകാൻ എനിക്ക് അവസരമുണ്ടായിട്ടുണ്ട്. സ്നേഹോഷ്മളമായ എത്രയോ എളിയ വിരുന്നുകൾ ഞാനോർക്കുന്നു. പുഴുങ്ങിയ കാച്ചിലോ, ചേനയോ കപ്പയോ മാത്രമാകാം വിഭവം. തൊടിയിൽ നിന്ന് അപ്പോൾ ഇറുത്തെടുത്ത കാന്താരിമുളകും കൂട്ടിനുണ്ടാകും.

വയലിലെ ലില്ലികളെ ചൂണ്ടി സോളമൻ തന്റെ സർവമഹത്വത്തിലും അവയിലൊന്നിനെപോലെ അലംകൃതനായിരുന്നില്ലെന്ന യേശുവിന്റെ വചനം എന്നെ സംബന്ധിച്ച് അർഥപൂർണമായത് ഇത്തരം വിരുന്നുകളിൽ പങ്കെടുക്കുന്ന വേളകളിലാണ്. ഞാൻ അക്കാലത്ത് വയലിലെ ലില്ലികൾക്കിടയിലായിരുന്നു. മണ്ണിൽ വിയർപ്പൊഴുകുന്ന സാധാരണമനുഷ്യർ. അവരുടെ കറയറ്റ സ്നേഹവും ജീവിതത്തെ കുറിച്ച് അവർ പഠിപ്പിച്ച പാഠങ്ങളും ഞാൻ മറന്നിട്ടില്ല. ക്രൈസ്തവ പശ്ചാത്തലത്തിലുള്ള എന്റെ രചനകളിൽ സ്പന്ദിക്കുന്നത് അവരുടെ ഹൃദയങ്ങളത്രെ.

ജബ്ബാറിന്റെ ഫലിതങ്ങൾ

ജബ്ബാറിന്റെ ഫലിതങ്ങളോർത്ത് എന്റെ കണ്ണുകൾ നിറയുന്നു. അവന്റെ ഫലിതങ്ങളിൽ അവസാനത്തേത് സ്വന്തം മരണമായിരുന്നു.

ആ അവസാനഫലിതം ഞാൻ കേൾക്കുന്നത് ഒരു ബസ് യാത്രയിലാണ്. ഇടയ്ക്ക് വന്നുകയറി തൊട്ടപ്പുറത്തെ സീറ്റിലിരുന്ന സുഹൃത്ത് മറ്റു ചില കാര്യങ്ങൾ പറഞ്ഞശേഷം പൊടുന്നനെ അതോർമിക്കുകയായിരുന്നു. അടുത്തിരുന്നൊരു മുസല്യാരും അതുകേട്ടു.

"ആര് മ്മടെ ജബ്ബാറോ?"അയാൾ പിറകോട്ട് തിരിഞ്ഞുചോദിച്ചു.

ബസ്സ് പോയ്ക്കൊണ്ടിരുന്നത്, ജബ്ബാറിന്റെ ദേശത്തുകൂടിയല്ല. വേറൊരു വഴിക്കാണ്. മുസല്യാർ ഒരു പക്ഷെ അവനെ മദ്രസയിൽ പഠിപ്പിച്ചിരിക്കണം. അതത്ര എളുപ്പമല്ലെന്ന ഗാഢമായ തിരിച്ചറിവോടെ തന്റെ കഠിനശ്രമം അയാൾ നിരുപാധികം ഉപേക്ഷിച്ചുവെന്നതാവും തുടർന്ന് സംഭവിച്ചിരിക്കുക. മറ്റൊരു സാധ്യതയുമില്ല. പാഠപുസ്തകങ്ങൾക്കോ ചൂരലുകൾക്കോ ജബ്ബാർ വഴങ്ങിയിരുന്നില്ല,

തെല്ലു പടിഞ്ഞാറായി പുഴയിൽ ചൂരൽക്കാടുകളുള്ള ഒരു തുരുത്തുണ്ട്. ചെറിയ കുട്ടികൾ തുരുത്തിൽ നിന്ന് ഇടയ്ക്കിടെ ചൂരലുകൾ കൊണ്ടുവരും. ശത്രുക്കളെ ഉദ്ദേശിച്ചാണ്. എന്നാൽ ശത്രുക്കളുടെ കൂട്ടത്തിൽ, ഒരു കുട്ടിയെ സംബന്ധിച്ചും ജബ്ബാർ ഉൾപ്പെടുകയില്ല. അവൻ ആരുടെയും ശത്രുവല്ല.

"മാശെ, ഇങ്ങള് വിചാരിച്ചാല് ന്നെ പഠിപ്പിക്കാൻ കയ്യൂല' എന്ന് അവൻ ഏതെങ്കിലും ശാഠ്യക്കാരനായ അധ്യാപകനോട് ഒട്ടും മയമില്ലാതെ പറഞ്ഞെന്നിരിക്കും. അത് അധ്യാപകനോടുള്ള ദേഷ്യം കൊണ്ടല്ല. അവൻ അധ്യാപകരുടെയും ശത്രുവല്ല. അവന്റെ വാക്കുകളിൽ ധാർഷ്ട്യമില്ല. ഒരു തിരിച്ചറിവും അതിന്റെ നിസ്സഹായതയുമാണ്.

സങ്കീർണമായ ഗണിതശാസ്ത്രചോദ്യങ്ങൾക്ക് മുന്നിൽ, ഇംഗ്ലീഷ് വ്യാകരണപാഠങ്ങൾക്ക് മുന്നിൽ അവന്റെ കുരുന്നുമനസ്സ് വിഹ്വലമാകും.

പ്രഹേളികകളുടെ നൂലാമാലകളിൽപെട്ട് അവൻ ദിക്കും വഴിയുമറിയാതെ ഉഴറും. അധ്യാപകരുടെ പരുക്കൻ ശബ്ദങ്ങൾ മനസ്സിന്റെ കോണുകളിൽ വലിയ മുഴക്കങ്ങളായി ആഘാതശേഷിയോടെ ചെന്നുപതിക്കും. ഷോക്ക് ട്രീറ്റ്മെന്റിന് വിധേയനാകുന്ന ഉന്മാദിയെപോലെ അവൻ സംഭ്രമിക്കും.

ഒരു ഉത്തരവും അവന് അറിഞ്ഞുകൂട. ഒരു വ്യാകരണനിയമവും അവന് നിശ്ചയമില്ല.

"മാശെ അനക്ക് ബുദ്ധിയില്ലാഞ്ഞിട്ടല്ലേ." അവൻ പറയും..

"വലിയ ശിരസ്സാണ്. അതിനുള്ളിൽ ബുദ്ധിവെക്കാൻ പക്ഷെ പ്രപഞ്ച സ്രഷ്ടാവ് മറന്നുപോയി. ഒരു നുള്ള് ബുദ്ധിയെങ്കിലും അവിടെ വെക്കേണ്ടതായിരുന്നു. അക്കാര്യത്തിൽ ഇനി ഒന്നും ചെയ്യാനില്ല. അതൊരു അടഞ്ഞ അധ്യായമാണ്.

സഹപാഠികൾ പദ്യഭാഗങ്ങൾ ഹൃദ്യസ്ഥമാക്കി ഉറക്കെ ചൊല്ലി കേൾപ്പിക്കുന്നതും ഗൃഹപാഠങ്ങൾ ചെയ്യുന്നതും ഉത്തരങ്ങൾകൊണ്ട് അധ്യാപകരെ തൃപ്തിപ്പെടുത്തുന്നതുമൊക്കെ ജബ്ബാറിന് വിസ്മയങ്ങളാണ്. അപ്പോഴെല്ലാം തന്റെ വലിയ കണ്ണുകൾ തുറന്നുപിടിച്ച് അവൻ ആശ്ചര്യപ്പെട്ടുകൊണ്ട് അനങ്ങാതെ ഇരിക്കും.

ഒന്നും പഠിച്ചില്ലെങ്കിലും ജയിക്കണമെന്ന് ജബ്ബാർ ആഗ്രഹിച്ചിരുന്നു. അഞ്ചാം ക്ലാസിന്റെ തടവുകാരനായി ജീവിതം കഴിച്ചുകൂട്ടാൻ വയ്യെന്ന് അവന് കൂടെകൂടെ തോന്നിയിരുന്നു.

"മാശെ, അന്നെ ജയിപ്പിക്കണം.അനക്ക് വയസ്സ് പതിനെട്ട് കയിഞ്ഞ്, അഞ്ചാം ക്ലാസ്സിലിരുന്ന് നിക്കാഹ് കയിക്കുന്നത് ഒര് കുറവല്ലേ, ഉമ്മ പറയ്വാ. അന്റെ കാര്യമാലോചിച്ചിട്ട് എപ്പളും ആധിയാ ഉമ്മക്ക്."

ആധിയോടെ നിൽക്കുന്ന ഉമ്മയുടെ കണ്ണുകളിലൂടെ നീങ്ങി, കാറ്റിലെ അപ്പൂപ്പൻതാടി കണക്കെ, വയലുകൾ കടന്നും കൂരിയാറ്റക്കൂടുകൾ ഓലത്തുമ്പുകളിൽ തൂങ്ങിയാടുന്ന തെങ്ങുകൾ കടന്നും പരൽമീനുകൾ സോൽസാഹം നീന്തുന്ന കൈത്തോട് കടന്നും ജബ്ബാർ പാഠശാലയിലെത്തുന്നു, എന്നും. പഠിക്കാൻ തന്നെ. പഠിച്ചുപഠിച്ചു വലയൊരാളാകണമെന്ന് ജബ്ബാറിന് മോഹമുണ്ട്. ഇടയ്ക്കിടെ ഓർത്തോർത്ത് കരയുന്ന ഉമ്മയെ സന്തോഷിപ്പിക്കണമെന്ന് അവൻ കൊതിക്കുന്നുണ്ട്. ഒരു മകനെന്ന നിലയിലുള്ള പ്രതീക്ഷകൾ നിറവേറ്റണമെന്ന് അവൻ ഇച്ഛിക്കുന്നുണ്ട്. ഏറെ പരിചിതമായ അഞ്ചാംക്ലാസിനപ്പുറത്തെ വിശാലലോകം തന്നെ വിളിക്കുനത് അവൻ കേൾക്കുന്നുണ്ട്. അയൽക്കാർ പലരും ഗൾഫിൽ പോകുന്നതും പണം സമ്പാദിക്കുന്നതും അവൻ അറിയുന്നുണ്ട്. അവന്റെ ഒപ്പം പഠിച്ച പെൺകുട്ടികളൊക്കെയും വിവാഹിതരായി

കഴിഞ്ഞു. അവരുടെ കുട്ടികളെ അവൻ വിസ്മയത്തോടെ കാണുന്നുണ്ട്.

"നിക്കാഹിന്റെ എത്രയെത്ര കോയിബിരിയാണി ഞാൻ തിന്നിറ്റ്ണ്ട്. ആളുകളെ വിളിച്ചുകൂട്ടി ഒര് ബിരിയാണി സദ്യ അനക്കും കൊട്ക്കണ്ടേ മാശേ"

ജബ്ബാറിന് ആശാരി രാഘവനുമായുള്ള അദ്ഭുതകരമായ സാദൃശ്യത്തെപ്പറ്റി ബോധ്യമായത് ആ നിമിഷത്തിലാണ്. രാഘവൻ എന്റെ ആദ്യകാലസഹപാഠികളിൽ ഒരാളാണ്. ക്ലാസ്സിലെ മററ് കുട്ടികളെക്കാൾ നാലഞ്ച് വയസ്സെങ്കിലും കൂടുതൽ. ഭാരിച്ച ശരീരം. വളരെ ക്ലേശിച്ച് ഏന്തി വലിഞ്ഞാണ് നടക്കുക. ഓരോ കാൽവെയ്പും ഏറെ ശ്രമകരമായിരുന്നു. ഇടതുകൈ മെലിഞ്ഞ് വക്രിച്ച് നിലയിൽ. പുസ്തകങ്ങളെന്തെങ്കിലുമുണ്ടെങ്കിൽ തോളിൽ അമർത്തിവെക്കും. കുറ്റിമുടി, സദാ തുറന്നുകിടക്കുന്ന വായ. മുഖത്തെപ്പോഴും ഒരു അപസ്മാരരോഗിയുടെ ദൈന്യത. ബെഞ്ചിന്റെ ഒരറ്റത്താണ് ഇരിക്കുക.ക്ലാസ് നടന്നുകൊണ്ടിരിക്കുന്നതിനിടയിൽ ചിലപ്പോൾ ഒരു മുന്നറിയിപ്പും കൂടാതെ നിലത്തേക്ക് പിടഞ്ഞു വീഴും. കുറെ നേരം കൈകാലിട്ടടിക്കും. കണ്ണുകൾ തുറിച്ച് വായിൽ നിന്ന് നുരയൊഴുക്കികൊണ്ടുള്ള അവന്റെ പിടച്ചിൽ ഓരോ തവണയും ഞങ്ങളെ സ്തബ്ധരും ഭയാകുലരുമാക്കിയിരുന്നു. ദേഹത്ത് മുറിവുണങ്ങിയ നാളുകളില്ല അവന്. പഴയതും പുതിയതുമായ മുറിവുകൾ. അവ ജീർണിച്ചഴുകിയതിന്റെ ഗന്ധം എല്ലായ്പോഴും അവനെ ചുഴ്ന്ന്നിന്നിരുന്നു. സ്കൂളിൽ വരേണ്ടെന്ന് പറഞ്ഞാൽ അവൻ കേൾക്കില്ല. അവന് പഠിക്കണം. ഉദ്യോഗസ്ഥനാകണം. കല്യാണം കഴിക്കണം. ദേശത്തെ എല്ലാ കല്യാണങ്ങളിലും അവൻ പങ്കെടുക്കാറുണ്ട്. പകരം ഒരു സദ്യയൊരുക്കി നാട്ടുകാരെ മുഴുവനും ക്ഷണിക്കേണ്ടേ. അതല്ലേ മര്യാദ. അവൻ ചോദിക്കുമായിരുന്നു. ഞങ്ങൾ പറയും. എന്താ സംശയം. കല്യാണമെന്നാൽ അക്കാലത്ത് ഞങ്ങൾക്ക് വിഭവസമൃദ്ധമായ ഒരു സദ്യയെന്നതിൽ കവിഞ്ഞ് ഒന്നുമായിരുന്നില്ല. ഓലപ്പന്തലിൽ ചമ്രം പടിഞ്ഞിരുന്ന് ഒരൂണ്. എല്ലാ കറികൾക്കും സവിശേഷമായ സ്വാദ്. ഏറ്റവുമൊടുവിലായി പ്രഥമൻ.

നിരന്തരമായ രോഗവും ശാരീരികവൈകല്യങ്ങളുമൊന്നും സ്വപ്നം കാണുന്നതിൽ നിന്ന് രാഘവനെ പിന്തിരിപ്പിച്ചിരുന്നില്ല. പക്ഷേ നാട്ടുകാരെ വിളിച്ച് സദ്യ കൊടുക്കുകയെന്ന അവന്റെ ആഗ്രഹം നിറവേറി യില്ല. വീടിനടുത്തുള്ള പൊട്ടക്കുളത്തിൽ അപസ്മാരമിളകി വീണ് അവൻ മരിച്ചു.

ഒരു മരണം മറ്റ് മരണങ്ങളെ ഓർമിപ്പിക്കുന്നത് സ്വാഭാവികം. ജബ്ബാ

റിനും കടുത്ത അപസ്മാരമായിരുന്നു.

കാലം തെറ്റിയെത്തിയ മഴക്കാലത്തിന്റെ പെരുമഴ പുറത്തു പെയ്യുകയാണ്. ദിക്കുകൾ ഇരുണ്ട് കിടക്കുന്നു.ഇതുപോലൊരു മഴയത്ത് കുറെ വർഷം മുമ്പ് ഞാനൊരു മൃതശരീരം കാണാൻ പോവുകയുണ്ടായി. പാറകൾ എഴുന്നുനിൽക്കുന്നൊരു ചരിവിലൂടെ പുഴയോളമെത്തുന്ന ഒറ്റയടിപ്പാത. മുളംകൂട്ടങ്ങൾ, തേക്കുമരങ്ങൾ, ഓടക്കാടുകൾ. പാഴ്സസ്യങ്ങൾ. മഴ നിന്നുപെയ്യുകയാണ്. ചുറ്റിലുമുള്ള കുന്നുകളൊക്കെയും മഴയുടെ തിരശ്ശീലക്കപ്പുറത്ത് മറഞ്ഞുനിൽക്കുന്നു. അവസാനിക്കാത്തൊരു കരച്ചിൽ നാലുപാടും മുഴങ്ങുന്നതുപോലെ. പുഴയിൽ ഉയർന്നുകാണാവുന്ന കറുത്ത പാറക്കല്ലുകൾക്കിടയിലായി ചാക്കോ ജലത്തിൽ കമിഴ്ന്ന് കിടക്കുകയാണ്. ഒരു പാറയിലിരുന്ന് ചൂണ്ടയിടുമ്പോഴാണ് അപസ്മാര ബാധ. ചാക്കോ യഥാർഥത്തിൽ ഒരാദിവാസിയായിരുന്നു. പിന്നീട് ആരുടെയോ പ്രേരണയിൽ മതംമാറി പുതിയ പേര് സ്വീകരിച്ചതാണ്. ക്രിസ്ത്യാനികൾ പക്ഷേ, അവനെ തങ്ങളിലൊരാളായി പരിഗണിച്ചിരുന്നില്ല. പൂർവവംശമായ വേട്ടുവരാകട്ടെ അവനെ കുലത്തിൽ നിന്ന് ബഹിഷ്കരിക്കുകയും ചെയ്തു.

ആരും ഏറ്റുവാങ്ങാനില്ലാതെ പുഴയിൽ ചാക്കോയുടെ ജഡം കണ്ടപ്പോൾ രാഘവനെ ഓർമിക്കാതിരിക്കാനായില്ല. അതേ കിടപ്പ്. ജലത്തിന് മുകളിലായി കാണാമായിരുന്നത് ശിരസ്സിന്റെ പിൻഭാഗവും നനഞ്ഞ് ഉടലിനോട് ചേർന്ന വസ്ത്രങ്ങളും.

ജബ്ബാർ മരിച്ചു കിടന്നതെങ്ങനെയാണെന്ന് അറിയില്ല. പെരുമഴയത്ത് മണ്ണിന്റെ പുതപ്പുകൊണ്ട് ആസകലം മൂടി അവൻ ഉറങ്ങുകയാണ്. ഇനി ഫലിതങ്ങളില്ല.

ഒരു മീൻപിടുത്തത്തിന്റെ ഓർമ

എനിക്ക് മീൻപിടിക്കാൻ ഇഷ്ടമാണ്. എന്നുവച്ച് ഞാൻ വലിയൊരു മീൻപിടുത്തക്കാരനൊന്നുമല്ല. ആകെക്കൂടി ഒരു തവണ മാത്രമേ ഞാൻ മീൻ പിടിച്ചിട്ടുള്ളു. കുട്ടിക്കാലത്താണ്. സ്കൂൾ അവധി ദിവസങ്ങളിൽ മിക്കവാറും പാലത്തറയിലുള്ള അച്ഛന്റെ വീട്ടിലേക്ക് പോകും. അവിടെ അടുത്തൊരു പുഴയുണ്ട്, എവിടെ നിന്നാണത് വരുന്നതെന്നറിയില്ല. ദേശീയ പാതയെ ബന്ധിപ്പിച്ചുകൊണ്ടുള്ള പാലത്തിന് കീഴെ, ബാല്യ ത്തിന്റെ ഒരുപാട് സമയം ചെലവഴിച്ചിട്ടുണ്ട്. വാഴത്തടികൾകൊണ്ട് കളിച്ച ങ്ങാടമിറക്കിയും നീന്തിയുമൊക്കെ. പുഴ നിറഞ്ഞിരിക്കുമ്പോഴാണ് തേങ്ങ കൊണ്ടുപോകാനായി ചീനകൾ വരിക. ചീനകൾ വലിയ വള്ളങ്ങളാണ്. ഹൗസ്ബോട്ടുകൾ പോലെ. ജോലിക്കാരുടെ വയ്പും കുടിയും അതിനക ത്താണ്. മീൻ പിടിക്കുന്നത് എങ്ങനെയെന്ന് എനിക്ക് കാണിച്ചുതന്നത് അവരാണ്. വെള്ളിപോലെ തിളങ്ങുന്ന മത്സ്യങ്ങൾ അവരുടെ ചൂണ്ടച്ചര ടിന്റെ തുമ്പത്ത് പിടയുന്നത് കാണുമ്പോൾ കൊതി തോന്നുമായിരുന്നു.

ഒരു ദിവസം ഞാനും ഒരു ചൂണ്ടൽ സംഘടിപ്പിച്ചു വീടിന്റെ വടക്കു പുറത്തുള്ള വാഴത്തടിയിൽ നിന്ന് മണ്ണിരകളെ കുഴിച്ചെടുത്ത് ഒരു ചിരട്ട യിലാക്കി. പിന്നെ അച്ഛമ്മ കാണാതെ ഒരോട്ടമാണ്, പുഴക്കരയിലേക്ക്.

രാവിലെ മുതൽ തുടങ്ങിയ ഇരിപ്പ് ഏറെ നീണ്ടുപോയി. സൂര്യൻ തലയ്ക്ക് മുകളിലെത്തിയിട്ടും ചൂണ്ടലിൽ ഒരു മീനും കൊത്തിയില്ല. ഞാൻ ഹതാശനായി. വിശപ്പും ദാഹവും കൂടിക്കൂടിവന്നു. അപ്പോഴാണ് ചരടിൽ ഒരനക്കം എന്റെ ആവേശം പറഞ്ഞറിയിക്കാൻ ആവാത്തതായി രുന്നു. ആഞ്ഞ് ഒറ്റവലി. പുല്ലിൽ ഒരു മീനിന്റെ പിടിച്ചിൽ. കാഴ്ചയ്ക്ക് എന്നെ അത് വളരെ അത് നിരാശപ്പെടുത്തി. നന്നെ ചെറിയ ഒരു കുരുടൻ മത്സ്യമായിരുന്നു അത്. ഇരുണ്ടനിറം.

എന്നാലും ആദ്യമായി ചൂണ്ടിയിട്ടുകിട്ടിയതല്ലേ. ഞാൻ മീനുമെടുത്ത്

വീട്ടിലേക്ക് ഓടി. അപ്പോൾ വിശപ്പോ ദാഹമോ എന്നെ അലട്ടിയിരുന്നില്ല. മീൻ നീട്ടി കാണിച്ച് അച്ഛമ്മയോട് അഭിമാനത്തോടെ പറഞ്ഞു."ഞാൻ പിടിച്ചതാ. കറി വെയ്ക്കാം."

അച്ഛമ്മയുടെ മുഖം ചുവന്നത് പെട്ടെന്നാണ്.

"കൊണ്ടുപോയ് കളയ് ഇതിനെ."

അച്ചമ്മ ദേഷ്യപ്പെട്ട് പറഞ്ഞു. വളരെ സാത്വികയായിരുന്നു എന്റെ അച്ഛമ്മ. ശുദ്ധവും വൃത്തിയും കണിശം.

ഞാൻ മീനുമായി പുറത്തേക്ക് നടന്നു.

"കുളിച്ചുവന്നാലല്ലാതെ ഒരന്നം തരില്ല ഇവിടുന്ന്," അച്ഛമ്മ പിന്നിൽ നിന്ന് വിളിച്ചുപറഞ്ഞു.

കാലം മായ്ക്കാത്ത നാമജപം

ഒരുപാട് മരങ്ങളുള്ള വലിയ ഒരു തൊടിയുടെ മധ്യത്തിലായി വെട്ടുകല്ലും മണ്ണും ചേർത്ത് പണിത കൊച്ചുവീട്ടിൽ ഏറെക്കുറെ ഒറ്റയ്ക്ക് താമസിച്ചിരുന്ന ഒരു വൃദ്ധ. ജീവിതവിശുദ്ധിയുടെയും തീവ്രമായ സഹന ത്തിന്റെയും അളവറ്റ സ്നേഹത്തിന്റെയുമൊക്കെ പ്രതീകമായി ഞാന വരെ കാണുന്നു.

അത് മറ്റാരുമല്ല, അച്ഛന്റെ അമ്മയാണ്.

നന്നെ ചെറിയപ്രായത്തിൽ ഞാൻ കാണുമ്പോൾ തന്നെ അച്ഛമ്മ വൃദ്ധയായിരുന്നു. പല്ലില്ല. നരച്ചമുടി പുടവയും മേൽമുണ്ടുമാണ് വേഷം. ആഭരണങ്ങളൊന്നും ധരിച്ചിരുന്നില്ല. കൂനിപ്പിടിച്ചാണ് നടത്തം. എന്നാൽ കേൾവിക്കും കാഴ്ചയ്ക്കും ഒട്ടും തകരാർ ഉണ്ടായിരുന്നില്ല.

അവർക്ക് രണ്ട് ഭർത്താക്കന്മാരുണ്ടായിരുന്നു. ആദ്യത്തെ ഭർത്താവ് മഹാകവി ഉള്ളൂർ സാഹിത്യചരിത്രത്തിൽ പേരെടുത്ത് പരാമർശിക്കുന്ന കരിപ്പത്ത് കമ്മാരനെഴുത്തച്ഛൻ എന്ന സംസ്കൃതപണ്ഡിതനായിരുന്നു. അതിലുള്ള മകനാണ് എന്റെ അച്ഛൻ. എന്തോ കാരണത്താൽ അദ്ദേഹം അച്ഛമ്മയെ ഉപേക്ഷിച്ചുപോയി വേറെ കല്യാണം കഴിച്ചു. അച്ഛമ്മയ്ക്കും മറ്റൊരു ഭർത്താവുണ്ടായി. ഏതോ ഇല്ലത്തെ നമ്പൂതിരി. അതിലും ഒരു മകൻ. രണ്ടാമത്തെ വിവാഹവും നീണ്ടുനിന്നില്ല. പിന്നെ, അച്ഛമ്മയ്ക്ക് വിധിച്ചത് വിധവയുടെ ജീവിതമായിരുന്നു.

അച്ഛമ്മ ഞാൻ കണ്ടിട്ടുള്ളതിൽ വെച്ച് ഏറ്റവും വെടിപ്പുള്ള സ്ത്രീ യാണ്. പ്രായമായപ്പോൾ പോലും ശുദ്ധിയിലും വൃത്തിയിലും അത്ര യേറെ നിഷ്കർഷയായിരുന്നു. ഞാനൊരിക്കൽ ഉച്ചവരെ പുഴയിൽ ചൂണ്ട യിട്ട് പിടിച്ച ചെറിയൊരു മീനുമായി ആഹ്ലാദത്തോടെ ചെന്നപ്പോൾ അച്ഛമ്മ എന്നെ വീട്ടിൽ കയറ്റിയില്ല. കുളിച്ചിട്ടുമാത്രം കയറിയാൽ മതി യെന്ന് പറഞ്ഞു. മറ്റ് കുട്ടികളുടെ കൂടെ കളിച്ചാലും ഈ നിബന്ധന ബാധകമായിരുന്നു.

പാചകത്തിൽ അച്ഛമ്മയെ അതിശയിക്കാൻ ആരുമുണ്ടായിരുന്നില്ലെന്നാണ് എന്റെ തോന്നൽ. നിറഞ്ഞ വാർധക്യത്തിൽ അവരുണ്ടാക്കുന്ന ഭക്ഷണത്തിന് സവിശേഷമായ രുചിയായിരുന്നു. രാത്രിയിൽ വെച്ച മീൻകറി പിറ്റേന്ന് ഉച്ചയ്ക്ക് അല്പം ചിലചേരുവകൾ ചേർത്ത് ചൂടാക്കിത്തരും. അത്രയും നല്ലൊരു മീൻകറി പിന്നീടൊരു സ്ഥലത്തുനിന്നും ഞാൻ കഴിച്ചിട്ടില്ല.

കുറേദൂരെയുള്ള മാതൃഗൃഹത്തിൽ നിന്ന് ഇടക്ക് വല്ലപ്പോഴുമാണ് ഞാൻ അച്ഛമ്മയുടെ വീട്ടിലെത്തുക. അവിടെ അവരും എന്റെ അച്ഛനും മാത്രമാണ് താമസക്കാർ. അച്ഛൻ രാവിലെ പോയാൽ രാത്രിയാവോളം അച്ഛമ്മ ഒറ്റയ്ക്കാണ്. വിസ്തൃതമായ തൊടിയിലെ മരങ്ങൾക്കിടയിലൂടെ അവരങ്ങനെ നടക്കും. ചിലപ്പോൾ സവിശേഷമായ ഭംഗിയുള്ള ഒരു ഓലക്കുട ചൂടി നാട്ടുവഴിയിലേക്കിറങ്ങും.

വൈധവ്യത്തിന്റെ ദുഃഖമോ കടുത്ത ഏകാന്തതയോ അവരെ അലട്ടുന്നതായി എനിക്ക് തോന്നിയിട്ടില്ല. ചുളിവുകൾ വീണ മുഖം സദാപ്രസന്നമാണ്. എന്നും സന്ധ്യയ്ക്ക് നിലവിളക്ക് കൊളുത്തി അതിനടുത്ത് വിരിച്ച തഴപ്പായയിലിരുന്ന് ദീർഘമായി നാമം ചൊല്ലും. അപ്പോൾ അവിടെയെങ്ങും കർപ്പൂരം കലർന്ന ഭസ്മത്തിന്റെ മണമായിരിക്കും. തഴപ്പായയുടെ ഒരറ്റത്ത് അച്ഛമ്മയെ നോക്കിക്കൊണ്ട് ഞാനിരിക്കാറുണ്ടായിരുന്നു. ബാല്യത്തിലെ ഏറ്റവും തീക്ഷ്ണമായ ഓർമ അതാണ്. കാലമേറെയായിട്ടും അച്ഛമ്മ കേൾക്കാനിമ്പമുള്ള മൃദുസ്വരത്തിൽ തന്റെ നാമജപം തുടരുകയാണ്.

കഥപറച്ചിലെന്ന കർമം

ഏകാകിയായ നാവികനെന്നാണ് കാർലോസ് ഫ്യൂയെന്തസ് കഥയെഴുത്തുകാരനെ വിശേഷിപ്പിച്ചത്. അയാൾ തീവ്രമായ വിശ്വസ്തത പുലർത്തുന്നത് ഏകാന്തതയോടാണ്. എപ്പോഴും തീരഭൂമി അയാളുടെ ദൃഷ്ടിയിലുണ്ട്. ആ കാഴ്ച വെടിഞ്ഞ് കടലിന്റെ അനന്തതയിലേക്ക് അയാൾ തുഴയുന്നില്ല. കടൽ കടക്കാൻ നേരമില്ലെന്ന് അയാൾക്കറിയാം. പറയാനുള്ള കഥ ഇന്നുതന്നെ പറഞ്ഞുതീർക്കണം. ഒരുപക്ഷെ നാളെ എന്നൊന്നില്ല.

ചെറുകഥയെന്ന സാഹിത്യരൂപത്തിന്റെ സവിശേഷതകൾ അക്കങ്ങളിട്ട് നിരത്തിയിട്ടുണ്ട് പലരും. വായനയുടെ ആദ്യഘട്ടത്തിൽ ഞാനവ തിരിച്ചറിയുകയുണ്ടായില്ല. ചെറുകഥയുടെ സാധ്യതകളെക്കാൾ എനിക്കറിയാമായിരുന്നത് അതിന്റെ പരിമിതികളാണ്. അതിന്റെ കാരണമെന്തെന്നാൽ ഞാൻ ഉറച്ചൊരു നോവൽ വായനക്കാരനായിരുന്നു. ഡിറ്റക്ടീവ് നോവലുകളിൽനിന്ന് സാമൂഹ്യ നോവലുകളിലേക്ക്, പ്രാദേശിക ഭാഷയിലെ സാമൂഹ്യനോവലുകളിൽ നിന്ന് ബംഗാളിയിലെയും ഹിന്ദിയിലെയും കന്നഡയിലെയും ഫ്രഞ്ചിലെയും റഷ്യനിലെയും നോവലുകളുടെ പരിഭാഷകളിലേക്ക് വായനയുടെ ചരിത്രം അങ്ങനെ കടന്നുപോകുന്നതിനിടയിൽ ഇടയ്ക്ക് വല്ലപ്പോഴും ചില കഥാസമാഹാരങ്ങൾ കയ്യിലെത്തുമായിരുന്നു. എന്തിന് മറച്ചുവെയ്ക്കണം. വലിയ മതിപ്പൊന്നും തോന്നിയില്ല. വലിഞ്ഞുമുറുകിയ ഒരു ഘടനയ്ക്കകമേ ജീവിതത്തിന്റെ തുണ്ടുകൾ മാത്രം. ചെറുകഥയെ കുറിച്ച് രൂപപ്പെട്ട ധാരണ അതായിരുന്നു. മോപ്പസാങ്ങും ചെഖോവും ഹെമിങ്ങ്വെയും കാഫ്കയുമൊക്കെ വായനാനുഭവമാകുന്നത് പിന്നീടാണ്. ഒരു സാഹിത്യരൂപമെന്ന നിലയിൽ കഥ സ്വീകാര്യമാകുന്നതിന് എന്റെ തീവ്രമായ ഏകാന്തതയും ഒരു പ്രേരണയായിരുന്നിരിക്കാം.

നന്നെ ചെറുപ്പത്തിലാണ് ഞാൻ കഥയെഴുതിതുടങ്ങിയിട്ടുള്ളത്.

തികഞ്ഞ ശൂന്യതയിൽ കണ്ണുംനട്ടിരുന്ന് ഒന്നുമെഴുതിയിട്ടില്ല. ഏതെങ്കിലും രൂപത്തിൽ യാഥാർഥ്യം കഥയിൽ ഉൾച്ചേരുമായിരുന്നു. ഏറ്റവും ഒടുവിലായെഴുതിയ 'മരണത്തിന്റെ മണമുള്ള ഇല'യിൽ ഒരു ചായക്കടയുണ്ട്. എഫ്രോജിനയുടെതാണ്. മകൾ ജസീന്ത ഉരുണ്ടുകൊഴുത്ത് ഒരു താറാവിനെപോലെ. അവളെ കെട്ടിയ ജെറാൾഡ് പറഞ്ഞുവരുമ്പോൾ ഒരു ദീനക്കാരനാണ്. ചെറുപ്പക്കാരന്റെ ഉശിരും ചുണയുമില്ല,. ചടച്ച ദേഹം. ഈ മൂന്നുപേരും കൂടി നടത്തുന്ന മലയോരഗ്രാമത്തിലെ ചായക്കട എന്റെ സങ്കല്പമല്ല. അത് എഴുതിത്തുടങ്ങവെ ഓർമയിൽ നിന്ന് വന്നതാണ്.വർഷങ്ങൾക്ക് മുമ്പ് എനിക്ക് ആ ചായക്കടയിൽ പറ്റുപടിയുണ്ടായിരുന്നു. ജസീന്ത(പേരതല്ല) താറാവുമുട്ട പുഴുങ്ങിത്തരും. കെട്ടിയോൻ വിശേഷിച്ചൊന്നും ചെയ്യാതെ ചൊറിയും കുത്തി ഒരു കോണിലിരിക്കും. ജസിന്ത കൊണ്ടുവന്ന താറാവുമുട്ട കുരുമുളകുപൊടി ചേർത്ത് ഞാൻ പതുക്കെ തിന്നുതീർക്കും. അവൾ തുളുമ്പുന്ന യൗവനവുമായി കൺവെട്ടത്ത് എപ്പോഴുമുണ്ടാകും.

ആകെക്കൂടി നോക്കുമ്പോൾ എന്റെ ഓരോ കഥയിലും സ്പന്ദിക്കുന്നത് യാഥാർഥ്യമാണ്. അതൊരു നാട്ടുവഴിയാവാം. കഥാപാത്രമാവാം. കെട്ടിടമോ, പാലമോ, കള്ളുഷാപ്പോ, വേശ്യാലയമോ, പള്ളിയോ, കന്യാസ്ത്രീ മഠമോ, കുന്നിൻചെരിവോ, തെരുവോ, കടൽക്കരയോ മത്സ്യച്ചന്തയോ, ഉത്സവപ്പറമ്പോ, പാടവരമ്പോ ആവാം. അടുത്തു പരിചയമുള്ളതോ യാത്രയ്ക്കിടയിൽ യാദൃച്ഛിമായി കണ്ടുമുട്ടിയതോ ആയ വ്യക്തിയാവാം. ഈയൊരു യാഥാർഥ്യത്തിന്റെ അംശം കഥയിലെവിടെയെങ്കിലും കലർന്നിരിക്കുമെന്നുറപ്പാണ്. വായനക്കാർക്ക് അത് കണ്ടെത്താനാവില്ല. എന്റെ കഥകളിലെ നിഗൂഢത അതാണ്. ഈ നിഗൂഢത എല്ലാ കഥകളും പൊതുവിൽ പങ്കിടുന്നു.

സുചിന്തിതവും കണിശവുമായ ധാരണകളോടെയല്ല ഞാൻ ജീവിതത്തെ സമീപിച്ചിട്ടുള്ളത്. മാർക്സിയൻ പ്രത്യശാസ്ത്രത്തിന്റെ പ്രകടമായ സ്വാധീനം വെളിവാക്കുന്ന ആദ്യകാലരചനകളിൽ നിന്ന് കാല മേറെക്കഴിയാതെ തന്നെ അയുക്തികവും ഭ്രമാത്മകവും ഗൗരവത്തോടൊപ്പം കോമാളിത്തം കലർന്നതുമായ ജീവിതത്തെ ഏതെങ്കിലുമൊരു പ്രത്യയശാസ്ത്രം കൊണ്ട് നിർവചിക്കാൻ തുനിയുന്നത് ബാലിശമാണെന്നുമുള്ള അറിവിലേക്ക് ഞാൻ ചെന്നെത്തുകയുണ്ടായി. പിന്നെ കഥകളിലൂടെ രേഖപ്പെടുത്താൻ ശ്രമിച്ചിട്ടുള്ളത് മുന്നിൽ ഇരമ്പുന്ന ജീവിതത്തെയാണ്. ജീവിതം കാണുംപടി എഴുതുകയായിരുന്നു. സ്വാഭാവികമായും കാലം എല്ലായ്പോഴും രചനകളിലേക്ക് കടന്നുവന്നു. അത് ഒഴിവാക്കാൻ കഴിയുമായിരുന്നില്ല. മാറ്റങ്ങൾ അത്രയ്ക്ക് തെളിവാർന്നവയായിരുന്നു. സാധാര

ണക്കാരന് അവൻ ജീവൻ ത്യജിച്ച് പോലും സംരക്ഷിക്കുമായിരുന്ന ദൃഢവിശ്വാസങ്ങൾ ഒന്നൊന്നായി നഷ്ടപ്പെടുന്നതും ഇടതുപക്ഷ ആശയങ്ങൾ സമൂഹത്തിൽ നിന്ന് പതുക്കെപ്പതുക്കെ പിൻവാങ്ങുന്നതും പ്രതിലോമപരത മേൽക്കൈ ആർജിക്കുന്നതും കാപട്യത്തിന്റെയും വഞ്ചനയുടെയും ഹിംസാത്മകതയുടെയും വേഷങ്ങൾ അരങ്ങിൽ നിറഞ്ഞാടുന്നതും കാണാതിരിക്കാനും അവയെക്കുറിച്ച് എഴുതാതിരിക്കാനും കഴിയുമായിരുന്നില്ല. അങ്ങനെ നോക്കുമ്പോൾ കഥ കാലം തന്നെയാണ്. ഓരോ കഥയിലും കാലം പ്രതിഫലിക്കുന്നു. ബഹുരൂപത്തിലുള്ള പ്രതിഫലനങ്ങൾ.

മോപ്പസാങ്ങിന്റെ കഥകൾ വിസ്മയിപ്പിക്കാറുണ്ട് എന്നെ. 1880 മുതൽ 1890 വരെയുള്ള പത്തുവർഷത്തെ കാലയളവിൽ മോപ്പസാങ്ങ് മുന്നൂറോളം കഥകളെഴുതി. പിന്നെ അധികകാലം ജീവിച്ചില്ല. നാൽപ്പത്തിരണ്ടാം വയസ്സിൽ കഥയോടും കാലത്തോടും വിടവാങ്ങി. പക്ഷേ മോപ്പസാങ്ങ് കുറിച്ച കഥകൾ ഇന്നും നിലനിൽക്കുന്നു. ഒരു നൂറ്റാണ്ടിലേറെ ചെന്നിട്ടും അവ പഴഞ്ചനായിട്ടില്ല. പുതിയ കാലത്ത് എഴുതപ്പെട്ടവയാണെന്നതുപോലെ അവ ലോകമെമ്പാടുമുള്ള വായനക്കാരോട് സംവദിക്കുന്നു. അവയിലെ ഒരു പ്രമേയവും നമ്മുടെ പല കഥകളുടെയും കാര്യത്തിൽ സംഭവിച്ചതുപോലെ റദ്ദായിട്ടില്ല. നിത്യനൂതനത്വമാണ്. അവയുടെ മുഖമുദ്ര. മോപ്പസാങ്ങ് നമ്മെ ബോധ്യപ്പെടുത്തുന്നത് കഥ കാലത്തിനൊപ്പം തന്നെ സഞ്ചരിക്കുന്നുവെന്നാണ്. പുതിയ കാലത്തിന്റെ മാറ്റം ഞാനും അനുഭവിക്കുന്നുണ്ട്. ആയിരത്തിയൊന്ന് രാവുകളുടെ കാലമല്ല. ലോകം വളരെ മുന്നോട്ട് പോയിട്ടുണ്ട്. ആവോളം വിനോദിക്കുകയെന്നതാണ് വർത്തമാനത്തിന്റെ തത്വശാസ്ത്രം. ജീവിതത്തെ കുറിച്ച് ഒന്നും അറിയേണ്ടതായിട്ട് ഇല്ലെന്ന് ധരിക്കുന്ന പൊള്ള മനുഷ്യരുടെ എണ്ണം നാൾക്കുനാൾ വർധിച്ചു വരുന്നു. അവരെ കഥ കേൾപ്പിക്കുക എളുപ്പമല്ല.

കേൾവിക്കാരനില്ലാതെയും കഥ പറയുകയെന്നത് പുതിയ കാലത്തെ ഷഹറാസാദിന്റെ വിധി. അവൾ, പക്ഷേ വിധിയെ പഴിക്കാതെ വാഗ്വൈഭവത്തോടെ തന്റെ കർമം തുടരുന്നു. അടുത്തെവിടെ യോതന്നെ മരണമുണ്ടെന്ന് അവൾക്കറിയാം. ഞാനും അതറിയുന്നു.

‘ഞങ്ങൾ എഴുത്തുകാർക്ക് ഇങ്ങനെയൊരു പ്രശ്നമുണ്ട്’

രണ്ടായിരത്തിമൂന്ന് നവംബറിൽ കോഴിക്കോട്ട് വെച്ച് നടന്ന ദേശീയ ചിത്രരചനാ ക്യാമ്പ് ഉദ്ഘാടനം ചെയ്യവേ അഞ്ജലി ഇളാ മേനോനും ലക്ഷ്മ ഗൗഡയുമുൾപ്പെടെയുള്ള ചിത്രകാരഗണത്തിന് നേർക്ക് തിരിഞ്ഞ് പ്രസംഗമധ്യേ എം.ടി വാസുദേവൻ നായർ ഇംഗ്ലീഷിൽ പറഞ്ഞു. “ഞങ്ങ ൾ എഴുത്തുകാർക്ക് ചിലപ്പോൾ ഇങ്ങനെയൊരു പ്രശ്നമുണ്ട്-റൈറ്റേഴ് സ് ബ്ലോക്ക്.”

തുടർന്ന് എം.ടി ഒരു പഴയ സംഭവം ഓർമിച്ചു. വളരെ വർഷങ്ങൾക്കപ്പുറം ലോകമെങ്ങും ആരാധകരുള്ള വരിഷ്ഠനായ ഒരെഴുത്തുകാരൻ മകന്റെ കൂടെ ന്യൂയോർക്കിലെ മ്യൂസിയത്തിലേക്ക് കയറിച്ചെന്നു. മകനാണ് അച്ഛനെ മ്യൂസിയം സന്ദർശിക്കാൻ പ്രേരിപ്പിച്ചത്. എഴുത്തുകാരനെന്ന നിലയിൽ അച്ഛൻ അഭിമുഖീകരിക്കുന്ന പ്രശ്നത്തിന് അതൊരു പരിഹാരമായേക്കുമെന്ന് മകൻ കരുതി.

നിരവധി കൃതികൾ എഴുതിയിട്ടുള്ള പിതാവിനെ ബാധിച്ചത്, എഴുത്തുകാർ തങ്ങളെ എപ്പോഴെങ്കിലും ബാധിക്കുമെന്ന് ഒരിക്കലും പ്രതീക്ഷിക്കാത്ത സർഗശേഷിയുടെ മരവിപ്പായിരുന്നു. അതാരെന്നല്ലേ. മുമ്പെന്നോ പാരീസിലെ തിരക്കേറിയൊരു തെരുവിലൂടെ തലമുയർത്തിപ്പിടിച്ച് നടന്നുപോകുമ്പോൾ പിറകിൽ കുറെയകലെ നിന്ന് ഗബ്രിയേൽ ഗാർസിയാ മാർക്കേസ് എന്നൊരു ചെറുപ്പക്കാരൻ വികാരഭരിതനായി, ‘മെയ്സ്ട്രോ (Maestro)’ എന്ന് നീട്ടിവിളിച്ചപ്പോൾ അതാരെയാണെന്ന് തെല്ലും സംശയിക്കാതെ തിരിഞ്ഞുനോക്കിയ അതികായൻ തന്നെ. ‘കിളിമഞ്ചാ രോവിലെ മഞ്ഞും’ ‘കിഴവനും കടലുമൊക്കെ’ എഴുതിയ ആൾ.

നാം വിസ്മയിച്ചുപോകുന്നു. റൈറ്റേഴ്സ് ബ്ലോക്ക് എന്ന കഠിനമായ

പ്രതിസന്ധിയിൽ അകപ്പെട്ട ഏണസ്റ്റ് ഹെമിങ്‌വെ? സങ്കല്പിക്കാൻ ആർക്കായാലും പ്രയാസം തോന്നും. ഹെമിങ് വെയുടെ സാഹസികവും വിലോഭനീയവുമായ ജീവിതത്തിൽ, പക്ഷേ അങ്ങനെയൊരു കാലം കൂടി ഉണ്ടായിരുന്നു. നിഷ്ക്രിയത്വത്തിന്റെയും തത്ഫലമായ അസ്വസ്ഥത യുടെയും കാലം. ഒരു പീഡാനുഭവത്തിന്റെ കാലം.

എഴുത്തിനെ മാർക്കേസ് വിശേഷിപ്പിച്ചത്, ലോകത്തിലെ ഏറ്റവും ഏകാന്തമായ തൊഴിലെന്നാണ്. പലരെ സംബന്ധിച്ചും അത് അങ്ങേയറ്റം ക്ലേശകരവും ഒരു പാട് സമയം ആവശ്യപ്പെടുന്നതുമാണ്. ബോർഹെസ് (Jorge Luis Borges) ഒരു ഉദാഹരണം. അർജന്റീനയിലെ പ്രമുഖ എഴുത്തുകാരി ലൂയിസ വാലെൻസുല (Luisa Valenzula) തന്റെ അമ്മയും ബോർഹെസ്സും ചേർന്ന് ഒരു കഥയെഴുതുന്നതിനെ കുറിച്ച് പാരീസ് റിവ്യു അഭിമുഖത്തിൽ പരാമർശിക്കുന്നുണ്ട്. എഴുതാനിരിക്കുന്ന മുറിയിൽ നിന്ന് പുറത്തുവന്ന് ഒരു നാൾ ബോർഹെസ് ചിരിച്ചു കൊണ്ട് പറഞ്ഞുവത്രെ. “ഞങ്ങൾക്കിന്ന് കാര്യമായ പുരോഗതിയുണ്ടായി. ഒരു വരി മുഴുവനായും എഴുതി.”

ബോർഹെസ്സിന്റെ അളന്നുമുറിച്ച ഗണിതശാസ്ത്രശൈലിയില ല്ലാതെ ജീവിതത്തിന്റെ ആഴങ്ങളിലൂടെയും പരപ്പുകളിലൂടെയും കടന്നു പോയി. അവയ്ക്ക് സാക്ഷ്യങ്ങൾ കുറിച്ച ഹെമിങ്‌വേക്ക് രചനാപ്രക്രിയ ആയാസകരമായ ഒന്നാണെന്ന് അനുവാചകർക്ക് ഒരിക്കലും തോന്നി യേക്കില്ല. അത്രയും ഒഴുക്കുറ്റതാണ് ഹെമിങ്‌വെയുടെ രചനകളത്രയും. കിഴവൻ സാന്റിയാഗോയെപ്പോലെ ഏത് സങ്കീർണതയും ധീരമായി നേരിടുമായിരുന്ന ഹെമിങ്‌വെ എഴുത്തുമേശയ്ക്ക് മുന്നിലിരുന്ന് ഒന്നു മെഴുതാനാവാതെ ക്ലേശിക്കുമെന്നും അതിന്റെ കൊടിയ സംഘർഷ ത്തിൽ സ്വയം ശപിക്കുമെന്ന് ആരറിഞ്ഞു? എന്നാൽ അത് സംഭവിച്ചു. ഹെമിങ്‌വെക്ക് ഒന്നും എഴുതാൻ തോന്നാതെയായി.

എഴുത്തുകാർ ഓരോരുത്തർക്കും എഴുതുന്നതിന് വ്യത്യസ്ത രീതികളാണ്. പല കാരണങ്ങൾകൊണ്ട് അവർക്ക് മാനസിക സംഘർ ഷമുണ്ടാകാം. ഈ സംഘർഷമാണ് സർഗശേഷിയുടെ മരവിപ്പിലേക്ക് നയിക്കുന്നത്. റൈറ്റേഴ്സ് ബ്ലോക്കിന്റെ പ്രധാന ലക്ഷണം എഴുതുന്നതി നായി സമയം ചെലവഴിക്കാൻ എഴുത്തുകാരന് താല്പര്യമില്ലാതാവുന്നു വെന്നതാണ്. എഴുത്തിനോട് അത്രമേൽ ആഭിമുഖ്യമുള്ളവരാണെന്ന് വരികിൽ ഹെമിങ്‌വെയേപ്പോലെ ഇത് കടുത്ത ആന്തരികസമ്മർദത്തി ന് ഹേതുവാകുന്നു. ഭാവഘടനയാകെ ശിഥിലമാകുന്നു. മനസ്സ് എഴുത്തി നുനേർക്ക് പ്രവർത്തിക്കാതെയാകുന്നു. മദ്യവും പുകവലിയും ശീലിച്ചവർ

അവയോട് കൂടുതൽ അടുക്കുന്നു. വലിച്ചുതള്ളിയ സിഗരറ്റ് കുറ്റികൾക്കും (അതല്ലെങ്കിൽ ഹവാനാ ചുരുട്ട്) ഒഴിഞ്ഞ മദ്യക്കുപ്പികൾക്കുമിടയിൽ അവർ ആത്മനിന്ദയോ രോഷമോ അനുഭവിച്ചുകൊണ്ട് ഹതാശരായി അവശേഷിക്കുന്നു. ബൗദ്ധികമായ ഷണ്ഡത്വമെന്തെന്ന് അവർ ആഴത്തിൽ അറിയുന്നു. അതിന്റെ നിസ്സഹായതയും ഖേദവും അവരുടെയുള്ളിൽ ഉമിത്തീ കണക്കെ നീറുന്നു,

ബ്രിട്ടനിൽനിന്ന് രാഷ്ട്രീയപരതയുള്ള സാഹിത്യം എങ്ങനെ തിരോഭവിച്ചുവെന്ന് മാഞ്ചെസ്റ്റർ യൂണിവേഴ്സിറ്റിയിൽ ഇംഗ്ലീഷ് സാഹിത്യത്തിന്റെ പ്രൊഫസറും നിരൂപകനുമായ ടെറി ഈഗ്ൾടൺ അടുത്തയിടെ വിശദീകരിക്കുകയുണ്ടായി. ഇരുപതാം നൂറ്റാണ്ടിന്റെ ആദ്യദശകങ്ങളിൽ മേൽക്കോയ്മ പുലർത്തിയ എച്ച്.ജി വെൽസിനെയും ജോർജ് ബർണാഡ്ഷായെയും പോലുള്ള സോഷ്യലിസ്റ്റ് എഴുത്തുകാരുടെ നിരയിൽ പരിഗണിക്കാവുന്ന ആരുമിന്ന് ബ്രിട്ടനിൽ ഇല്ല. മരിച്ചും കൊന്നും ഭൂമി കൈവശമാക്കിയും മൂലധനം സ്വരൂപിച്ചുമൊക്കെ മറ്റുള്ളവരുടെ മേൽ അധീശത്വം സ്ഥാപിക്കുന്ന കലയെക്കുറിച്ചെഴുതി ഇടതുപക്ഷത്ത് സ്ഥാനം നേടിയ വെർജീനിയ വൂൾഫിനെ പോലൊരു എഴുത്തുകാരിയും ഇന്നില്ല. ഒരു ഷാംപെയിൻ സോഷ്യലിസ്റ്റ് എന്ന് പറയാവുന്ന ഹരോൾഡ് പിന്ററാണ് രാഷ്ട്രീയബോധമുള്ള അവസാനത്തെ എഴുത്തുകാരൻ. മറ്റുള്ളവരത്രയും ചരിത്രത്തിലെവിടെയോ വിസ്മൃതരായി. പിന്ററാണെങ്കിൽ എഴുതിയിട്ടും ഏറെക്കാലമായി.

പല എഴുത്തുകാരുടെ കാര്യത്തിലും പ്രത്യയശാസ്ത്രം റൈറ്റേഴ്സ് ബ്ലോക്കിന് കാരണമായിട്ടുണ്ട്. എഴുത്തുകാരുടെ സഹജമായ പരിതോവസ്ഥകൾ, പ്രത്യയശാസ്ത്ര നിഷ്ഠമായ രചനകളിൽ നിന്ന് അവരെ വിലക്കിയെന്ന് വരാം. താനുൾപ്പെടുന്ന വർഗത്തിന്റെയും താൻ പിന്തുടരുന്ന ജീവിത ശൈലിയുടെയും പശ്ചാത്തലത്തിൽ എഴുത്തുകാരൻ നടത്തുന്ന വീണ്ടുവിചാരം പ്രത്യയശാസ്ത്രനിഷ്ഠയിൽ നിന്ന് ഒരാളെ പിന്തിരിപ്പിച്ചേക്കാം. വൈരുധ്യത്തെ കുറിച്ചുള്ള ധാരണ ഇല്ലായിരുന്നെങ്കിൽ തികച്ചും യാന്ത്രികമായി മുമ്പ് എഴുതിയതുപോലെ തന്നെ അയാൾക്ക് തുടർന്നും എഴുതാൻ കഴിഞ്ഞേക്കും. എന്നാൽ തിരിച്ചറിവിന്റെ വെളിച്ചത്തിൽ ഒരു വിശകലനത്തിന് മുതിരുമ്പോൾ തന്റെ രചനകൾ സത്യസന്ധമായിരുന്നില്ലെന്ന വിലയിരുത്തുന്നതോടെ പഴയമട്ടിലുള്ള രചന അയാൾക്ക് പാടെ അസാധ്യമാവുന്നു. അയാൾ പിന്നീട് എഴുതണമെന്നില്ല. എഴുത്തിന്റെ ലോകത്തിൽ നിന്ന് മാറിനിൽക്കുന്നതാണ് ഉചിതമെന്ന് അയാൾ തീരുമാനിക്കും. ഫലത്തിൽ ഉണ്ടാകുന്നത് റൈറ്റേഴ്സ്

ബ്ലോക്കാണ്. പ്രത്യയശാസ്ത്രം പ്രായോഗിക തലത്തിൽ പരാജയപ്പെടുന്നതും എഴുത്തുകാരെ നിഷ്ക്രിയരാക്കിയിട്ടുണ്ട്. സാമൂഹിക മാറ്റത്തിനായി, സ്ഥിതിസമത്വത്തിനായി, നൈതികതയുടെ, നിറവിനായി എഴുതിയവർ പ്രത്യയശാസ്ത്രത്തിന്റെ അനിവാര്യമായ വിജയത്തിന് പകരം പല പല സങ്കീർണതകൾ കാണാനിടയാവുകയും തങ്ങൾ താലോലിച്ചത് ഒരു മിഥ്യയായിരുന്നെന്ന് അന്തിമമായി തിരിച്ചറിയുകയും ചെയ്യുമ്പോൾ സ്വാഭാവികമായും ഒരു ശൂന്യതയിൽ അകപ്പെടുന്നു. അവർക്ക് പിന്നീട് ഒന്നും ചെയ്യാനില്ല. റൈറ്റേഴ്സ് ബ്ലോക്ക് അവരെ പൂർണമായും കീഴ്പ്പെടുത്തുന്നു. അവർ ദോഷൈകദൃക്കുകളോ ആത്മീയവാദികളോ നിഹിലി സ്റ്റുകളോ ആയിത്തീരാം. എഴുത്തുകാരായി തുടരാൻ അവർക്കേതാ യാലും കഴിയില്ല. പലരെ സംബന്ധിച്ചും ഉൾമുറിവുകൾ ഉണങ്ങുകയുമില്ല.

സർഗാത്മകതയ്ക്ക് വന്നുപിണയുന്ന അഴിവിന്റെ ഒരു ഭാഗമായി തന്നെയാണ് റൈറ്റേഴ്സ് ബ്ലോക്ക് കരുതപ്പെടുന്നത്. താൻ ആഖ്യാനം ചെയ്യുന്ന പ്രമേയത്തിലെ കഥാപാത്രങ്ങളുമായി ഒരു രചയിതാവിന് പൊടുന്നനെ ബന്ധവിച്ഛേദം സംഭവിക്കാം. അവർ തീർത്തും അപരിചിതരായിത്തീരാം. വീണ്ടും അവരുമായി ബന്ധം സ്ഥാപിക്കാൻ കഴിയുവോളം അയാൾക്ക് എഴുതാനാവില്ല. ബന്ധം പുനഃസ്ഥാപിക്കുന്നതോടെ മനസ്സിന്റെ മരവിപ്പ് മാറുന്നു.

റൈറ്റേഴ്സ് ബ്ലോക്ക് ചില സന്ദർഭങ്ങളിൽ പെട്ടെന്ന് തീരാതെ ഒരു ദീർഘകാല ക്ലേശമായിക്കൂടെന്നില്ല. നിരവധി വർഷങ്ങൾ, ദശകങ്ങൾ തന്നെ നീണ്ട ബ്ലോക്ക് ഉണ്ടായിട്ടുണ്ട്. ഹെൻട്രി റോത്തിന്റെ മനസ്സ് ഇരുണ്ടുകിടന്നത് അറുപത് വർഷക്കാലമാണ്. ആധുനിക സാഹിത്യ ചരിത്രത്തിലെ ഏറ്റവും നീണ്ട റൈറ്റേഴ്സ് ബ്ലോക്ക് ഇതാണെന്ന് ചൂണ്ടിക്കാണിക്കപ്പെടുന്നു. ഇമ്മട്ടിലുള്ളത് അത്യപൂർവമാണെന്ന് പറയേണ്ടതില്ലല്ലോ. സാധാരണനിലയ്ക്ക് റൈറ്റേഴ്സ് ബ്ലോക്ക് അത്രയേറെ നിണ്ടുനിൽക്കാറില്ല. അതിനെ മറികടക്കാൻ ചില ഉപായങ്ങൾ നിർദേശിക്കപ്പെടാറുണ്ട്. ഗുണനിലവാരത്തിൽ തെല്ലും നിഷ്കർഷിക്കാതെ സമയക്രമം പാലിച്ച് ആലോചനയിലും എഴുത്തിലും വ്യാപരിക്കുകയെന്നതത്രെ ഒരു മാർഗം. മനസ്സിലേക്ക് വരുന്നതെന്തും അപ്പപ്പോൾ എഴുതുകയെന്നതാണ് വേറൊരു പോംവഴി. ചില പാഠ്യപദ്ധതികളുടെ ഭാഗമായുള്ള സർഗാത്മകസാഹിത്യമെഴുതുന്നതിന്റെ അഭ്യാസങ്ങൾ അനുവർത്തിക്കുന്നതും ഫലം ചെയ്തേക്കും. എഴുതാൻ തുനിയാതെ മാനസികമായ പിരിമുറുക്കം ലഘൂകരിക്കുന്നതിന് സഹായകമായ മെഡിറ്റേഷൻ പോലുള്ള

ഉപാധികളും പരീക്ഷിക്കാവുന്നതാണ്. പുതിയ ആശയങ്ങളുടെയോ, പ്രമേയങ്ങളുടെയോ അഭാവമാണ് റൈറ്റേഴ്സ് ബ്ലോക്കിന് നിമിത്തമെന്നു വരികിൽ സർഗാത്മകതയെ ഉത്തേജിപ്പിക്കുകയെന്ന ലക്ഷ്യത്തോടെ അപരിചിത സ്ഥലങ്ങളിലേക്ക് യാത്രചെയ്യുകയോ മുമ്പ് ചെയ്യാത്ത കാര്യ മെന്തെങ്കിലും തുടങ്ങിവെക്കുകയോ ആവാം. സിനിമയോ നാടകമോ കാണാം. ബാലെ, ബെല്ലി ഡാൻസ്,രതിക്രീഡ എന്നിവയും പരീ ക്ഷിക്കാവുന്നതാണ്. ഏത് ഉപായം സ്വീകരിച്ചാലും വീണ്ടും എഴുതും മുമ്പ് മനസ്സ് സ്വസ്ഥമാകേണ്ടതുണ്ട്.

റൈറ്റേഴ്സ് ബ്ലോക്ക് ബാധിക്കാതെ നിരന്തരമായി എഴുതിക്കൊണ്ട് ലോകത്തെ അത്ഭുതപ്പെടുത്തുന്ന ഒരെഴുത്തുകാരനെ കുറിച്ച് ഓർ ക്കുമ്പോൾ ആദ്യം മനസ്സിലേക്ക് വരുന്ന പേര് ഷൂസെ സരമാഗോ എന്ന് തന്നെയാവും. നമുക്കറിയാവുന്നതുപോലെ, സരമാഗോയ്ക്ക് എൺ പത്തിയാറ് വയസ്സായി. ജനനം ആയിരത്തിത്തൊള്ളായിരത്തി ഇരുപത്തി രണ്ടിലായിരുന്നു. അറുപതോടടുത്ത കാലത്താണ് മുഴുവൻ സമയവും എഴുത്തിനായി വിനിയോഗിച്ചുതുടങ്ങിയത്. സാഹിത്യത്തിനുള്ള നോബൽ സമ്മാനം ലഭിച്ചത് എഴുപത്തിയാറ് വയസ്സുള്ളപ്പോൾ. അത്ര യും കൊണ്ട് പക്ഷേ സരമാഗോയുടെ ജീവിതകഥ തീരുന്നില്ല. നോബ ൽ സമ്മാനത്തിനപ്പുറം കൂടുതൽ ഔന്നത്യമുള്ള മറ്റൊരു പുരസ്കാരവും ഇനി നേടാനില്ലെന്നിരിക്കിലും സരമാഗോ ഇടർച്ചയില്ലാതെ എഴുതുകയാ ണെന്ന് All the Names, The cave, The double തുടങ്ങിയ കൃതികൾ നമ്മെ ബോധ്യപ്പെടുത്തുന്നു. രചനാശേഷിയുടെ ക്ഷയം സരമാഗോയെ തീണ്ടിയിട്ടേയില്ല. ഏറ്റവും പുതിയ നോവൽ പുറത്തിറങ്ങിയത് അടുത്ത യിടെയാണ്. ഹിംസാത്മകമായ പ്രപഞ്ചത്തിന്റെ ഒരു കോണിലിരുന്ന് കണിശമായ ചിട്ടയോടെ സരമാഗോ ഇപ്പോഴും ഏകാഗ്രചിത്തനായി എഴുതുകതന്നെയാണ്. മാർക്വേസും പുതിയനോവലിന്റെ പണിപ്പുരയി ലാണെന്ന് കേൾക്കുന്നു. ത്രീ ചിയേഴ്സ്!

തുടക്കത്തിലേക്ക് തിരിച്ചുപോകട്ടെ. ഏണസ്റ്റ് ഹെമിംഗ്‌വെയെ മകൻ മ്യൂസിയം കാണിക്കാൻ കൊണ്ടുപോയത് അവന് റൈറ്റേഴ്സ് ബ്ലോക്ക് എന്താണെന്ന് അറിയാവുന്നതുകൊണ്ടാണ്. മ്യൂസിയത്തിൽ നിന്ന് പുറത്തിറങ്ങുമ്പോൾ ഹെമിംഗ്‌വെയുടെ മുഖത്ത് നവോന്മേഷമായി രുന്നു. അന്നുരാത്രി ഉറക്കത്തിൽ പപ്പാ സിംഹങ്ങളെ സ്വപ്നം കണ്ടി രിക്കാം. ഒരിക്കൽക്കൂടി.

ഒരു പോരാട്ടത്തിന്റെ കഥ പ്രണയത്തിന്റെയും

പ്രമോദ്യ അനന്ത തോറിന്റെ 'ദ ഫ്യൂജിറ്റീവ്' (The fugitive: Pramoedya Anantha Toer) എന്ന പുസ്തകം വായിക്കാനായി കയ്യിലെടുക്കുമ്പോൾ മനസ്സിലുണ്ടായിരുന്നത് ഗ്രന്ഥകാരനെ കുറിച്ചുള്ള ചില കേട്ടറിവുകൾ മാത്രമാണ്. ഇന്തോനേഷ്യയുടെ ആൽബർ കാമു വെന്ന് വിശേഷിക്കപ്പെട്ടിട്ടുള്ള അനന്തതോറിന്റെ രചനകൾ സ്വന്തം രാജ്യത്ത് നിരോധിക്കപ്പെട്ടവയാണ്. അവ വിൽക്കുന്നത് തടവുശിക്ഷ അർഹിക്കുന്ന കുറ്റമത്രെ. പക്ഷേ ഇരുപതിലധികം ഭാഷകളിലേക്ക് വിവർത്തനം ചെയ്യപ്പെട്ട് ലോകമെമ്പാടും അവ വായിക്കപ്പെടുന്നു. നോബൽ സമ്മാനത്തിന് പരിഗണിച്ചെങ്കിലും ലഭിക്കുകയുണ്ടായില്ല. 1995 ൽ മാഗ്സസെ പുരസ്കാരത്തിന് അർഹനായി. 2006 ലായിരുന്നു മരണം.

രണ്ടാം ലോക മഹായുദ്ധത്തിൽ ജപ്പാൻ ബ്രിട്ടനും, സഖ്യകക്ഷികൾക്കും അടിയറവ് പറയുന്നതിന്റെ തലേന്ന് വൈകുന്നേരം കിഴക്കൻ ജാവയിലെ ബ്ലോറയിലാണ് ദ ഫ്യൂജിറ്റീവിലെ കഥ നടക്കുന്നത്. ഒളിവിൽ കഴിയുന്ന നായകനായ ഹാർദോ ഡച്ചുകാരുടെ കോളനിവാഴ്ച അവസാനിപ്പിച്ച് ദേശീയസ്വാതന്ത്ര്യം നേടാനുള്ള ശ്രമത്തിന്റെ ഭാഗമായി ജാപ്പനീസ് സൈന്യത്തിൽ ചേർന്ന് പ്രവർത്തിച്ചിരുന്നു. ദിപോ, കാർമിൻ എന്നീ രണ്ട് സുഹൃത്തുക്കൾ കൂടി ഹാർദോക്കൊപ്പമുണ്ടായിരുന്നു. ഇവരിൽ രണ്ടാമൻ കൂറുമാറി. ഹാർദോയും ദിപോയും ഒളിച്ചോട്ടത്തിലായി. ജാപ്പനീസ് സൈന്യവും ഡച്ചുകാരും അവരെ പിടികൂടാനുള്ള ഊർജിതമായ അന്വേഷണം തുടങ്ങി.

നോവൽ തുടങ്ങുന്നത് ഹാർദോ തന്റെ ഭാവിവധുവായ നിംഗ്സിയെ കാണാൻ നടത്തുന്ന ശ്രമത്തോടെയാണ്. അലഞ്ഞുതിരിയുന്ന യാചകന്റെ വേഷത്തിലായിരുന്നു അവൻ. ആരുകണ്ടാലും തിരിച്ചറിയുമായിരു

ന്നില്ല. പക്ഷേ അവന്റെ വലതുകയ്യിൽ നെടുനീളത്തിലുണ്ടായ പരുക്കിന്റെ പാട് മറച്ചുവെയ്ക്കാൻ കഴിയുന്നതായിരുന്നില്ല. ഒടുവിൽ പിടിയിലായപ്പോൾ ജാപ്പനീസ് സൈന്യം അവനെ മനസ്സിലാക്കുന്നത്, ആ പാട് നോക്കിയാണ്.

കലാപത്തിനുള്ള ഗൂഢാലോചന വെളിച്ചത്തായപ്പോൾ സൈന്യത്തിൽ നിന്ന് ഓടിപ്പോന്ന ഹാർദോ ആദ്യം നിംഗ്സിയുടെ അച്ഛനുമായും പിന്നീട് സ്വപിതാവുമായും കണ്ടുമുട്ടുന്നു. നിംഗ്സി ഒരധ്യാപികയായി ജോലി ചെയ്യുന്ന പട്ടണത്തിലേക്കുള്ള യാത്രക്കിടിയിൽ ദിപോയുമായി വീണ്ടും കണ്ടുമുട്ടുന്നു. വിശ്വാസഘാതകനായ കാർമിൻ പടയാളികൾക്കൊപ്പം അവരെ വേട്ടയാടുകയാണ്. എന്നാൽ അവർ പിടിക്കപ്പെടുമ്പോഴേക്കും ജപ്പാൻ അനിവാര്യമായ വിധിക്ക് കീഴടങ്ങിയിരുന്നു. തെരുവുകളിൽ സ്വാതന്ത്ര്യത്തിന്റെ ആരവങ്ങളുയരുന്നു. ചുവപ്പും വെള്ളയുമായ ഇന്തോനേഷ്യൻ പതാക പാറിത്തുടങ്ങുന്നു. അപ്രതീക്ഷിതമായ പരാജയത്തിൽ ക്രൂദ്ധനായ ഒരു ജാപ്പനീസ് ഓഫിസറുടെ തോക്കിൽ നിന്നുള്ള വെടിയേറ്റ് നിംഗ്സി ജീവൻ വെടിയുന്നു. അവളുടെ നെഞ്ചിൽ വെടിയുണ്ട തുളച്ചുകയറിയ മുറിവിലേക്കും അതിൽ നിന്നൊഴുകുന്ന ചുടുരക്തത്തിലേക്കും നോക്കി നിന്ന് ദീർഘമായി നെടുവീർപ്പിടുന്ന ഹാർദോയിൽ നോവൽ അവസാനിക്കുന്നു.

1949 ൽ ബുകിത് ഭുരി തടവറയിൽവെച്ച് എഴുതിത്തീർത്തതാണെന്ന് നോവലിന്റെ ഒടുവിൽ രേഖപ്പെടുത്തിയിട്ടുണ്ട്. ഏറെ പിരിമുറുക്കമുള്ളതാണ് ഈ നോവലിലൂടെ അനന്ത തോർ പറയുന്ന കഥ. അതു വെളിപ്പെടുന്നതാകട്ടെ സവിശേഷമായ ആഖ്യാനരീതിയിലൂടെയും. പരമ്പരാഗത പാവനാടകങ്ങളുടെ ആഖ്യാനഘടനയാണ് അനന്തതോർ അനുവർത്തിച്ചിരിക്കുന്നത്. കണ്ണീരും രക്തവും സ്വാതന്ത്ര്യബോധവും പ്രണയവും പകയും സ്തോഭവുമെല്ലാം കലർന്ന് 'ദ ഫ്യൂജിറ്റീവ്' കയ്യിലെടുത്താൽ ഒറ്റയിരുപ്പിൽ തന്നെ വായിച്ചുതീർക്കാതെ താഴെ വെക്കാനാവില്ല. കാലം ഇതിന് പഴക്കമേൽപിച്ചില്ല; അല്പം പോലും.

യാത്രാപഥങ്ങളിലെ ദീദി

"My mouth shall be the mouth of misfortunes which have no mouth"
Aime Cesaire - Return to my Native Land.

നഗ്നയായ ദ്രൗപദി മേഝൻ സൂര്യന്റെ കടുത്ത വെളിച്ചത്തിൽ സേനാനായകന്റെ നേർക്കു നടന്നു. അടിവയറിനു താഴെയുള്ള രോമമെല്ലാം രക്തം പുരണ്ടിരിക്കുന്നു. രണ്ടു സ്തനങ്ങളും വേണ്ടത്ര ക്ഷതപ്പെട്ടവ.

ദ്രൗപദിയുടെ കറുത്ത ശരീരം സേനാനായകന്റെ അടുത്തേയ്ക്ക് വന്നു. അദമ്യമായ ഒരു ചിരി. മുറിഞ്ഞ ചുണ്ടുകളിൽ നിന്ന് രക്തമൊഴുകാൻ തുടങ്ങി. കൈകൊണ്ട് അതു തുടച്ചു. വനത്തിൽ ഉറക്കെ ശബ്ദിച്ച് സന്ദേശമറിയിക്കുന്ന അത്രയും കനത്ത സ്വരത്തിൽ അവൾ സേനാനായകനോട് ചോദിച്ചു. "തുണിയഴിച്ച് നഗ്നയാക്കാനല്ലേ നിനക്ക് കഴിയൂ. തുണി ഉടുപ്പിക്കാനറിയോ?"

അവൾ രക്തം കലർന്ന തുപ്പൽ നാല് വശത്തേക്കും തുപ്പി."ഇതാ വന്നോ. കൗണ്ടർ ചെയ്യ്, കൗണ്ടർ ചെയ്യ്"

മഹാശ്വേതാദേവിയുടെ "ദ്രൗപദി" യെന്ന കഥ സമാപിക്കുന്നത് ഈ രൗദ്രതയിലാണ്. എത്രയോ പേർ കടിച്ചുമുറിച്ച സ്തനങ്ങളോടെ, കീറപ്പറിഞ്ഞ മുലക്കണ്ണുകളോടെ ഉടലിൽ നിന്ന് ചമ്പാഭൂമിയുടെ പവിത്ര രക്തമൊഴുക്കികൊണ്ട് ദ്രൗപദി മേഝൻ. സന്താൾ വംശജ. വീറും നീതിബോധവും അവൾക്ക് സഹജമാണ്. പൂർവികരെപ്പറ്റി അഭിമാനം കൊള്ളുന്ന അവളുടെ രക്തം കലർപ്പില്ലാത്തതാണ്. ആർമി ക്യാമ്പിലെ സേനാനായകന്റെ ഉടുപ്പിന്മേൽ വന്നു പതിക്കുന്ന തുപ്പലിൽ ആ രക്തമാണ്. അയാൾ ഭയന്നുപോകുന്നു.

മഹാശ്വേതാദേവി എഴുതാൻ തുടങ്ങിയിട്ട് അരനൂറ്റാണ്ടിലേറെ

യായി. ബ്രിട്ടീഷ് ഗവൺമെന്റിനെതിരെയുള്ള ധീരമായ പോരാട്ടത്തിന്റെ ചരിത്രത്തിൽ നിന്ന് തിളക്കമാർന്ന ഒരേട്; അതായിരുന്നു ആദ്യരചന. അതിൽ പിന്നീട് പല കാലഘട്ടങ്ങളിലെ എത്രയോ ചെറുതും വലുതുമായ പോരാട്ടങ്ങളിലൂടെ മഹാശ്വേതാദേവി കടന്നുപോയി. കണ്ണുനീരും ചോരയും വീണ് നനഞ്ഞ വഴികൾ. അനേകം ഗോത്രങ്ങളുടെ അമർത്തിപ്പിടിച്ച നിലവിളികൾ നെഞ്ചിൽ ഏറ്റുവാങ്ങിക്കൊണ്ടുള്ള ദീർഘയാത്രകൾ. ഗോത്രവർഗജനതയുടെയും ദലിത് വിഭാഗങ്ങളുടെയും ജീവിതം ഇത്രമേൽ അടുത്ത് ചെന്ന് വേറെയാരും നിരീക്ഷിച്ചിരിക്കില്ല. അതാകട്ടെ എഴുതാൻവേണ്ടി ആയിരുന്നില്ലതാനും. മഹാശ്വേതാദേവി ജീവിതത്തിന്റെ സത്യങ്ങൾ തേടുകയായിരുന്നു. പിന്നീട് എഴുതിയതത്രയും താൻ കണ്ട സത്യങ്ങളോടുള്ള തീവ്രമായ പ്രതിബദ്ധതകൊണ്ടും.

നോവലോ കഥയോ എഴുതുന്നതിനുള്ള വിഭവം കണ്ടെത്തുന്നതിനായി വനപാർശ്വങ്ങളിലൂടെ സഞ്ചരിക്കുന്ന എഴുത്തുകാർക്കൊപ്പം മഹാശ്വേതാദേവിയുടെ പേര് ചേർത്ത് വെയ്ക്കാനാവില്ല. സത്യസന്ധത മാറ്റുരയ്ക്കപ്പെടുന്ന ആദ്യ അവസരത്തിൽ തന്നെ മുൻചൊന്ന എഴുത്തുകാരുടെ കള്ളി വെളിച്ചത്തിലാകും. കേരളത്തിൽ നാം അത് പലകുറി കണ്ടതാണ്. ആദിവാസികളെ കുറിച്ച് പൊടിപ്പും തൊങ്ങലും ചേർത്ത് നോവലും കഥയുമെഴുതുന്നത് കൊള്ളാം. മുത്തങ്ങയിൽ അവർക്കെതിരെ വെടിവെപ്പുണ്ടായാൽ ആർക്കെന്ത് ചേതം.? ജോഗി വെടിയേറ്റുമരിച്ചുവെന്നോ?ഏത് ജോഗി?

ചരിത്രം മറക്കാൻ നിങ്ങൾക്ക് എന്തവകാശമെന്നത് മഹാശ്വേതാദേവിയുടെ ഒരു ചോദ്യമാണ്. നമ്മുടെ ചരിത്രത്തിലേക്ക് അടിയന്തിരാവസ്ഥയെന്ന കറുത്ത കാലം വന്നുചേർന്നത് ഇവിടെ വലിയ എഴുത്തുകാരെന്ന് പറയപ്പെടുന്ന പലരും അറിഞ്ഞതേ ഇല്ല. ഭരണകൂട ഭീകരതയോ നാടാകെ നടന്ന നരനായാട്ടുകളോ കക്കയം പോലീസ് ക്യാമ്പുകളിൽ അരങ്ങേറിയ കൊടും പീഡനമോ നരഹത്യകളോ മനുഷ്യാവകാശധ്വംസനങ്ങളോ ഒന്നും അവരെ സ്പർശിച്ചില്ല. പരിസരയാഥാർത്ഥ്യങ്ങളിൽനിന്ന് സുരക്ഷിതമായ അകലം പാലിച്ച് അവർ തങ്ങളുടെ ദന്തഗോപുരങ്ങളിൽ എഴുത്തുകാരെന്ന നിലയ്ക്കുള്ള മഹത്തായ കർമം തുടരുമ്പോൾ ചുറ്റിലും മനുഷ്യർ ചവുട്ടിയരക്കപ്പെടുന്നുണ്ടായിരുന്നു. അവരത് കാണുന്നില്ലെന്ന് നടിച്ചു. കുന്നുകളെന്നും കാടുകളെന്നും ചോലകളെന്നും കേൾക്കെ വികാരവിവശയാകുന്ന ഒരു കവയിത്രിക്ക് നഷ്ടപ്പെട്ട മകനെ കാത്തിരുന്ന് മനസ്സിന്റെ സമനില തെറ്റിയ ഒരമ്മയുടെ ഹൃദയഭേദകമായ തേങ്ങൽ കേൾക്കാനായില്ല. ആ നാളുകളിലെന്നോ കവയിത്രി

ഇന്ദിരാ പ്രിയദർശിനിയെ ആവോളം പ്രകീർത്തിച്ചെഴുതിയ കവിത നമ്മുടെ സാഹിത്യചരിത്രത്തിലെ ആഭാസമായി ഇന്നും അവശേഷി ക്കുന്നു.

അടിയന്തിരാവസ്ഥയെന്തെന്ന് ആദ്യമേ തിരിച്ചറിഞ്ഞ മഹാശ്വേതാ ദേവി അതിനെതിരെ സാഹസികമായി പോരാടിയവർക്കൊപ്പമായി രുന്നു. ഭരണകൂടം ആസൂത്രിതമായി നടപ്പിലാക്കിയ ഭീകരതയ്ക്ക് ഇരയായ വരുടെ ദൈന്യവും രോഷവും തീക്ഷ്ണമായി ആവിഷ്കരിച്ച നിരവധി രചനകൾ ചരിത്ര രേഖകളെന്നോണം നമ്മുടെ മുന്നിലുണ്ട്. അവയെ ഴുതിയ മഹാശ്വേതാദേവിയെ പിന്നീട് ബംഗാളിൽ ജ്യോതിബസു വിന്റെ നേതൃത്വത്തിൽ അധികാരത്തിലേറിയ കമ്മ്യൂണിസ്റ്റ് കക്ഷിക്ക് പത്ഥ്യമായിരുന്നു. നിയോലിബറൽ നയങ്ങളുടെ വക്താവായിത്തീർന്ന ബുദ്ധദേവ് ഭട്ടാചാര്യ സലിം ഗ്രൂപ്പിനും രത്തൻ ടാറ്റയ്ക്കും വേണ്ടി നന്ദി ഗ്രാമിലെയും സിംഗൂരിലെയും സാധാരണ ജീവിതങ്ങളെ നിർദയം വേരോടെ പിഴുതെറിയാൻ തുടങ്ങിയപ്പോൾ മണ്ണിനുവേണ്ടി പോരാടു ന്നവർക്കൊപ്പം നിലയുറപ്പിച്ചതോടെ പാർട്ടിയുടെ കണ്ണിലെ കറുത്ത കരടായി മഹാശ്വേതാദേവി. എഴുത്തുകാരുടെ ധാർമികതയിൽ അടിയു റച്ച് വിശ്വസിക്കുന്ന മഹാശ്വേതാദേവിക്ക് എന്നും ഒരേ നിലപാടായിരുന്നു വെന്നതും അവരുടെ ഓരോ രചനയ്ക്കും ഓരോ നീക്കത്തിനും പിന്നിൽ നൈതിക ബോധമാണെന്നതും വിസ്മരിക്കാൻ പാർട്ടിക്ക് എളുപ്പം കഴിഞ്ഞു.

ഝാർഖണ്ടിലും ബീഹാറിലും മധ്യപ്രദേശിലും ബംഗാൾ ഗ്രാമങ്ങ ളിലും മറ്റു പലേടങ്ങളിലും ജനകീയ സമരങ്ങൾക്ക് പിന്തുണയേകിയ മഹാശ്വേതാദേവി മൂലമ്പിള്ളിയിൽ വന്നത് സ്ഥാപിത താല്പര്യം മൂല മാണെന്ന് പറഞ്ഞ അച്യുതാനന്ദനെയോർത്ത് നാം ലജ്ജിക്കണം. മനു ഷ്യന് ഇത്രയും വകതിരിവില്ലാതാകുമോ?

മുഖംമൂടികൾ അഴിഞ്ഞുവീഴുന്ന കാലമാണിത്. പലരുടെയും മുഖ ങ്ങൾ നമുക്കിപ്പോൾ വ്യക്തമായി കാണാം. മുഖം മറയ്ക്കാത്ത എം.എ ബേബി തന്റെ നവഭാവുകത്വത്തിൽ കണ്ടെത്തിയത് മഹാശ്വേതാദേവിയെ ആരൊക്കെയോ തെറ്റിദ്ധരിപ്പിച്ചതാണെന്നാണ്.

ജനങ്ങളുടെ കണ്ണിലുണ്ണിയായ (തെറ്റിദ്ധരിക്കേണ്ടതില്ല നിന്ദാസ് തുതി തന്നെ) അച്യുതാനന്ദനെ വിമർശിക്കാൻ മഹാശ്വേതാദേവിക്ക് എന്തധികാരമെന്ന് കേരള സാഹിത്യ അക്കാദമിയുടെ ചെയർമാൻ പദവി യിൽ സാസ്കാരികവകുപ്പുമന്ത്രി കുടിയിരുത്തിയ എം മുകുന്ദൻ. അത് ഏറ്റുപിടിച്ചുകൊണ്ട് അല്പം കൂടി കടന്ന് മഹാശ്വേതാദേവി രാഷ്ട്രത്തിന്

അപമാനമെന്ന് സാമൂഹിക വിമർശകനായി വിശേഷിപ്പിക്കപ്പെടാറുള്ള സാക്ഷാൽ സുകുമാർ അഴീക്കോട്. ഇവരൊക്കെ ഏത് നരകത്തിലാണ് പോയി ഒടുങ്ങുക?

മഹാശ്വേതാദേവി പ്രായം കൊണ്ട് വൃദ്ധയാണ്. വയസ്സ് എൺപത്തി മൂന്ന് കഴിഞ്ഞു. നീരുവെച്ച കാലുകളുമായി നന്ദിഗ്രാമിലേക്കോ, സിംഗൂരി ലേക്കോ മൂലമ്പിള്ളിയിലേക്കോ പോകാതെ ഒരിടത്ത് സ്വസ്ഥമായി വിശ്രമിക്കാവുന്നതേയുള്ളു. പഴി കേൾക്കേണ്ടിയും വരില്ലായിരുന്നു. പക്ഷേ മനസ്സ് സമ്മതിക്കേണ്ടേ? നിറഞ്ഞ വാർധക്യത്തിലും വിധിച്ചിട്ടു ള്ളത് അലച്ചിലിന്റെ ക്ലേശവും പോർനിലങ്ങളിലെ സംഘർഷവും. സമൂഹത്തിന്റെ അരികുകളിലൊതുക്കപ്പെട്ട മനുഷ്യരെപറ്റിയുള്ള ആധി ഇപ്പോഴും ശമിച്ചിട്ടില്ല. സന്താളരും പക്ഷിപിടുത്തക്കാരും പാമ്പാട്ടികളും ശ്മശാനരക്ഷികളും കുറ്റവാളി ഗോത്രങ്ങളും ജീവിതത്തെ കുറിച്ച് പഠിപ്പിച്ചതൊന്നും മറന്നിട്ടില്ല. പരിഷ്കൃത സമൂഹത്തിലെ പലരെയും പോലെ ഇരട്ടത്താപ്പ് ശീലിച്ചിട്ടില്ല. നാലുപാടും കൊള്ളരുതായ്മകൾ അരങ്ങേറുമ്പോൾ ഞാനൊന്നും അറിഞ്ഞില്ലേ എന്ന മട്ടിൽ കപടമൗന ത്തിന്റെ പുറംതോടിനുള്ളിൽ ധ്യാനിച്ചിരിക്കുന്നവരെ മാതൃകയായി സ്വീകരിച്ചിട്ടില്ല. മൈക്കിന് മുന്നിൽ ചാഞ്ഞും ചെരിഞ്ഞും നിന്നും വിടു വായത്തം പറയലാണ്. സാമൂഹിക വിമർശനമെന്ന് ധരിച്ചിട്ടില്ല. വലതു പക്ഷത്തുനിന്ന് ഇടതുപക്ഷത്തേക്കും തിരിച്ചും എപ്പോൾ വേണ മെങ്കിലും സഞ്ചരിച്ചെത്താവുന്നകുറുക്കുവഴികൾ കണ്ടറിഞ്ഞിട്ടില്ല. വലതുപക്ഷ ക്കണ്ണടവച്ചും ഇടതുപക്ഷക്കണ്ണടവച്ചും വായിക്കാവുന്ന തരം പുസ്കങ്ങൾ എഴുതിയിട്ടില്ല. ലോകത്തിന് മുന്നിൽ ആത്മാഭിമാനത്തോടെ നിവർന്നുനിൽക്കുന്നു.

സ്ഥാനമാനങ്ങൾക്കായി മുതുകു വളയ്ക്കുകയും മുട്ടുകാലിൽ ഇഴ യുകയും ചെയ്യുന്ന നാണം കെട്ടവർക്കൊന്നും ഈ നില്പ് സഹിക്കില്ല. പ്രത്യയശാസ്ത്രത്തെ പടിക്കുപുറത്താക്കി വൻകിട കുത്തകകൾക്കും അധിനിവേശ ശക്തികൾക്കും ചുവപ്പു പരവതാനി വിരിക്കുന്ന ബുദ്ധദേവ് ഭട്ടാചാര്യയെപ്പോലുള്ളവർക്ക് മഹാശ്വേതാദേവി ഒരു വഴിമുടക്കിയാണ്. പക്ഷേ സന്താളരെയും ലോധകളെയും ഷബാറുകളെയും ബാഗ്ദിക ളെയും പോലുള്ള പ്രാന്തവൽകൃത സമൂഹങ്ങൾ അവരെ സ്നേഹവായ് പോടെ തങ്ങൾക്കിടയിലേക്ക് സ്വാഗതം ചെയ്യുന്നു. ഹൃദയപൂർവം ദീദി എന്നുവിളിക്കുന്നു.

വി.എസ് അച്യുതാനന്ദന്റെയും എം.എ ബേബിയുടെയും അറിവി ലേക്കായി ഒരു കാര്യം കൂടി പറയട്ടെ, കോൺഗ്രസ്സ് നേതൃത്വത്തിൽ

ഐക്യ ജനാധിപത്യ മുന്നണി ഭരിക്കുന്ന കാലത്താണ് മൂലമ്പിള്ളിയിലെ കുടിയിറക്ക് സംഭവിച്ചതെങ്കിലും മഹാശ്വേതാദേവി അവിടേക്ക് വന്നെത്തുമായിരുന്നു. അന്ന് വി.എസ് അവരിൽ സ്ഥാപിത താല്പര്യം ആരോപിക്കുമായിരുന്നോ? അവരെ ആരോ തെറ്റിദ്ധരിപ്പിച്ചതാണെന്ന് പറയുമായിരുന്നോ ബേബി.?

(അന്ന് എം. മുകുന്ദനും സുകുമാർ അഴിക്കോടും ഏതു പക്ഷത്തായിരിക്കുമെന്ന് തീർച്ചയില്ലാത്തതിനാൽ അവരെ വിടാം.) ദ്രൗപദി മേഝന്റെ ശബ്ദം ഒരിക്കൽക്കൂടി മുഴങ്ങുകയാണ്. 'കൗണ്ടർ ചെയ്യ്...'

മുറിയിൽ കയറിവന്ന സോണിയയും മനസ്സിലെ റസ്കാൾ നിക്കാഫും

ഫിയർദോർ ദസ്തയേവ്സ്കിയുടെ 'കുറ്റവും ശിക്ഷയും' (ഇടപ്പള്ളി കരുണാകരമേനോന്റെ വിവർത്തനം) ആദ്യമായി വായിക്കുമ്പോൾ ഞാൻ എന്റെ ചെറിയ ദേശത്തിന്റെ നാലതിരു കൾക്കുള്ളിലായിരുന്നു. ഒരു വിദ്യാർഥിയായി സെന്റ് പീറ്റേഴ്സ്ബർഗിൽ കഴിയവെ കടുത്ത ദാരിദ്ര്യം മൂലം രണ്ട് കൊലപാതകങ്ങൾ നടത്താനിടയായ റോഡിയൻ റസ്കാൾ നിക്കാഫ് അക്കാലത്ത് എന്നെ എന്തുമാത്രം മഥിച്ചുവെന്ന് പറഞ്ഞറിയിക്കാനാവില്ല. അത്രയും ആഘാതശേഷിയുള്ള നോവൽ അതിന് മുമ്പ് ഞാൻ വായിച്ചിരുന്നില്ല.

"നിന്ദിതരും പീഡിതരും" വായിച്ച് ഗ്രന്ഥകാരനെ അറിയാമായി രുന്നു. അതിന്റെ ഒടുവിലായുള്ള വൃദ്ധനായ നിക്കോളെ സെർജീവിച്ചിന്റെ വികാരഭരിതമായ വാക്കുകൾ മനസ്സിൽനിന്ന് പോകാതെ ബാക്കി നിന്നി രുന്നു. നടാഷയെ മാറോട് ചേർത്ത് വൃദ്ധൻ ഉറക്കെ പറയുന്നു. "അവൾ ഇതാ വീണ്ടും എന്റെ ഹൃദയത്തിന് സമീപം വന്നുചേർന്നിരിക്കുന്നു. ദൈവമേ ഞാൻ എല്ലാറ്റിനും അങ്ങേക്കു നന്ദി പറയുന്നു. അവിടുത്തെ കോപത്തിനും അവിടുത്തെ ദയക്കും. കാറ്റും പിശറും കഴിഞ്ഞു പ്രകാശി ക്കുന്ന അങ്ങയുടെ സ്നേഹസൂര്യന് നമസ്കാരം. ഉവ്വ്, നമ്മൾ നിന്ദിതരും പീഡിതരും ആയിരിക്കാം. എന്നാൽ നമ്മൾ വീണ്ടും കൂടിച്ചേർന്നിരി ക്കുന്നു. നമ്മെ അപമാനിക്കുകയും ദ്രോഹിക്കുകയും ചെയ്യുന്ന ഗർവിഷ്ഠ ന്മാരും ധിക്കാരികളും വിജയിക്കട്ടെ! അവർ നമ്മുടെ നേരെ കല്ലെറിയട്ടെ. പേടിക്കേണ്ട നടാഷേ... നമുക്ക് കൈകോർത്ത് പിടിച്ച് മുന്നോട്ട്പോകാം. ഞാൻ അവരോട് ഇങ്ങനെ പറയും. ഇതാ എന്റെ ഓമന. എന്റെ അരുമ മകൾ. എന്റെ നിരപരാധിയായ മകൾ. നിങ്ങൾ അവളെ അപമാനിക്കു കയും ദ്രോഹിക്കുകയും ചെയ്തു. എന്നാൽ ഞാനവളെ എന്നുമെന്നും

സ്നേഹിക്കുകയും അനുഗ്രഹിക്കുകയും ചെയ്യും.”

വളരെ വേണ്ടപ്പെട്ട പക്ഷേ അങ്ങേയറ്റം നിർദയനായ ഒരാളുടെ സ്വകാര്യ ഗ്രന്ഥശേഖരത്തിൽനിന്നു മോഷ്ടിച്ചെടുത്ത് കടുത്ത ആശങ്കയോടെയും ഉദ്വേഗത്തോടെയും 'നിന്ദിതരും പീഡിതരും' വായിക്കുന്ന കാലത്ത് പ്രായം പതിനഞ്ചിനടുത്തായിരുന്നു. നോവലിലെ സമസ്യകൾ പലതും എനിക്ക് ഗ്രഹിക്കാൻ കഴിയുമായിരുന്നില്ല. എങ്കിൽത്തന്നെയും നടാഷയുടെ ദുർവിധിയും അവളുടെ അച്ഛനായ നിക്കോളെ സെർജിവിച്ചിന്റെ മനോവ്യഥയും എന്നെ ഗാഢമായിത്തന്നെ സ്പർശിക്കുകയുണ്ടായി. അന്യഭാഷകളിൽ നിന്നുള്ള ചില കൃതികൾ അതിന് മുമ്പ് വായിച്ചിരുന്നു. എന്നാൽ നിന്ദിതരും പീഡിതരും അവയിൽ നിന്നെല്ലാം വ്യത്യസ്തമായി എനിക്കനുഭവപ്പെട്ടു. എന്റെ ഇളംമനസ്സിനെ പിടിച്ചുലക്കാൻ പോന്ന എന്തോ ഒന്ന് അതിലടങ്ങിയിരുന്നു. അങ്ങനെയാണ് ഫയദോർ ദസ്തയേവ്സ്കി എന്ന നാമം മനസ്സിൽ പതിയുന്നത്. ചുരുക്കിപ്പറഞ്ഞാൽ, അതോടെ ഞാൻ ദസ്തയേവ്സ്കിയുടെ ആരാധകനായിത്തീർന്നു.

“കുറ്റവും ശിക്ഷയും” മോഷ്ടിക്കേണ്ടി വന്നില്ല. അടുത്തുള്ള ഗ്രന്ഥശാലയിൽ നിന്ന് കിട്ടി. ഒറ്റയിരുപ്പിന് വായിച്ചുതീർത്തു. ദൈവമേ എന്ന് വിളിച്ചുപോയി.

ദരിദ്രനായ ഒരു അധ്യാപകവിദ്യാർഥിയുടെ ജീവിതം കൈവന്ന് ദേശത്തിന്റെ അതിർത്തി താണ്ടി അടുത്തുള്ള നഗരത്തിലെത്തുന്നത് പിന്നീടാണ്. പല തരത്തിലുള്ള ആളുകൾ പാർക്കുന്ന ഒരു ലോഡ്ജിൽ താമസം. ഭക്ഷണത്തിന് പറ്റുപടി. മുറിയിൽ കൂടെയുള്ളയാൾക്ക് ജോലിയുണ്ട്. അയാൾ വാങ്ങിക്കാറുണ്ടായിരുന്ന ദിനപത്രം മാസമൊടുവിൽ വിൽക്കാൻ എനിക്കനുവാദമുണ്ടായിരുന്നു. വേറെ വരുമാനമൊന്നുമില്ല മൂന്ന് രൂപയോളം വരുന്ന ബസ്സുകൂലി ഇല്ലാഞ്ഞിട്ട് ഒരു വെള്ളിയാഴ്ച വീട്ടിൽ പോകാനായില്ല. അടുത്ത ബന്ധു ബസ് സ്റ്റോപ്പിലുണ്ടെന്ന് ലോഡ്ജിലെ ഒരു സ്നേഹിതൻ അറിയിച്ചു. അവൻ നിർബന്ധിച്ചതുകൊണ്ട് അയാളെ കാണാൻ ചെന്നപ്പോൾ എന്തെങ്കിലും ചോദിക്കുന്നതിന് മുമ്പ്തന്നെ യാചകരോട് കാട്ടുന്ന ഒരാംഗ്യം അയാളുടെ ഭാഗത്തു നിന്നുണ്ടായി. ഞാൻ ഹതാശനായി. ലോഡ്ജിലേക്ക് തിരിച്ച് ചെന്ന് കാര്യം തിരക്കിയവരോട് പറഞ്ഞു: ഇല്ല, കണ്ടില്ല. അവിടെ എത്തുമ്പോഴേക്കും പോയി.

ഇല്ലായ്മയെന്നാൽ എന്തെന്നറിഞ്ഞ നാളുകളായിരുന്നു. റസ്കാൾനിക്കോഫിന്റെ അതേ പരിതോവസ്ഥ. ലോഡ്ജിന് തൊട്ടപ്പുറത്തുള്ള രണ്ടുനില കെട്ടിടത്തിന്റെ മുകളിലത്തെ മുറികളിൽ വ്യഭിചാരമാണ് നടക്കുന്ന

തെന്ന് എപ്പോഴോ ഞാൻ തിരിച്ചറിഞ്ഞു. ഗോവണിയിലൂടെ മുകൾ നിലയിലേക്ക് കയറിപ്പോകുന്നവരെ കാണാമായിരുന്നു. പല പ്രായക്കാരുമുണ്ടാകും. എന്തിന്? പരസഹായമില്ലാതെ ഒറ്റ ഗോവണിപ്പടിപോലും കയറാനാവാത്ത വൃദ്ധന്മാർവരെ. അവരുടെ നീക്കങ്ങൾ ജനലിലൂടെ കണ്ടുകൊണ്ടാണ് ഉറങ്ങുക.

ഒരു രാത്രിയിൽ പതിവിന് വിപരീതമായി അവിടെ റെയിഡ് നടന്നു. വലിയ ബഹളമുണ്ടായി. എന്റെ ഉറക്കം അലോസരപ്പെട്ടു. മുറിയുടെ വാതിൽ അടച്ചിരുന്നില്ല. അതിലൂടെ ആരോ മുറിയിലേക്ക് ഓടിക്കയറി. ഞാൻ ഭയന്നുപോയി. അതൊരു സ്ത്രീയായിരുന്നു. വാതിലടച്ച് അവൾ മുറിയുടെ ഒരുകോണിൽ പതുങ്ങിനിന്നു. എന്റെ കാതുകളിൽ അവളുടെ കിതപ്പ്. ഞാൻ മാർമൽ ഡാഫിന്റെ ഹതഭാഗ്യയായ മകൾ സോണിയയെ ഓർമിച്ചു. തെരുവിൽ നിന്ന് മടങ്ങിവന്ന് തന്നെയെന്നും കുറ്റപ്പെടുത്താറുള്ള ചിറ്റമ്മയുടെ അടുത്തുപോയി കയ്യിലുള്ള മുപ്പതു വെള്ളി റൂബിൾത്തുട്ട് മേശപ്പുറത്ത് വെച്ച് വലിയ പച്ചരോമക്കൈലേസു കൊണ്ട് തലമൂടി കിടക്കമേൽ ചുമരിന്നഭിമുഖമായി അവൾ കിടക്കുകയാണ്. അവളുടെ ചുമലും ശരീരം മുഴുവനും വിറച്ചുകൊണ്ടിരുന്നു. ചിറ്റമ്മയായ കാതറിൻ അവളുടെ ചെറിയ കിടക്കയ്ക്കരികെ മുട്ടുകുത്തി. അന്ന് രാത്രി മുഴുവൻ അവൾ അവിടെനിന്നനങ്ങാതെ സോണിയയുടെ കാലടി ചുംബിച്ചുകൊണ്ടിരുന്നു.

അപ്പുറത്ത് റെയ്ഡ് തീർന്നു. ആരൊക്കെയോ പോലീസുകാരുടെ കൈകളിലകപ്പെട്ടിരുന്നു. ഇരകളെയും കൊണ്ട് അവർ പോയി. ബഹള മടങ്ങി. എന്റെ മുറിയിൽ അഭയം തേടിയ യുവതിക്ക് തിരികെപ്പോകാമെന്നായി. വാതിലിനടുത്തേക്ക് നടന്ന അവൾ തെല്ലിട നിന്ന് എന്റെ കട്ടിലിന് നേർക്ക് വന്നു. കറുത്തുമെലിഞ്ഞ ശരീരമായിരുന്നു അവളുടേത്. സ്നിഗ്ധചർമം. അതിന്റെ സ്പർശത്തിൽ ഞാനൊന്നുപിടഞ്ഞു. അവൾക്ക് എന്നോടുള്ള കടപ്പാട് തീർക്കേണ്ടിയിരുന്നു. ഞാനാണെങ്കിൽ സ്ത്രൈണാനുഭവമറിയാത്ത ഒരു അനാഗതശ്മശ്രു.

അറുപതുകളുടെ അവസാനമാണ്. ആദർശപരതയെന്നത് ദരിദ്രരിലും വെറും സാധാരണക്കാരിലും മാത്രമല്ല രാഷ്ട്രീയക്കാരിൽപോലും ഉണ്ടായിരുന്ന കാലം. ഞാനും ചെറിയ തോതിൽ ഒരാദർശവാദിയായിരുന്നു. എന്റെ ദേഹത്തൂടെ ഒരു വിറയൽ പാഞ്ഞുകയറി. സോണിയ റസ്കാൾ നിക്കാഫിന്റെ മുറിയിൽ അഭയം തേടിയിരുന്നെങ്കിൽ എങ്ങനെയായിരുന്നേനേ. അതിന്റെ പര്യവസാനം? നിലമറന്നുള്ള മൈഥുനത്തിൽ? അതുകഴിഞ്ഞ് റസ്കാൾ നിക്കാഫിന്റെ ആത്മനിന്ദയിൽ? ഞാൻ

അതോർത്ത് ചകിതനായി. ഒരു സ്ത്രീയുടെ തീക്ഷ്ണഗന്ധമായിരുന്നു അവിടെയെങ്ങും. മുൻപൊന്നും തോന്നാത്ത വ്യഗ്രതയോടെ ഞാനവളോട് പോയ്ക്കൊള്ളാൻ പറഞ്ഞു. അവളൊന്ന് അമ്പരന്നിരിക്കണം. പരിചയസമ്പന്നയല്ലെന്ന് വ്യക്തമായിരുന്നു. അവൾ എഴുന്നേറ്റ് മാറുന്നതിന് മുമ്പായി എന്റെ നെറ്റിയിൽ ചുണ്ടുകൾ ചേർത്തു. പൊള്ളിക്കാൻ പോന്ന ചുംബനമായിരുന്നു അത്. പിന്നെ അവൾ പോയി.

ഇപ്പോഴും വിദൂരമായ ആ രാത്രിയെക്കുറിച്ചോർത്ത് ഞാൻ ഖേദിക്കുന്നില്ല. എന്റെയുള്ളിൽ ഫയദോർ ദസ്തയേവിസ്കി പ്രവർത്തിച്ചിരുന്നുവെന്നതാണ് നേര്. പിന്നീട് മുംബൈയിലെ ചുവന്ന തെരുവുകളിലൂടെയും കൊൽക്കത്തയിലെ സൊനാഗച്ചിയിലൂടെയുമൊക്കെ കടന്നു പോകുമ്പോഴും ഞാൻ തനിച്ചായിരുന്നില്ല.

മനുഷ്യരായ നമ്മുടെ അപരാധങ്ങൾ കണ്ടു, നമ്മെ നിന്ദിക്കാതെ നമുക്കുവേണ്ടി കരയുമ്പോൾ ദൈവദൂതന്മാർ നോക്കുന്ന മാതിരി ദേവലോക സംബന്ധിയായ ഒരു നോട്ടത്തെക്കുറിച്ച് ദസ്തയേവ്സ്കി നോവലിലൊരിടത്ത് പറയുന്നുണ്ട്. അത് കുടിക്കാൻ വല്ലതും തരണമെന്ന് ചോദിച്ചുചെന്ന അച്ഛനെ അയാളുടെ മുപ്പതുകോപ്പക് തപ്പിയെടുത്ത ശേഷം സോണിയ നോക്കിയ നോട്ടമായിരുന്നു. ശകാരിക്കുന്നതിലും കഷ്ടമാണതെന്ന് മാർമെൽഡാഫ് റസ്കാൾ നിക്കാഫിനോട് പറയുന്നു. നഗരത്തിൽ അക്കാലത്തുണ്ടായിരുന്ന വേശ്യാത്തെരുവിൽ വെയിൽ കോരിച്ചൊരിയുന്നൊരു മധ്യാഹ്നത്തിൽ വേശ്യാലയനടത്തിപ്പുകാരിയായ തടിച്ച സ്ത്രീ പുകവലിച്ചുകൊണ്ട് വീടിന്റെ ഉമ്മറത്തിരുന്ന് എന്നെ കാണിക്കാനായി വീടിനുള്ളിൽ നിന്നും വിളിച്ചുവരുത്തിയ മഞ്ഞപ്പാവാടയുടുത്ത കഷ്ടിച്ച് പതിനഞ്ച് വയസ്സ് തോന്നിക്കുന്ന കൊലുന്നനെയുള്ള പെൺകുട്ടിയുടെ നോട്ടവും സോണിയയുടെതു പോലെയുള്ളതായിരുന്നില്ലേ. അതു കണ്ണുകളിൽ വന്നു തറച്ച് അധീരനായ ഞാൻ വെയിലിലൂടെ നടന്നുതുടങ്ങുമ്പോൾ നടത്തിപ്പുകാരി കാർക്കിച്ചു തുപ്പി തെറി വിളിക്കുകയായി. അത് എന്നെയല്ലെന്ന മട്ടിൽ ഞാൻ മുന്നോട്ട് നടന്നു. സാരമില്ലെന്ന് ആരോ പറയുന്നുണ്ടായിരുന്നു. ആരായിരുന്നിരിക്കാം.?

പുതിയ ജീവിതസാഹചര്യങ്ങളിൽ 'കുറ്റവും ശിക്ഷയും' രണ്ടാം തവണ വായിച്ചുതീർന്നപ്പോൾ ഞാൻ ദൈവത്തെ വിളിച്ചില്ല. വിശുദ്ധവും വിശേഷവുമായ ഒരു പാട് വിവരങ്ങൾ അതിലടങ്ങിയിട്ടുണ്ടെന്ന് ഞാൻ കണ്ടെത്തി.ഒരു കല്പിതകഥ ആഖ്യാനം ചെയ്യപ്പെടുകയല്ല അതിലെന്ന് എനിക്ക് ബോധ്യമായി. ജീവിതവുമായി ചേർത്ത് വെച്ച് മറ്റൊരു കൃതിയും ഇതുപോലെ വായിക്കാനായിട്ടില്ല.ഒരു നൂറ്റാണ്ടിന് മുമ്പുള്ള കാലമാണ്

നോവലിലെന്നതോ, പഴയ സെന്റ് പീറ്റേഴ്സ്ബർഗാണ് പശ്ചാത്തലമെന്നതോ വായനയ്ക്കിടയിൽ അലട്ടുന്നതായി ഒരിക്കൽ പോലും തോന്നിയിട്ടില്ല. ഒരു പക്ഷെ സ്ഥലകാലങ്ങളെ വേറൊരു നോവലും ഈ വിധത്തിൽ മറികടന്നിട്ടില്ല. എവിടെയും ഏതുകാലത്തും സംഭവ്യമായ കാര്യങ്ങളല്ലാതെ രാജ്യാതിർത്തി കടക്കുമ്പോഴും കാലം മാറുമ്പോഴും റദ്ദ് ചെയ്യപ്പെടുന്ന ഉപാഖ്യാനങ്ങൾ ഇതിൽ ഇല്ലതന്നെ.

വേണ്ടത്ര കരുതലോടെ ഒരു കൊലപാതകം ഉദ്ദേശിച്ചുചെന്ന് തികച്ചും അവിചാരിതമായി മറ്റൊന്നുകൂടി നടത്താനിടയാകുന്ന റസ്കാൾ നിക്കാഫെന്ന യുവാവിന്റെ അന്തഃകരണത്തിൽ താൻ ചെയ്ത കുറ്റം ഉളവാക്കുന്ന സംഘർഷമാണ് നോവലിന്റെ ഘടനയെ നിർണയിക്കുന്നത്. റസ്കാൾ നിക്കാഫിന് കുറ്റകൃത്യങ്ങളിൽ യാതൊരു മുൻപരിചയവും ഇല്ല. അത്രമേൽ ഭയാനകമായ ഒരു ചിന്ത എങ്ങിനെ തന്റെ തലയ്ക്കകത്ത് കടന്നുകൂടി എന്നും അതുപോലൊരു നിന്ദ്യമായി പ്രവൃത്തി ചെയ്യാൻ എന്നെങ്കിലും താൻ ശക്തനാകുമോയെന്നും അവൻ സ്വയം ചോദിക്കുന്നുണ്ട്. താൻ ചെയ്യാനിരിക്കുന്ന അപരാധത്തെ ഭയങ്കരമെന്നും നിന്ദ്യമെന്നും ജുഗുപ്സാവഹമെന്നും അവൻ വിശേഷിപ്പിക്കുന്നു. എന്നാൽ കൊലപാതകം നടത്തിയതിനുശേഷമുള്ള ജ്വരാവിഷ്ടമായ അവസ്ഥയിൽ തന്റെ ആ കൃത്യം ന്യായീകരിക്കാൻ അവന് തെല്ലും മടിയില്ല. ഒരു സന്ദർഭത്തിൽ അവൻ ഉദീരണം ചെയ്യുന്നു. ആ കിഴവിയെ ഇപ്പോൾ എനിക്ക് എന്ത് അറപ്പ്. ഇനിയും അവൾ ജീവിച്ചു വന്നാൽ ഒരിക്കൽ കൂടെ ഞാൻ അവളെ കൊല്ലും. അലീനയെന്ന കിഴവിയുടെ സഹോദരിയായ എലിസബത്തിനെ കൊല്ലേണ്ടിവന്നതിൽ മാത്രമാണ് ആദ്യമൊക്കെ റസ്കാൾ നിക്കാഫ് മനസ്താപം കൊള്ളുന്നത്. ഭാഗ്യം കെട്ട എലിസബത്ത്! യദൃച്ഛയാ അവൾ എന്തിനവിടെ വന്നു?

ദുരൂഹവും സങ്കീർണവുമാണ് റസ്കാൾ നിക്കാഫിന്റെ മനോനില. പണയക്കാരിപിശാചിനെയും അവളുടെ അനുജത്തിയെയും കൊന്നതിൽ ഖേദിക്കാത്ത അവൻ ഉജ്ജ്വലമെന്ന് പറയാവുന്നൊരു മുഹൂർത്തത്തിൽ സോണിയയുടെ മുന്നിൽ മുട്ടുകുത്തുകയും കണ്ണീരോടെ അവളുടെ കാലടികളിൽ ചുംബിക്കുകയും ചെയ്യുന്നു. പിന്നീട് അവൻ ഉരുവിടുന്ന വാക്കുകൾ ഇവയാണ്. "ഞാൻ നിന്റെ മുമ്പിലല്ല മുട്ടുകുത്തിയത്. മനുഷ്യസമുദായത്തിന്റെയാകെ വേദനയുടെ മുമ്പിലാണ്" ദരിദ്രനും ഏകാകിയും രോഗപീഡിതനും ദുർബലമനസ്കനുമായ നായകനെ ദസ്തയേവ്സ്കി സൃഷ്ടിച്ചത് സ്വന്തം പ്രതിച്ഛായയിലാണ്.

ഹീനതയും ഉത്കൃഷ്ടത പ്രാപിക്കാനുള്ള വെമ്പലും തമ്മിൽ

ഘോരമായി ഇടയുന്നത് ദസ്തയേവ്സ്കിയുടെ അന്തരിന്ദ്രിയത്തിൽ തന്നെയാണ് ഈ പോര്. ആത്മപീഡയിലൂടെ കൈവരിക്കാവുന്ന മോചനത്തെക്കുറിച്ചുള്ള ശുഭചിന്തയോടെ എഴുതിത്തീർത്തപ്പോൾ ഗ്രന്ഥകാരൻ അനുഭവിച്ചിരിക്കാവുന്ന മനശ്ശാന്തിയുടെ അളവ് നമുക്ക് ഊഹിക്കാൻ പോലും കഴിയില്ല. സെന്റ്പീറ്റേഴ്സ്ബർഗിൽ അക്കാലത്ത് നടന്ന ഒരു കൊലപാതകത്തിന്റെ ഹ്രസ്വമായ പത്രറിപ്പോർട്ടിൽ നിന്നാണ് ദസ്തയേവ്സ്കി "കുറ്റവും ശിക്ഷയും" രൂപപ്പെടുത്തിയതെന്ന് എവിടെയോ വായിച്ചതോർക്കുന്നു. കൊലപാതകനിഗൂഢത (Murder mystry) അനുക്രമമായി ചുരുളഴിച്ചുകാട്ടുന്ന തരം നോവലുകളുടെ ഉദ്വേഗം കൊലപാതകിയെ സദാ പിന്തുടർന്നുകൊണ്ടുള്ള ആഖ്യാനത്തിലും വായനക്കാരൻ ഗാഢമായി അറിയുന്നുവെന്നതാണ് ഓരോ വായനയിലും എന്റെ അനുഭവം. മുൻകരുതലില്ലായ്മ നിമിത്തം ഏതവസരത്തിലും പിടിക്കപ്പെടാവുന്ന ഹൃദയകാഠിന്യമില്ലാത്തതിനാൽ എപ്പോൾ വേണമെങ്കിലും നിയമപാലകർക്കു മുമ്പാകെ കുറ്റസമ്മതം നടത്തിയേക്കാവുന്ന റസ്കാൾ നിക്കാഫ് വായനക്കാരനെ കൊണ്ടുപോകുന്നത് ഇടംവലം വക്രിച്ചു നീളുന്ന കുഴപ്പം പിടിച്ച പാതയിലൂടെയാണ്. യാത്ര എളുപ്പമല്ല. ചങ്കിടിപ്പ് പലപ്പോഴും അനിയന്ത്രിതമായി വർധിക്കുന്നു. ഏതോ മാസ്മരികതമൂലം പിന്തിരിയാനും വയ്യ. എങ്കിലും ക്ലേശകരമായ ദീർഘയാത്രയ്ക്കൊടുവിൽ നെടുവീർപ്പോടെ പറഞ്ഞുപോകുന്നു, എന്തൊരാനന്ദം എന്ന്. അവിടെ ഒരു പുതിയ ചരിത്രം തുടങ്ങുകയാണ്. ഒരു മനുഷ്യന്റെ ക്രമാനുഗതമായ പുനരുജ്ജീവനത്തിന്റെ; ഒരുവന്റെ ശ്രേയോന്മുഖമായ സംസ്കരണത്തിന്റെ.

കുറ്റവും ശിക്ഷയും പൂർത്തികരിക്കപ്പെട്ടത് 1867 ലാണ്. ഇതിനോടകം ഒരു നൂറ്റാണ്ടും കുറെയേറെ വർഷങ്ങളും കടന്നുപോയിരിക്കുന്നു. സാങ്കേതികവിദ്യ മനുഷ്യർക്ക് പുതിയ മാധ്യമങ്ങൾ പലതും നൽകി. അവയെയൊക്കെ ഒരു പഴഞ്ചൻ മാധ്യമം നിഷ്പ്രഭമാക്കുന്നതായി 'കുറ്റവും ശിക്ഷയും' വായിക്കുമ്പോൾ നമുക്ക് തോന്നുന്നു. അതിന്റെ രചയിതാവിനെ, ക്രിസ്തുവിന്റെ കിടയറ്റ പ്രചാരകനെങ്കിലും പിശാചിന്റെ പരീക്ഷകൾക്ക് ഏറെ വിധേയനായ ഫയദോർ മിഖായെലോവിച്ച് ദസ്തയേവ്സ്കിയെ, ആ മഹാനലജ്ജ്വാലയെ, ഞാൻ നമിക്കുന്നു.

www.ingramcontent.com/pod-product-compliance
Lightning Source LLC
LaVergne TN
LVHW060122051026
849517LV00007B/2364